பசுவின் புனிதம்:

மறுக்கும் ஆதாரங்கள்

டி.என். ஜா

தமிழில்: வெ. கோவிந்தசாமி

பாரதி புத்தகாலயம்

PASUVIN PUNITHAM

D.N. JHA

Translated by: V. GOVINDASAMY

originally published under the title 'The Myth of the Holy Cow'

Published by: VERSO, London - New york / in India Matrix, New Delhi.

Our First Published : December, 2011 | Second Print : May, 2017

Published by

BHARATHI PUTHAKALAYAM

7, Elango Salai, Teynampet, Chennai - 600 018

Email: thamizhbooks@gmail.com | www.thamizhbooks.com

பசுவின் புனிதம்: மறுக்கும் ஆதாரங்கள்

டி.என்.ஜா

தமிழில்: வெ.கோவிந்தசாமி

எமது முதற்பதிப்பு: டிசம்பர், 2011 | இரண்டாம் அச்சு: மே, 2017

வெளியீடு

பாரதி புத்தகாலயம்

7, இளங்கோசாலை, தேனாம்பேட்டை, சென்னை - 600 018

தொலைபேசி : 04424332424, 24332924, 24339024

விற்பனை நிலையம்

7, இளங்கோ சாலை, தேனாம்பேட்டை, சென்னை - 600 018

விற்பனை நிலையங்கள்

திருவல்லிக்கேணி: 48, தேரடி தெரு | **பெரம்பூர்:** 52, கூக்ஸ் ரோடு

வடபழனி: பேருந்து நிலையம் எதிரில் அடையார் ஆனந்தபவன் மாடியில்

ஈரோடு: 39, ஸ்டேட் பாங்க் சாலை | **திண்டுக்கல்:** பேருந்து நிலையம்

நாகை: 1, ஆரியபத்திரபிள்ளை தெரு | **திருப்பூர்:** 447, அவினாசி சாலை

திருவாரூர்: 35, நேதாஜி சாலை | **சேலம்:** பாலம் 35, அத்வைத ஆஸ்ரமம் சாலை,

சேலம்: 15, வித்யாலயா சாலை | கரூர்: நாரத கானசபா அருகில் (Near TNGEA - Office)

அருப்புக்கோட்டை: 31, அகமுடையார் மகால் | **நெய்வேலி:** சி.ஐ.டி.யூ அலுவலகம்,

மதுரை: 37A, பெரியார் பேருந்து நிலையம் | **மதுரை:** சர்வோதயா மெயின்ரோடு,

குன்னூர்: N.K.N வணிகவளாகம் பெட்போர்ட் | **செங்கற்பட்டு:** 1டி., ஜி.எஸ்.டி சாலை

விழுப்புரம்: 26/1, பவானி தெரு | **திருநெல்வேலி:** 25A, ராஜேந்திரநகர், பாளையங்கோட்டை

விருதுநகர்: 131, கச்சேரி சாலை | **கும்பகோணம்:** ரயில் நிலையம் அருகில்

வேலூர்: S.P. Plaza 264, பேஸ் II , சத்துவாச்சாரி | பேருந்து நிலையம் அருகில்,

தஞ்சாவூர்: காந்திஜி வணிக வளாகம் காந்திஜி சாலை | **விருதாசலம்:** 511A, ஆலடி ரோடு

திருச்சி: வெண்மணி இல்லம், கரூர் புறவழிச்சாலை | **பழனி:** பேருந்து நிலையம்

தேனி: 12,பி, மீனாட்சி அம்மாள் சந்து, இடமால் தெரு | **கோவை:** 77, மசக்காளிபாளையம் ரோடு, பீளமேடு

தி.மலை: முத்தம்மாள் நகர், | **நாகர்கோவில்:** 699, கே.பி.ரோடு, ஆர்.வி.புரம், 94434 50111

சிதம்பரம்: 22A/ 18B தேரடி கடைத் தெரு, கீழவீதி அருகில்

நினைத்த நூல்கள்... நினைத்த நேரத்தில்...

thamizhbooks.com | 9498002424

ரூ. 140/-

அச்சு : பிரிண்டெக், சென்னை - 5

ராஜ்ராணிக்கு

பதிப்புரை

வரலாற்று ஆய்வுகளுக்கு மிகப்பெரிய அடித்தளத்தை அமைத்துக் கொடுத்திருக்கும் மார்க்சிய-வரலாற்று அணுகுமுறையானது, வரலாற்றைப் புறவயமாக அணுக வேண்டும் என்பதில் சமரசத்திற்கு இடமில்லை என்று கருதுகிறது. உலகெங்கிலும் வரலாற்று ஆய்வுகளில் ஈடுபட்டு வருபவர்களின் பணி, அறியப்பட்ட வரலாற்று விவரங்களின் பின்னால் புதையுண்டு கிடக்கும் உண்மைகளை வெளிச்சத்திற்குக் கொண்டு வருவதே என்றும் மார்க்சியம் கூறுகிறது. ஆளும் வர்க்கக் கருத்தியலை உள்வாங்கிக் கொண்டு, சார்புநிலைகளின் அடிப்படையில் வரலாற்றுக்கு விளக்கமளிப்பவர்களை இதன் பொருட்டே நாம் விமர்சனத்துக்கு உள்ளாக்க வேண்டியிருக்கிறது. பல தருணங்களில், இந்த விமர்சன அணுகுமுறையானது முற்றிலும் புதிய வரலாற்றை எழுதும்படி நம்மை நிர்பந்திக்கிறது. புதிய வரலாறு என்னும் மாபெரும் விருட்சத்திற்கு அடியுரமாக எப்போதும் இருப்பவை, மறைக்கப்பட்ட வரலாற்றுத் தரவுகளை வெளிச்சத்திற்குக் கொண்டு வருவதற்கான முயற்சிகளாகும். வரலாற்றை இவ்விதமாகத் துலக்கும்போது, தற்கால அநீதிகளைக் களைவதற்கும் அது துணை புரிகின்றது. மேற்கத்திய நாடுகளிலேயே இத்தகைய வரலாற்றெழுதியலின் முக்கியத்துவம் முதலில் உணரப்பட்டது என்ற போதிலும், சாதிய ஒடுக்குமுறைகளாலும், மதக் கருத்தியல்களாலும் கோடானுகோடி மக்கள் நிரந்தர அடிமைகளாக ஆக்கப்பட்டிருக்கும் இந்தியா போன்றதொரு நாட்டில் இதன் முக்கியத்துவம் அளவிடற்கரியது. அதே நேரத்தில், இப்படிப்பட்ட பணியில் ஈடுபடுவது எளிதான காரியமும் அல்ல. ஆய்வு அடிப்படைகளின் மீதான அசாத்தியமான பிடிப்புமட்டுமின்றி, அடக்குமுறைகளையும் அட்டூழியங்களையும் எதிர்த்து நிற்பதற்கான மாபெரும் துணிவும் இதற்குத் தேவை.

பசுவின் புனிதம், பசுவதை, பால், பஞ்சகவ்யம் போன்ற கருத்தாக்கங்களுக்குப் பின்னால் உள்ள வரலாற்று உண்மைகளை ஆய்வுக்கு உட்படுத்தி, பேராசிரியர் டி.என்.ஜா அவர்கள் எழுதியுள்ள "பசுவின் புனிதம் : மறுக்கும் ஆதாரங்கள்" என்னும் இந்நூல், மேற்குறித்த ஆய்வு அடிப்படைகளைக் கொண்ட சிறந்த நூல் என்பதில் சந்தேகமில்லை.

தங்கள் அரசியல் ஆதாயங்களுக்காகவும், வரலாற்றைத் திரிப்பதற்காகவும் மறைப்பதற்காகவும் புரட்டுவதற்காகவும், முஸ்லிம்கள்

மற்றும் தலித் மக்களுக்கெதிரான வன்மத்தைத் தூண்டி இந்துக்களைத் தங்கள் பக்கம் இழுப்பதற்காகவும் இந்துத்துவ ஃபாசிச சக்திகள் பரப்பி வருகின்ற பிரச்சாரங்கள் எந்தவொரு வரலாற்று ஆதாரமும் இல்லாதவை என்பதை வரலாற்றின் துணைகொண்டு விளக்குகின்ற இந்நூல், நிகழ்கால அரசியல் சூழலில், பாசிச இந்துத்துவ மதவெறி சக்திகளிடம் இரையாகி விடாமல் விழிப்புடன் இருப்பது எப்படி என்று நமக்குக் கற்றுத்தருகிறது.

இந்தியாவின் தலை சிறந்த வரலாற்று அறிஞர்களில் ஒருவரான பேராசிரியர் டி.என்.ஜா. இந்நூலின் முதல் ஆங்கிலப்பதிப்பை 2001 ஆகஸ்ட் மாதத்தில் இந்தியாவில் வெளியிட்ட போது (The Myth of the holy cow, published by matrix books) இந்துத்துவ வாதிகளின் சில அமைப்புகள் இந்நூலுக்கு எதிரான, நீதிமன்ற இடைக்காலத் தடையுத்தரவை அய்தராபாத் சிவில் நீதிமன்றத்தில் பெற்றதுடன் நில்லாமல், நூலாசிரியருக்கு எதிரான கொலை மிரட்டல்களையும் கூட விடுத்தன. இறுதியில் நீதிமன்றத் தடையுத்தரவு விலக்கிக் கொள்ளப்பட்ட போதிலும், அதற்கு முன்னதாக "வெர்சோ" பதிப்பத்தின் மூலமாக இந்நூலின் சர்வதேசப் பதிப்பை வெளியிட வேண்டியதாயிற்று.

மூலவளம் குன்றாது மிகச்சிறப்பாகத் தோழர். வெ. கோவிந்தசாமி அவர்களால் மொழிபெயர்க்கப்பட்டு 2003-ஆம் ஆண்டின் தொடக்கத்தில் புத்தா வெளியீட்டகம் சார்பில் வெளிவந்த இந்நூலினை, அதன் முக்கியத்துவமும் தேவையும் கருதித் தற்போது பாரதி புத்தகாலயத்தின் வரலாற்று நூல் வரிசையில் வெளியிடுவதில் பெருமகிழ்ச்சியடைகிறது.

தமிழ் பதிப்பிற்கான ஆசிரியர் குறிப்பு

நமது நாட்டில் இந்து அடிப்படைவாதம் தீவிரமடைந்து வருவதன் காரணமாக இந்தியப் பதிப்பு எதிர்கொண்ட நெருக்கடிகள் குறித்து ஒரு சில வார்த்தைகளை அவசியம் சொல்ல வேண்டியிருக் கிறது. இந்த நூலை வெளியிட முதலில் ஒப்புக்கொண்ட பதிப்பாளர் அளவிற்கதிகமான கம்யூனிச சார்போடு, இந்நூல் எழுதப்பட்டிருப்ப தாகத் திடீரென கண்டுபிடித்ததால், தன் வாக்குறுதியிலிருந்து பின்வாங்கி விட்டார். இதைத் தொடர்ந்து, இந்த நூலை வெளியிடக் கூடாது என்று அடையாளம் தெரியாத நபர்கள் தொலைபேசி மூலமாக என்னை அச்சுறுத்தினார்கள். இதையெல்லாம் பார்த்து துவண்டு போகாத மேட்ரிக்ஸ் புக்ஸ் நிறுவனத்தார், ஏற்கனவே முடிவு செய்த தேதியான 2001, ஆகஸ்ட் முதல் வாரம் இந்நூலை வெளி யிட்டார்கள். வலதுசாரி அரசியல்வாதிகள் சிலரும், இந்து, சமண சமயங்களைச் சேர்ந்த வெறியர்கள் சிலரும், ஒரு பக்கத்தைக்கூடப் படித்துப் பார்க்காமல் இந்நூல் 'கடவுளையே அவமதிப்பது' என்று கண்டித்தார்கள். என்னைக் கைது செய்யவேண்டும் என்றும் கோரினார் கள். இந்நூல் விநியோகத்தைத் தடைசெய்யும் நீதிமன்ற ஆணையை யும் பெற்றுவிட்டார்கள். மத - விரோதச் செயல்களுக்காக மரண தண்டனை விதிக்கும் வழக்கம் (fatwas) இந்து மதத்தில் இல்லை. ஆனால், இந்து மதத்தின் பாதுகாவலர்களாகத் தங்களைத் தாங்களே நியமித்துக் கொண்ட சக்திகளில் ஒருவர் எனக்கு மரணதண்டனை விதித்து விட்டார்.

எனது ஆய்வுச் சுதந்திரம் கடுமையான அச்சுறுத்தலுக்குள்ளான தால், இந்நூலை வெளிநாட்டில் வெளியிட வேண்டியதாயிற்று. ஆனால், இந்து அடிப்படைவாதத்தையும், சுரண்டல் சமூகத்தையும் எதிர்த்து ஓய்வில்லாத போரை நடத்த வேண்டிய நிலையிலுள்ள இந்திய வாசகர்களுக்காகவே உண்மையில் இது எழுதப்பட்டது. அந்த வகையில், பார்ப்பனியக் கருத்தியலுக்கு எதிராகத் தொடர்ந்து போராடி வரும் ஒடுக்கப்பட்ட தமிழ் மக்களை எட்டும் வகையில் இந்நூல் தமிழில் வெளிவருவதில் நான் மட்டற்ற மகிழ்ச்சி அடைகிறேன்.

டி.என்.ஜா
31, டிசம்பர் 2002
தில்லி

பொருளடக்கம்

1. வெர்ஸோ பதிப்பிற்கான முன்னுரை — 11
2. முன்னுரை — 15
3. அறிமுகம் — 18
4. "விலங்குகளின் இறைச்சி நல்ல உணவுதான்." ஆனால், யாக்ஞவல்கியருக்குப் பிடித்ததோ மாட்டிறைச்சி — 25
5. விலங்குகளின் உயிர்ப்பலி நிராகரிப்பு: பசு மீது புனிதம் கற்பிக்கும் ஒரு முயற்சியா? — 42
6. பிற்காலத் தர்மசாஸ்திர மரபும் அதற்குப் பிறகும் — 61
7. கலியுகத்தில் பசு: மாட்டிறைச்சி உணவு குறித்த நினைவுகள் — 75
8. புதிரான பாவமும், பசு பற்றிய புதிரும் — 84
9. 'புனிதப் பசு': ஒரு ஏமாற்று வித்தை — 91
10. குறிப்புகள் — 100
11. நூற்பட்டியல் — 156

'...gam alabhate [2]; yajno vai gauh;
yajnam eva labhate; atho annam vai gauh;
annam evavarundhe.....'

> Taittiriya Brahmana, III. 9.8.2-3 (Anandasrama -
> Sanskritgranthavalih 37, vol. III,
> 3rd edn., Poona, 1979).

(குதிரை வேள்வியில்) அவர் (Adhvaryu) பசுவை (அதாவது பசுக்களை) பிடித்துக்கொள்கிறார். பசுதான் படையல் பொருள். (இதன் பயனாக) அவர் (வேள்வி நடத்துபவர்) படையல் பொருளை அடைந்து விட்டார். நிச்சயமாக பசு உணவுப் பொருள்தான். (இறுதியாக) இவர் இவ்விதமாகப் பெறுவது உணவுப் பொருளே.'

> English translation by Paul - Emile Dumont.,
> **Proceedings of the American Philosophical Society,**
> 92.6 (December 1948), p. 485.

..... இனிப்புப் பண்டங்களை அழகுபடுத்துவதற்காகப் பயன்படுத்தப்படும் வெள்ளித் தகடு அல்லது 'வரக்' (varak) பார்ப்பதற்கு அழகாக இருந்தாலும் அதில் அதைத் தாண்டியும் ஒரு விஷயம் இருக்கிறது. கொல்லப்பட்ட உடனே எடுக்கப்பட்ட சூடு தணியாத மாட்டுக் குடல்களுக்கிடையில் மெல்லிய உலோகத் தகடுகள் வைக்கப்படுகின்றன. பின்னர், அதிக அழுத்தத்தின் மூலம் அந்தத் தகடுகள் கூழ்போல ஆக்கப்படுகின்றன. பிரத்யேகமாகத் தயாரிக்கப்பட்ட மெல்லிய காகிதங்களில் இந்தக் கூழ் படிய வைக்கப்படுகிறது....'

> Bindu Jacob, 'More to it all than meets the Eye,'
> **The Hindu,** 5 June 2001 (A news item based on a
> publication of the Animal Welfare Board of India
> under the Ministry of Social Justice and
> Empowerment, Government of India.)

வெர்ஸோ பதிப்பிற்கான முன்னுரை

ஒரு நூற்றாண்டுக்கும் மேலாகவே பசுவின் புனிதம் குறித்த பிரச்னை கல்வித்துறைக்கு அப்பாலும் பேசப்பட்டு வருகிறது. வகுப்புவாத இந்துக்களும், அவர்களின் அடிப்படைவாத அமைப்புகளும் மீண்டும், மீண்டும் இந்தப் பிரச்னையை அரசியல் அரங்குக்குள் கொண்டுவர முயற்சித்து வருகிறார்கள். பசு எப்போதுமே புனிதமானதாகவும், மரியாதைக்குரியதாகவும் கருதப்பட்டு வந்திருக்கிறது; தங்களது முன்னோர்கள் - குறிப்பாக வேதகால இந்தியர்கள் - பசுவின் இறைச்சியை உண்ணவில்லை என்ற கருத்தில் இவர்கள் உறுதியாக இருக்கிறார்கள். இது விசித்திரமானதாக மட்டுமல்ல வரலாற்று ஆதாரங்களுக்கு முரணானதாகவும் இருக்கிறது. இஸ்லாமியர்களின் வருகையோடு மாட்டிறைச்சி உண்ணும் வழக்கத்தைத் தொடர்புபடுத்தும் இவர்கள், இந்த வழக்கத்தை முஸ்லீம் சமூகத்தின் மீதான ஒரு அடையாள முத்திரையாகவே கருதி வருகிறார்கள். நீண்ட காலகட்டத்தை உள்ளடக்கிய இந்தியச் சமய நூல்களிலும், சமயச் சார்பற்ற நூல்களிலும் மாட்டிறைச்சி உணவு குறித்து மாறுபாடான அணுகுமுறைகளைப் பார்க்க முடிகிறது. இருப்பினும், பசுவின் 'புனிதம்' குறித்த கருத்து கட்டுக்கதை என்றும், தொடக்ககால இந்திய அசைவ உணவு வகைகளிலும், உணவுப் பாரம்பரியத்திலும் மாட்டிறைச்சி மிக முக்கியப் பங்கு வகித்திருக்கிறது என்றும் இந்நூல் வாதிடுகிறது. இஸ்லாமியர்கள் 'அந்நியர்கள்' என்ற தவறான கருத்தை இந்துத்துவா சக்திகள் எவ்வளவுதான் உறுதியாக நிலைநிறுத்த முயன்ற போதிலும், மாட்டிறைச்சி உண்ணும் வழக்கம் இஸ்லாமியர்கள் விட்டுச் சென்ற 'கேடான மரபுச் சொத்து' அல்ல என்ற விஷயத்தையும், மாட்டிறைச்சி உண்ணாமல் இருப்பது என்பது 'இந்து' அடையாளத்திற்கான ஒரு அளவுகோல் அல்ல என்ற விஷயத்தையும் இந்நூல் அழுத்தமாகக் குறிப்பிடுகிறது.

இந்து, பௌத்த, சமண சமய நூல்களையே இந்நூல் பெரும் பாலும் தன் ஆய்வுக்கு அடிப்படையான நூல்களாக எடுத்துக் கொண்டிருக்கிறது. கி.மு. 1500 - கி.மு. 600 க்கும் இடைப்பட்ட காலத்தைச் சேர்ந்ததும், சாராம்சத்தில் சமயத்தைக் குறித்ததாகவும், சடங்குகளைக் குறித்ததாகவுமுள்ள வேதங்களும், அவற்றிக்கான உரை நூல்களும்தான், பொதுவாக இறைச்சி உணவு குறித்த - குறிப்பாக மாட்டிறைச்சி உணவு குறித்த - தொடக்ககால எழுத்துப்பூர்வ ஆதாரங் களாகும். தர்ம சூத்திரங்கள், கிரக சூத்திரங்கள், ஸ்மிருதிகள் போன்ற

சாஸ்திர நூல்களும், காவியங்களில் (மகாபாரதம், இராமாயணம்) இடம் பெற்றிருக்கும் உபதேசப் பகுதிகளும், புராணங்களும், உரைநூல்களும், சமய நூல்களும் வேதங்களையும், அவற்றிக்கான உரை நூல்களையும் அடிப்படையாகக் கொண்டுதான் தங்கள் அதிகாரத்தை நிலைநிறுத்திக் கொண்டன. பாலி மொழியிலுள்ள பௌத்தச் சமய நூல்களும், பாலி, சமஸ்கிருத மொழிகளிலுள்ள உரைநூல்களும், பொதுவான இலக்கிய நூல்களும் பௌத்தர்களின் உணவுக் கலாச்சாரம் குறித்த தகவல்களைத் தருகின்றன. அவர்களின் அசைவ உணவுப் பழக்கங்கள் குறித்து ஏராளமான ஆதாரங்களை இவற்றில் பார்க்க முடிகிறது. பௌத்த இலக்கியங்கள் மிக அண்மைக் காலம் வரையிலும் தொடர்ந்து எழுதப்பட்டு வந்தபோதிலும், பௌத்தச் சமய நூல்கள் ஏறத்தாழ கிறிஸ்து பிறப்பதற்கு முன்னரே எழுதப்பட்டு விட்டன. இந்து, பௌத்தச் சமய நூல்களைக் காட்டிலும் சமண நூல்களில் இறைச்சி உணவு உண்பது குறித்த ஆதாரங்கள் குறைவாகவே பார்க்க முடிகிறது. ஆனால், இறைச்சி உணவுப் பழக்கம் சமணத்திலும் நிச்சயமாக இருந்திருக்கிறது. சாத்தியமானவரை அவையும் கணக்கில் எடுத்துக் கொள்ளப்பட்டிருக்கின்றன. பிராகிருத மொழியில் எழுதப்பட்டிருக்கும் சமண சமய நூல்கள் அய்ந்தாம் நூற்றாண்டுக்கு முன்னதாக எழுதப்பட்டிருப்பதற்கான வாய்ப்பில்லை. இருப்பினும் பிராகிருதத்திலும், சமஸ்கிருதத்திலும் காணப்படும் ஏராளமான உரை நூல்களும், கதைகளும் இதற்குப் பின்னரே எழுதப் பட்டிருந்தன. தொடக்ககால இந்திய மருத்துவ நூல்களும், பண்டைய சமயச் சார்ப்பற்ற சமஸ்கிருத இலக்கியங்களும் வெவ்வேறு சமயங்களைச் சேர்ந்த நூல்களில் இடம் பெற்றிருக்கும் ஆதாரங்களை உறுதிப்படுத்துவதாகவே இருக்கின்றன. நமது ஆய்வுக்கு அடிப் படையாக இருக்கும் இந்த நூல்களின் மொழி நடை பெருமளவிற்கு வேறுபட்டதாக இருக்கிறது. தொன்மைக்கால வேத சமஸ்கிருதத்தி லிருந்து, பிற்காலங்களைச் சேர்ந்ததும், மிக வளர்ச்சியுற்றதும், சிக்கலானதுமான சமஸ்கிருதம் வரையிலும், அதேபோல பாலி, பிராகிருத மொழிகளிலும் இந்நூல்கள் எழுதப்பட்டிருக்கின்றன.

பேராசிரியர். ஆர். எஸ். சர்மா, பேராசிரியர். ஷின்கோ இய்னோ ஆகியோர்தான் இந்நூல் எழுதுவதற்குத் தூண்டுகோலாய் இருந்த வர்கள். 2000 ஆவது ஆண்டில் டோக்கியோ பல்கலைக்கழகத்தைச் சேர்ந்த கீழைத்தேயக் கலாச்சார ஆய்வு நிறுவனத்தில் நான் தங்கி யிருந்தபோது பேராசிரியர். இய்னோ அளவற்ற அன்போடும், பெருந் தன்மையோடும் என்னைக் கவனித்துக்கொண்டதோடு, ஏராளமான சமஸ்கிருத ஆவணங்களையும் எனக்குத் தந்துதவினார். பசுக்களைக் கொல்வது தவிர்க்கமுடியாத முக்கிய அம்சமாக இருந்த வேதகாலச் சடங்கு முறைகளின் சிக்கலான வடிவங்கள் குறித்து அவர் என்னுடன்

விவாதித்ததோடு, இந்தப் பிரச்னை குறித்த ஏராளமான ஜெர்மன், பிரெஞ்ச் நூல்களை எனக்கு மொழிபெயர்த்தும் தந்தார். ஹார்வார்ட் பல்கலைக்கழகத்தைச் சேர்ந்த பேராசிரியர். மிசேல் விட்ஜெல் அவர்கள் பசுவின் புனிதம் குறித்து தான் எழுதி வைத்திருந்த வெளியிடப்படாத ஆய்வுக்கட்டுரையை மனமுவந்து எனக்கு அனுப்பி வைத்தார். துரின் பல்கலைக்கழகத்தைச் சேர்ந்த பேராசியர். மிசேல் குக்ளியல்மோ டோரி அவர்கள் ரோம் நகர நூலகங்களிலிருந்த கட்டுரைகளின் புகைப்பட நகல்களை அனுப்பி வைத்தார். திருமதி. டிஜியானா லோரண்ஜெட்டி, திருமதி. தோஷி அவாயா, திரு. ரயோசுகே புரியூ ஆகியோரும் பல வழிகளிலும் எனக்கு உதவி செய்தார்கள்.

இந்தியாவில் பெரும்பாலான நண்பர்களும், தோழர்களும் என் முயற்சிக்கு ஆதரவு தந்தனர். பேராசிரியர். கே. எம். சிறீமாலி அவர்கள் எனது பணியில் பெரும் அக்கறை காட்டியதோடு, என் ஆய்வுப் பணிக்கு உதவியும் செய்தார். பேராசிரியர். டி. கே. வேங்கட சுப்ரமணியன், பேராசிரியர். பி. பி. சாகு, முனைவர். நாயண்ஜாட் லகிரி ஆகிய மூவரும் பசு குறித்த பிரச்னையின் வரலாற்று அம்சங்கள் குறித்த விவாதத்தில் என்னுடன் ஆர்வத்தோடு பங்கெடுத்துக் கொண்டார்கள். முனைவர். ரஞ்சனா பட்டாச்சார்யா, முனைவர். மனோஜ் குமார் தாக்கூர், முனைவர். விஸ்வ மோகன் ஜா, திருமதி. ஷாலினி ஷா, புவன் சின்கா, கோபால், அமர் மனோஜ் ஆகிய நண்பர்கள் பல வழிகளிலும் எனக்கு உதவி செய்தார்கள். இவர்கள் அனைவருக்கும் எனது நன்றி. இந்தக் காலம் முழுவதும் அமைதியாக என்னை 'சகித்து' கொண்ட என் மனைவி ராஜ்ராணிக்கு என் நன்றியைக் காட்ட வார்த்தைகள் இல்லை.

எங்கள் நாட்டில் இந்து அடிப்படைவாதம் தீவிரமடைந்து வருவதன் காரணமாக இந்தியப் பதிப்பு எதிர்கொண்ட நெருக்கடிகள் குறித்து ஒரு சில வார்த்தைகளை அவசியம் சொல்ல வேண்டியிருக்கிறது. இந்த நூலை வெளியிட முதலில் ஒப்புக்கொண்ட பதிப்பாளர் 'அளவிற்கதிகமான கம்யூனிச சார்போடு,' இந்நூல் எழுதப்பட்டிருப்பதாகத் 'திடீரென' கண்டுபிடித்ததால், தன் வாக்குறுதியிலிருந்து பின்வாங்கி விட்டார். இதைத் தொடர்ந்து, இந்த நூலை வெளியிடக் கூடாது என்று அடையாளம் தெரியாத நபர்கள் தொலைபேசி மூலமாக என்னை அச்சுறுத்தினார்கள். இதையெல்லாம் பார்த்து துவண்டு போகாத மேட்ரிக்ஸ் புக்ஸ் நிறுவனத்தார், ஏற்கனவே முடிவு செய்த தேதியான 2001, ஆகஸ்ட் முதல் வாரம் இந்நூலை வெளியிட்டார்கள். வலதுசாரி அரசியல்வாதிகள் சிலரும், இந்து, சமண சமயங்களைச் சேர்ந்த வெறியர்கள் சிலரும், ஒரு பக்கத்தைக் கூடப்படித்துப் பார்க்காமல் இந்நூல் 'கடவுளையே அவமதிப்பது' என்று கண்டித்தார்

கள். என்னைக் கைது செய்யவேண்டும் என்றும் கோரினார்கள். இந்நூல் விநியோகத்தைத் தடைசெய்யும் நீதிமன்ற ஆணையையும் பெற்றுவிட்டார்கள். மத - விரோதச் செயல்களுக்காக மரண தண்டனை விதிக்கும் வழக்கம் (fatwas) இந்து மதத்தில் இல்லை. ஆனால், இந்து மதத்தின் பாதுகாவலர்களாகத் தங்களைத் தாங்களே நியமித்துக் கொண்ட சக்திகளில் ஒருவர் எனக்கு மரணதண்டனை விதித்து விட்டார். இந்தியச் சூழலில் நாளுக்கு நாள் வகுப்புவாதம் தீவிர மடைந்து வருகிறது. அறிவுப்பூர்வமான கருத்துகள் மூர்க்கத்தனமாக எதிர்க்கப்படுகின்றன. ஆகவேதான், இந்நூலை வெளிநாட்டில் வெளியிட வேண்டிய அவசியம் ஏற்பட்டுள்ளது. இந்த நூலை உலகம் முழுக்கக் கொண்டு செல்லும் விதத்தில் வெளியிட ஒப்புக்கொண்ட தற்கும், என் ஆய்வுச் சுதந்திரத்தைப் பாதுகாத்ததற்கும், இந்நூலைத் தடை செய்ய முயற்சித்த அனைத்துச் சக்திகளையும் முறியடித்ததற் காகவும் திரு. தாரிக் அலி அவர்களுக்கும், வெர்ஸோ பதிப்பகத்திற்கும் நான் நன்றிக்கடன் பட்டுள்ளேன்.

இந்நூல் வெளியிடப்பட்டபோது, நிலவிய அசாதாரணமான சூழ்நிலையின் காரணமாக, இந்நூலில் ஆங்காங்கே ஏற்பட்டுள்ள தவறுகளைப் பொறுத்துக் கொள்ளுமாறு வாசகர்களைக் கேட்டுக் கொள்கிறேன்.

டி.என்.ஜா
24, டிசம்பர், 2001
தில்லி.

முன்னுரை

இந்தியப் பசுவின் 'புனிதம்' குறித்து அறிஞர்கள் ஒரு நூற்றாண்டுக்கும் மேலாகவே விவாதித்து வருகிறார்கள். இந்த விலங்கு மிகப் புனிதமாக மதிக்கப்பட்டு வந்ததால்தான், பண்டைக் கால இந்தியர்கள் - முக்கியமாக வேதகால மக்கள் - மாட்டிறைச்சியை உண்ணவில்லை என்றே பெரும்பாலோர் உறுதியாக நம்பி வருகிறார் கள். இஸ்லாமியர்களின் வருகையோடு மாட்டிறைச்சி உண்ணும் வழக்கத்தைத் தொடர்புபடுத்தும் இவர்கள், இந்த வழக்கத்தை முஸ்லீம் சமூகத்தின் மீதான ஒரு அடையாள முத்திரையாகவே கருதி வருகிறார்கள். மாட்டிறைச்சி உண்பது குறித்து இந்தியாவின் சமய நூல்களிலும், சமயச்சார்பற்ற நூல்களிலும் பல்வேறுபட்ட அணுகு முறைகளைக் காண முடிகிறபோதிலும், பண்டைக்கால இந்திய இறைச்சி வகைகளிலும், உணவுப் பாரம்பரியத்திலும் மாட்டிறைச்சி ஒரு முக்கியப் பங்கு வகித்திருக்கிறது என்றும், பசு குறித்த 'புனிதம்' என்பது ஒரு கட்டுக்கதை என்றும் இந்நூல் வாதிடுகிறது. இஸ்லாமியர் கள் 'அந்நியர்கள்' என்ற தவறான கருத்தைத் தொடர்ந்து நிலை நிறுத்தி வரும் இந்துத்துவா சக்திகளின் முட்டாள்தனம் எவ்வளவு உறுதியானதாக இருந்தபோதிலும், மாட்டிறைச்சி உண்ணும் வழக்கம் இஸ்லாமியர்கள் விட்டுச் சென்ற 'கேடான மரபுச் சொத்து' அல்ல என்ற விஷயத்தையும், மாட்டிறைச்சி உண்ணாமல் இருப்பது என்பது 'இந்து' அடையாளத்திற்கான ஒரு அளவுகோல் அல்ல என்ற விஷயத் தையும் தெளிவாக முன்வைப்பதுதான் இந்நூலின் முக்கியமான நோக்கமாகும்.

பேராசிரியர். ஆர். எஸ். சர்மா, பேராசிரியர். ஷின்கோ இய்னோ ஆகியோர்தான் இந்நூல் எழுதுவதற்குத் தூண்டுகோலாய் இருந்த வர்கள். 2000 ஆவது ஆண்டில் டோக்கியோ பல்கலைக்கழகத்தைச் சேர்ந்த கீழைத்தேயக் கலாச்சார ஆய்வு நிறுவனத்தில் நான் தங்கி யிருந்தபோது பேராசிரியர். இய்னோ அளவற்ற அன்போடும், பெருந் தன்மையோடும் என்னைக் கவனித்துக்கொண்டதோடு, ஏராளமான சமஸ்கிருத ஆவணங்களையும் எனக்குத் தந்துதவினார். பசுக்களைக் கொல்வது தவிர்க்கமுடியாத முக்கிய அம்சமாக இருந்த வேதகாலச் சடங்கு முறைகளின் சிக்கலான வடிவங்கள் குறித்து அவர் என்னுடன் விவாதித்ததோடு, இந்தப் பிரச்னை குறித்த ஏராளமான ஜெர்மன், பிரெஞ்ச் நூல்களை எனக்கு மொழிபெயர்த்தும் தந்தார். இந்த நூலுக் கான தயாரிப்புப் பணிக்குத் தேவையான தகவல்களைத் தொடர்ந்து

தந்து வந்தார். அவரின் உதவியில்லாமல் இந்த நூல் வெளிவந்திருக் காது. ஹார்வார்ட் பல்கலைக்கழகத்தைச் சேர்ந்த பேராசிரியர். மிசேல் விட்ஜெல் அவர்கள் பசுவின் புனிதம் குறித்து தான் எழுதி வைத் திருந்த வெளியிடப்படாத ஆய்வுக்கட்டுரையை மனமுவந்து எனக்கு அனுப்பி வைத்தார். துரின் பல்கலைக்கழகத்தைச் சேர்ந்த பேராசியர். மிசேல்குக்ளியல்மோ டோரி அவர்கள் ரோம் நகர நூலகங்களிலிருந்த கட்டுரைகளின் புகைப்பட நகல்களை அனுப்பி வைத்தார். திருமதி. டிஜியானா லோரண்ஜெட்டி அவர்கள் பல கட்டுரைகளை இத்தாலியி லிருந்து ஆங்கிலத்தில் மொழியாக்கம் செய்து தந்தார். வழக்கம் போல திருமதி. தோஷி அவாயா பல விதங்களிலும் எனக்கு உதவி செய்தார். திரு. ரயோசுகே புரியூவும், அவரது நண்பர்களும் பொதுவாக இந்தி யாவில் கிடைக்காத பத்திரிகைகளையும், நூல்களையும் தேடிப்பிடித்து அவற்றிலிருந்த கட்டுரைகளைப் புகைப்பட நகலெடுத்து அனுப்பி வைத்தனர்.

இந்தியாவில் பெரும்பாலான நண்பர்களும், தோழர்களும் என் முயற்சிக்கு ஆதரவு தந்தனர். பேராசிரியர். கே. எம். சிறீமாலி அவர்கள் எனது பணியில் பெரும் அக்கறை காட்டியதோடு, என் ஆய்வுப் பணிக்கு உதவியும் செய்தார். பேராசிரியர். டி.கே. வேங்கட சுப்ரமணியன், பேராசிரியர். பி.பி. சாகு, முனைவர். நாயண்ஜாட் லகிரி ஆகிய மூவரும் பசு குறித்த பிரச்னையின் வரலாற்று அம்சங்கள் குறித்த விவாதத்தில் என்னுடன் ஆர்வத்தோடு பங்கெடுத்துக் கொண்டார்கள். முனைவர். ரஞ்சனா பட்டாச்சார்யா, முனைவர். மனோஜ் குமார் தாக்கூர், முனைவர். விஸ்வ மோகன் ஜா, திருமதி. ஷாலினி ஷா ஆகிய நண்பர்கள் சில முக்கியமான சமஸ்கிருத நூல்களை எனக்குத் தந்துதவினார்கள். புவன் ஜா, ரத்தன் லால், சங்கர் குமார், அஜீத் குமார் ஆகியோர் புத்தக விவரப்பட்டியலைத் தொகுத்து உதவினார்கள். என் அன்றாட வாழ்க்கைப் பளுவையும், மன அழுத்தங்களையும் குறைக்க புவன்சின்கா தன்னாலான உதவிகளைச் செய்தார். கோபால் அமர், மனோஜ் ஆகியோர் வீட்டுக் கவலைகளி லிருந்து என்னை விடுவித்து உதவி செய்தனர். இவர்கள் அனைவருக் கும் எனது நன்றி. இந்தக் காலம் முழுவதும் அமைதியாக என்னை 'சகித்து' கொண்ட என் மனைவி ராஜ்ராணிக்கு என் நன்றியைக் காட்ட வார்த்தைகள் இல்லை.

பல உதவிகளைச் செய்த பி.என். வர்மாவுக்கு நான் நன்றிக் கடன்பட்டுள்ளேன். அவருக்கு என் நன்றி. என் கையெழுத்துப் பிரதியைப் படித்துப் பார்த்து, பதிப்பாசிரியருக்குரிய ஆலோசனை களைத் தந்துதவினார். அது மட்டுமல்ல, இந்த நூல் அச்சாகப் போகும் இறுதிக் கட்டத்தின் போது 'அளவிற்கதிகமான கம்யூனிச சார்போடு' இந்நூல் எழுதப்பட்டிருப்பதாக 'திடீரென' கண்டுபிடித்த பதிப்

பாளரிடமிருந்து இந்நூலைக் காப்பாற்றி இதை வெளியிட மாற்று ஏற்பாடுகளைச் செய்து தந்தார். கடுமையான அச்சுறுத்தல்களுக்கு மத்தியிலும் இந்த நூலைத் துணிவோடு வெளியிட்ட மேட்ரிக்ஸ் புக்ஸ் நிறுவனத்தாருக்கு எனது நன்றி. என் கடுமையான முயற்சிகளைத் தாண்டியும் இந்நூலில் ஆங்காங்கே காணப்படும் தவறுகளைப் பொறுத்துக் கொள்ளுமாறு என் வாசகர்களைக் கேட்டுக் கொள்கிறேன்.

டி.என். ஜா

30, ஜூன், 2001

தில்லி.

அறிமுகம்

நம்மைப் பெற்றெடுத்த அன்னையைக் காட்டிலும் கோமாதா பல வழிகளிலும் சிறந்தவளாக விளங்குகிறாள். இரண்டு ஆண்டுகள் மட்டுமே நமக்குப் பால் தருகிறாள் நம் அன்னை. ஆனால், வாழ்நாள் முழுவதும் அவளுக்கு ஊழியம் செய்ய வேண்டுமென எதிர்பார்க்கிறாள். புல்லையும், தானியத்தையும் தவிர கோமாதா நம்மிடம் வேறெதையும் எதிர்பார்ப்பதில்லை. நம் அன்னை அடிக்கடி நோயில் விழுந்து விடுகிறாள். நமது பணிவிடையை எதிர்பார்க்கிறாள். கோமாதாவோ மிக அரிதாகவே நோய்வாய்ப்படுகிறாள். நம் அன்னை இறந்தால் அவளைப் புதைக்கவோ, எரிக்கவோ செலவு செய்ய வேண்டி வரும். ஆனால், கோமாதாவோ உயிரோடிருக்கும்போது எப்படிப் பயன் தந்தாளோ, அதைப் போலவே இறந்த பின்பும் பயன் தருகிறாள். [1]

மகாத்மா காந்தியின் இந்த வார்த்தைகள் பசுவின் முக்கியத்துவத்தை விளக்குகின்றன. சமயச்சாயலும், சுற்றி வளைத்துப் பேசும் தன்மையும் கொண்ட அவரின் பேச்சைச் சுருக்கிப் பார்த்தால், அவர் தரும் விளக்கம் மிக எளிமையானதுதான்: ஒரு விவசாயச் சமூகத்தில் அதிகப் பலன்களைத் தரும் பசு முக்கியமானதாகும். அது தரும் பாலும், மற்ற பொருட்களும் விவசாய மக்களின் அன்றாட வாழ்க்கையில் ஒரு கணிசமான பங்கை வகித்து வருகின்றன. ஆனால், மற்றொரு இடத்தில் காந்தி தனக்குத் தானே முரண்படுகிறார்: "இந்து மதத்தின் சாரமே பசுவைப் பாதுகாப்பதுதான். .... பால் வளத்தைப் பெருக்குவதற்காகப் பண்ணைகளை அமைப்பது என்ற மேற்குநாடுகளின் இலட்சியங்களிலிருந்து அடிப்படையில் வேறுபட்டதாகவும், அதைவிட மேலானதாகவும் இருப்பது பசுவைப் பாதுகாப்பது என்ற நமது இலட்சியம்தான். மேற்குநாடுகளின் இலட்சியம் பொருளியல் மதிப்பீடுகளை அடிப்படையாகக் கொண்டது. நமது இலட்சியமோ. ... பரிகாரம், சுயதியாகம் வழியாக ஆன்மீக அம்சங்களுக்கு முக்கியத்துவம் தருகிறது. இறந்து போன நம் முன்னோர்களின் வடிவங்களாக பசுக்களைக் கருதுகிறது...[2] காந்தியின் இந்தக் கருத்து அவர் முன்னர் சொன்ன கருத்திலிருந்து அடிப்படையில் மாறுபட்டதாக இருக்கிறது. பசுப் பாதுகாப்பு குறித்த தனது சமயக் கண்ணோட்டத்திற்கு இதில் அழுத்தம் தந்திருக்கிறார்.

இன்று பெரும்பாலான இந்துக்கள் சமயச் சார்போடுதான் பசுப் பாதுகாப்பு குறித்துச் சிந்தித்து வருகிறார்கள். ஆகவே, பாரம்பரியமான இந்துச் சமய மரபு என்று தனக்குத் தோன்றும் ஒரு கருத்தில் ஊறித்

திளைத்தவனாகவே ஒரு சராசரி இந்தியன் இருக்கிறான். பசுவில் உள்ளார்ந்து பொதிந்துள்ள புனிதத்தன்மை காரணமாகவே தன் முன்னோர்கள் - முக்கியமாக வேதகால ஆரியர்கள் - பசுவுக்கு ஒரு பெரும் முக்கியத்துவம் தந்திருக்கிறார்கள் என்ற தவறான கருத்தை அவன் சுமந்து வருகிறான். இந்துக்களின் சமூக அடையாளத்தைக் காட்டும் குறியீடாக 'புனித' பசு கருதப்படும் நிலை இப்போது ஏற்பட்டுள்ளது. மாட்டிறைச்சி உண்பவர்கள் என்று கருதப்படும் முஸ்லீம்களால் இந்துக்களின் பண்பாட்டு மரபு அச்சுறுத்தப்படுவதாக அடிக்கடி கூச்சல் எழுப்பப்படுகிறது. பசுவின் புனிதம் குறித்த பிரச்சாரம் ஆரவார முழக்கத்தோடு முன்னெடுக்கப்பட்டு வருகிறது. அனைத்து அறிவுகளின் ஊற்றாகக் கருதப்படும் வேத காலத்திலேயே பசு புனிதமாகக் கருதப்பட்டதாக கடந்த காலத்தைப்பற்றி ஒரு தவறான சித்திரம் தரப்படுகிறது. வேறு வார்த்தைகளில் சொல்வதானால் பசுக்கள் உயிர்ப்பலி தரப்பட்டும், அதன் இறைச்சி உணவாக உண்ணப்பட்டும் வந்த காலத்தையே பசு புனிதமாக மதிக்கப்பட்ட காலமாகக் காட்டும் அளவுக்கு இங்கே சில சக்திகள் முயற்சி செய்கின்றன.

காலப்போக்கில் ஆட்சியாளர்கள் கைகளில் பசு ஒரு அரசியல் ஆயுதமாக மாறியிருக்கிறது என்பதை முக்கியமாகக் கவனிக்க வேண்டும். சமணர்கள் அல்லது பார்ப்பனர்களின் உணர்வுகளுக்கு மதிப்புத்தரும் வகையிலும், பசுக்கள் மீது கொண்ட மரியாதையின் காரணமாகவும் பாபர், அக்பர், ஜஹாங்கீர், ஔரங்கசீப் போன்ற மொகலாயப் பேரரசர்கள் பசு வதைக்குத் தடை விதித்ததாகச் சொல்லப்படுகிறது.[3] பசுக்களையும், பார்ப்பனர்களையும் காப்பாற்றுவதற்காகவே பூமியில் தோன்றிய கடவுளின் அவதாரமாகச் சில நேரங்களில் கருதப்படுகின்ற சிவாஜி பின்வருமாறு அறிவித்திருந்ததாகச் சொல்லப்படுகிறது: "நாம் இந்துக்கள். இந்தத் தேசத்தை ஆள்வதற்கு உரிமையுள்ளவர்கள். பசுக்கள் கொல்லப்படுவதையும், பார்ப்பனர்கள் துன்புறுத்தப்படுவதையும் மௌனமாகப் பார்த்துக்கொண்டிருப்பது நமக்கு அழகல்ல."[4] 1870 வாக்கில், பஞ்சாப்பில் குகா (அல்லது நாம்தாரி) சீக்கியப் பிரிவினரின் ஆதரவோடு இந்து பசு - பாதுகாப்பு இயக்கம் என்ற அமைப்பைத் தொடங்கியதிலிருந்துதான், மக்களை அரசியல்ரீதியாக அணிதிரட்டும் ஒரு கருவியாக பசு மாற்றம் பெற்றது. 1882 இல், தயானந்த சரஸ்வதியால் கோரக்ஷினி சபை தொடங்கப் பட்டபோது இப்போக்கு வலுப்படுத்தப்பட்டது. விரிவான மக்களை திரளை அய்க்கியப்படுத்துவதற்கான குறியீடாக இந்த விலங்கு பயன்பட்டது. இறைச்சிக்காகப் பசுக்களை வதை செய்யும் முஸ்லீம் களின் பழக்கத்தை எதிர்த்த இந்தப் போக்கு 1880 களிலும், 1890 களிலும் தொடர்ச்சியான வகுப்புக் கலவரங்களைத் தூண்டிவிட்டது. கடந்த காலங்களில், பசு வதைக்கு எதிரான அணுகுமுறைகள் கடுமையாக இருந்தபோதிலும்,[5] பசு ஒரு புனிதமான பொருளல்ல[6] என்று 1888

இல், வடமேற்கு மாகாணங்களின் உயர்நீதிமன்றம் தீர்ப்பளித்தபோது பசுப் பாதுகாப்பு இயக்கத்தில் ஒரு 'திடீர் தீவிரம்' உருவானது என்பதில் எந்த அய்யமுமில்லை. இந்து - முஸ்லீம் கலவரங்கள் ஏற்பட பசு வதை ஒரு நொண்டிச்சாக்காக அடிக்கடி பயன்பட்டதில் வியப்படைய ஒன்றுமில்லை. ஆஜாம்கார்க் மாவட்டத்தைச் சேர்ந்தவர்களுக்கு இது சாதாரண விஷயம். 1893 இல் இதையொட்டி ஏற்பட்ட கலவரங்களில் நாடெங்கும் நூற்றுக்கணக்கான மக்கள் கொல்லப்பட்டார்கள். அதைப் போலவே, 1912 - 13 இல் அயோத்தியில் ஒரு வன்முறை வெடித்தது. சில ஆண்டுகள் கழித்து 1917 இல் ஷாகாபாத் ஒரு மோசமான வகுப்பு மோதலைச் சந்தித்தது.[7]

சுதந்திர இந்தியாவில் பல மாநிலங்கள் பசு வதைக்குத் தடை விதித்திருந்தும்கூட, "பசுக்களையும், அதன் கன்றுகளையும், பால் தருகின்ற, சுமைகளை இழுக்கப் பயன்படுகின்ற இதர விலங்குகளையும் கொல்வதைத் தடுக்க நடவடிக்கைகள் எடுக்கப்படவேண்டும்," என்று அரசியலமைப்புச் சட்டத்தின் வழிகாட்டு நெறிமுறைகள் மத்தியஅரசுக்குக் கட்டளையிட்டிருந்தும்கூட, கால்நடைகள் வதை செய்யப்படுவது என்ற பிரச்னை இந்திய அரசியல் வானில் மீண்டும், மீண்டும் ஒரு எரியும் பிரச்னையாக உருவெடுத்து வந்திருக்கிறது. உதாரணமாக, 1966 இல் - அதாவது சுதந்திரம் பெற்று இருபது ஆண்டுகள் கழித்து - ஏறத்தாழ அனைத்து வகுப்புவாத இயக்கங்களும் அரசியல் கட்சிகளும் ஒன்றிணைந்து பசு வதைக்கு நாடு தழுவிய முறையில் தடை விதிக்கக்கோரி பல்லாயிரம் மக்கள் கலந்து கொண்ட ஒரு மக்கள் கிளர்ச்சிக்கு ஏற்பாடு செய்தன. இந்தக் கிளர்ச்சியின் உச்சகட்டமாக பாராளுமன்றத்தின் முன் ஒரு வன்முறைக் கலகம் வெடித்தது. அதில் எட்டு பேர் கொல்லப்பட்டார்கள்; பலர் காயமடைந்தார்கள். மகாத்மா காந்தியின் ஆன்மீக வாரிசாக அடிக்கடி அழைக்கப்பட்டு வந்த ஆச்சார்யா வினோபா அவர்கள் 1979 ஆம் ஆண்டு ஏப்ரல் மாதம் மத்தியஅரசைக் கட்டாயப்படுத்தும் விதமாக நாடு முழுக்கப் பசு வதைக்குத் தடை விதிக்க வேண்டும் என்று உண்ணாவிரதம் இருந்தார். பசு வதைத் தடைச் சட்டத்தை விரைவு படுத்தப் போவதாக அன்றைய பிரதமர் மொரார்ஜி தேசாயிடமிருந்து ஒரு மொட்டையான வாக்குறுதியைப் பெற்ற பின்னால் அந்த உண்ணாவிரதம் கைவிடப்பட்டது. அதற்குப்பின்னர், பல ஆண்டுகள் வரையிலும் இந்திய அரசியல் வானில் பசு ஒரு பிரச்னையாக பேசப்படவில்லை. சமூகவியலாளர்கள், மானுடவியல் அறிஞர்கள், பொருளியல் அறிஞர்கள், பல்வேறு வகைப்பட்ட திட்ட அறிஞர்கள் மத்தியில் கால்நடை வளத்தை நிர்வகிப்பது என்ற பிரச்னை ஒரு ஆய்வுப் பொருளாக மட்டுமே பேசப்பட்டு வந்தது.[8]

பசு மீது வைக்கப்பட்டிருந்த மரியாதை இந்துக்களின் சமய அடையாளத்திற்கான குறியீடாக மாற்றப்பட்டது. வேதகாலத்திலும் சரி, அதைத் தொடர்ந்து வந்த பார்ப்பனிய மரபு, பார்ப்பனர் - அல்லாத

மரபுகளிலும் சரி, எப்போதுமே பசு ஒரு புனிதப் பொருளாக இருந்த தில்லை என்பதையோ, பண்டைக்கால இந்தியாவில் பல வகைப்பட்ட இறைச்சி உணவு வகைகளோடு மாட்டிறைச்சியும் ஒரு மதிப்புக்குரிய உணவாக இருந்து வந்தது என்பதையோ ஏற்றுக் கொள்ள வகுப்பு வாதிகளும், வைதீகர்களும் மூர்க்கமாக மறுத்து வருகிறார்கள். பாகிஸ்தானிலுள்ள தார்திஸ்தான் பகுதியைச் சேர்ந்த ஷின் பிரிவு முஸ்லீம்கள் பசுவின் பாலைக் குடிப்பதில்லை. அதன் சாணத்தால் செய்யப்பட்ட எருமுட்டியை சமையலின்போது எரிபொருளாகப் பயன் படுத்துவதில்லை. மாட்டிறைச்சியை உண்பதில்லை. மற்ற பிரிவு, முஸ்லீம்கள் பன்றிகளை அருவருப்பாகப் பார்ப்பதைப்போல இவர்கள் பசுக்களைப் பார்க்கிறார்கள்.[9] 'ஒற்றை அடையாளம்' கொண்ட இந்துயிசத்தின் (நடைமுறையில் அப்படி ஒன்று இல்லை) காவலர்களாகத் தங்களைத் தாங்களே நியமித்துக் கொண்ட சில சக்திகள், வெளியிலிருந்து வந்தவர்களும், இந்த நாட்டுக்கு அந்நியர் களுமான முஸ்லீம்கள்தான் இந்தியாவில் முதன்முதலாக மாட்டி றைச்சி உணவை அறிமுகப்படுத்தினார்கள் என்ற கருத்தை வலி யுறுத்தி வருகின்றன. தங்களது வேதகால முன்னோர்களும்கூட, பசு உள்பட ஏனைய விலங்குகளின் இறைச்சியை உண்ட அந்நியர்கள் தான் என்பதை இந்தச் சக்திகள் ஒப்புக்கொள்வதில்லை. உண்மையைப் பின்தள்ளி விட்டு சமயவெறி முன்னுரிமை எடுத்துக்கொள்ளும் போது, ஆர்.எஸ். எஸ்., விஸ்வ இந்து பரிசத், பஜ்ரங்தளம், இன்னும் இதைப்போன்ற எண்ணற்ற அமைப்புகள் பசு வதைக்கு நாடு தழுவிய தடை என்ற முழக்கத்தை தங்கள் கொள்கைத் திட்டமாக வைத்திருப்ப தில் வியப்படைய ஒன்றுமில்லை. சிறிது காலத்துக்கு முன்பு, குஜராத் முதலமைச்சர் (கேசுபாய் படேல்) தேர்தலுக்கு முந்தைய ஏமாற்று நாடகமாக, பசுக்களை வளர்க்கவும் இந்துக்கோவில்களை நிர்வகிக்க வும் ஒரு தனித்துறையை ஏற்படுத்தப் போவதாக அறிவித்திருந்தார்.[10] 2002 ஆம் ஆண்டு பக்ரீத் பண்டிகையின்போது பசு வதை எதிர்ப்பு இயக்கத்தில் முப்பது இலட்சம் தொண்டர்களைச் சேர்க்கப் போவதாக சமீபத்தில் பஜ்ரங் தளத்தின் தலைவர் ஒருவர் அச்சுறுத்தியிருந்தார்.[11] சீக்கியர்களும் இந்துக்கள்தான் என்று ஆர்.எஸ்.எஸ் உரிமை கொண் டாட முயற்சித்தபோது அதற்கு சீக்கியர்கள் தீவிரமான எதிர்ப்பைக் காட்டியதற்கும், "பசுவைக் கொன்று அதன் இறைச்சியை ஏன் குருத்வாராக்களில் விநியோகிக்கக் கூடாது,"[12] என்று சீக்கிய இளைஞர் ஒரு ஆலோசனையை முன் வைத்ததற்கும் காரணம் மாட்டிறைச்சி உண்ணாமல் இருப்பது இந்துயிசத்தின் அடிப்படைப் பண்பு என்ற பிரச்சாரம் உச்ச கதியில் இருந்ததுதான்.

மாட்டிறைச்சி உண்ணும் பழக்கம் இந்தியாவில் நீண்ட காலமாகவே பொதுவான வழக்கமாக இருந்து வந்திருக்கிறது என்ற விஷயத்தையும், நமக்குச் சொந்தமான இலக்கியங்களிலும், சமய நூல்களிலும் இந்த நடைமுறை இருந்ததற்கான ஆதாரங்களைப் பார்க்க

முடியும் என்ற விஷயத்தையும் இந்த வகுப்புவாதிகள் - பசுவை முன் வைத்து அரசியல் வானில் கூச்சலைக் கிளப்பி வரும் இந்த வகுப்பு வாதிகள் - புரிந்து கொள்வதேயில்லை. இந்திய உணவுக் கலாச்சாரம் குறித்த வகுப்புவாதப் பார்வைக்கு வரலாற்று ஆய்வின் எதிர்வினை உணர்ச்சிகள் சாராததாக, நடுநிலையானதாக இருக்கிறது. இந்தப் பிரச்னை சம்பந்தப்பட்ட எழுத்துப்பூர்வ ஆதாரம், கடவுளால் அருளப் பட்டதாகக் கருதப்படும் மிகப் பழமையான இந்தியச் சமய நூலான ரிக்வேதம்தான் என்பதை ஆய்வாளர்கள் சுட்டிக்காட்டுகிறார்கள். "**கோமேதம்** அல்லது **அஸ்வமேதம்** - அதாவது பசுக்களையும், குதிரை களையும் உயிர்ப்பலி தருவது - தொடக்கக்கால இந்துச் சடங்குகளில் பொதுவான நடைமுறையாக இருந்திருக்கிறது," என்று ஹெச். ஹெச். வில்சன் அவர்கள் பத்தொன்பதாம் நூற்றாண்டின் தொடக்கத்தில் எழுதியுள்ளார்.

பசுக்களை உயிர்ப்பலி தருவதும், அதன் இறைச்சியை உண்ணும் நடைமுறையும் இந்தோ - ஆரியர்கள் மத்தியில் நிலவி வந்திருக்கிறது என்ற கருத்தை ராஜேந்திர லால் மித்ரா என்பவர் **ஜேர்னல் ஆப் ஆசியாட்டிக் சொசைட்டி ஆப் பெங்கால்** என்ற இதழில் மறுக்க முடியாத சான்றுகளோடு ஒரு கட்டுரையில் முன் வைத்திருந்தார். பின்னர் 1891 இல் வெளியிடப்பட்ட **இந்தோ - ஆரியர்கள்** என்ற அவரது நூலில் இக்கட்டுரை சேர்க்கப்பட்டது. 1894 ஆம் ஆண்டு வில்லியம் குரூக் என்ற ஆங்கில அரசு ஊழியர் வெகு மக்களின் சமய நம்பிக்கைகள், நடைமுறைகளோடு தொடர்புகொண்ட இனவரைவியல் தகவல்களைச் சிறப்பாகத் தொகுத்திருந்தார். அதில் பசு உள்ளிட்ட பிற விலங்குகள்மீது காட்டப்பட்டு வந்த மரியாதையை எடுத்துக்காட்ட ஒரு தனி அத்தியாயத்தையே ஒதுக்கியிருந்தார்.[13] இந்தியாவில் பசு புனிதமாகக் கருதப்பட்டது குறித்து தகவல்கள் நிறைந்த ஒரு பிரசுரத்தை 1912 இல் வெளியிட்டார். மாட்டிறைச்சி உண்ணும் பழக்கம் பழங்காலந்தொட்டே நடைமுறையில் இருந்ததை யும், தான் வாழ்ந்த காலத்திலும்கூட அது தொடர்ந்து இருந்து வந்ததையும் அழுத்தமாக அதில் குறிப்பிட்டிருந்தார்.[14] 1927 ஆம் ஆண்டு பசு பாதுகாப்புக்காக ஒரு வலுவான வாதத்தை முன்வைத்த எல். எல். சுந்தரராம், அதில் இந்து மதம் உள்ளிட்ட பல்வேறு மத நூல் களைக் காட்டி தன் தரப்பு நியாயத்துக்கு வாதாடியிருந்தார். வேதகால மக்கள் மாட்டிறைச்சி உண்டார்கள் என்பதை அவர் மறுக்கவில்லை என்றபோதிலும்,[15] பசுக்களைக் கொல்பவர்கள் முஸ்லீம்கள்தான் என்று குற்றம்சாட்டினார்.

தர்மசாஸ்திரங்களின் வரலாறு என்ற அழியாப்புகழ் கொண்ட அய்ந்து தொகுப்புகளை 1940 களின் தொடக்கத்தில் பி.வி. கானே வெளியிட்டார். அதில் பசு வதையையும், மாட்டிறைச்சி உண்டு வந்த தையும் சுட்டிக்காட்டும் வரிகளைச் சில வேதங்களிலிருந்தும், தொடக்கக்காலத் தர்மசாஸ்திர நூல்களிலிருந்தும் எடுத்துக்காட்டி

யிருந்தார். பண்டைய இந்தியாவில் மாட்டிறைச்சி உண்ணப்பட்டு வந்ததற்கு இலக்கிய, தொல்லியல் ஆதாரங்களை ஹெச். டி.சங்காலியா எடுத்துக் காட்டியிருந்தார்.[16] சமஸ்கிருதப் புலமையில் நிகரற்றவரான லட்சுமண் சாஸ்திரி ஜோசி என்பவர் தொடக்கக்கால இந்தியாவில் மாட்டிறைச்சி உள்பட இறைச்சி உண்ணும் பழக்கம் நடைமுறையில் இருந்து வந்ததற்கு மிகத் தெளிவான ஆதாரத்தைக் காட்டும் தர்ம சாஸ்திர நூல்களை நோக்கி கவனத்தை ஈர்த்திருந்தார்.[17]

மேலே சுட்டிக்காட்டியுள்ள அறிஞர்கள் அனைவரும் தத்தமது துறைகளில் ஆழ்ந்த புலமைமிக்கவர்கள் என்பதில் எந்த அய்யமு மில்லை. இவர்களில் யாருமே இந்துத்துவ - எதிர்ப்பு கருத்தியல் கொண்டவர்கள் அல்லர். மார்க்சியர்கள் வரலாற்றைத் திரித்துக் கூறுபவர்கள் என்று சங்பரிவாரங்களும், காவிப் பத்திரிகையாளர்களும், வகுப்புவாதப் பதிப்பாளர்களும் குற்றம் சாட்டுவது வழக்கம். அந்த வகையில் பார்த்தால் மேலே சொல்லியுள்ள அறிஞர்கள் மார்க்சியர் களும் அல்லர். எடுத்துக்காட்டாக ஹெச். ஹெச். வில்சன், 1832 இல் ஆக்ஸ்போர்ட் பல்கலைக்கழக சமஸ்கிருத பீடத்தின் முதல் தலைவராகப் பொறுப்பேற்றவர். மற்ற ஏகாதிபத்திய அறிஞர் களைப்போல இந்தியச் சிந்தனை மரபை எதிர்ப்பதில் இவர் தீவிரம் காட்டாதவர். வங்காள மறுமலர்ச்சியால் உருவானவரும், ரவீந்திரநாத் தாகூரின் மூத்த சகோதரர் ஜோதீந்திரநாத் தாகூரின் நெருங்கிய நண்பருமான ராஜேந்திர லால் மித்ரா இந்திய அறிவுத் துறைக்கு ஒரு முக்கியமான பங்காற்றியவர்; "வாழ்ந்து வரும் இந்தியவியல் அறிஞர் களில் மிகச்சிறந்தவர்" என்று மாக்ஸ் முல்லராலும், "அன்புக்குரியவர், கவிதையின் குழந்தை"[18] என்று ரவீந்திரநாத் தாகூராலும் பாராட்டப் பட்டவர். வில்லியம் குரூக் புகழ்பெற்ற காலனிய இனவரைவியல் அறிஞர். விவசாயிகள் வாழ்க்கை குறித்தும், மக்களின் சமயங்கள் குறித்தும் விரிவாக எழுதியிருப்பவர். இந்து மதத்துக்கு எதிராக எவ் விதக் காழ்ப்புணர்ச்சியும் இல்லாதவர்.[19] எல். எல். சுந்தரராமிடம், ஒரு விதமான முஸ்லீம் - எதிர்ப்பு உணர்வு இருந்தபோதிலும் மனிதநேயக் கருத்துகளால் உத்வேகம் அடைந்தவர். மகாமகோபாத்யாயா பி.வி. கானே வைதீக மராட்டியப் பார்ப்பனர். பாரத ரத்னா பட்டம் பெற்ற ஒரே ஒரு சமஸ்கிருத அறிஞர். ஹெச். டி. சங்காலியா தன் தொல்லியல் ஆய்வுப் பணிகளை ஆழ்ந்த சமஸ்கிருதப் புலமையோடு ஒன்றிணைத் தவர். இந்த அறிஞர்கள் மட்டுமல்ல, மற்ற பல இந்திய சமஸ்கிருத அறிஞர்களும், இந்தியவியலாளர்களும் (பல மேற்கத்திய அறிஞர் களை விட்டு விடலாம்) தொடக்ககால இந்திய உணவு முறையில் மாட்டிறைச்சியும், ஏனைய விலங்குகளின் இறைச்சியும் இடம் பெற்றி ருந்ததற்கான எழுத்துப்பூர்வ ஆதாரத்தை நோக்கி மீண்டும், மீண்டும் நம் கவனத்தை ஈர்த்திருக்கிறார்கள். ஆனால் 'நாகரீகங்களைப் பற்றிய அறியாமை' என்ற பெரும் சுமையைச் சுமந்து கொண்டிருக்கும் சங் பரிவாரங்கள் அதற்கு எதிராக தங்கள் தாக்குதல்களைத் தொடுக்காமல்,

மேலே குறிப்பிடப்பட்டுள்ள புகழ்பெற்ற அறிஞர்களின் ஆய்வையே பெரும்பாலும் சார்ந்திருக்கும் வரலாற்றாளர்களைத் தாக்கி வருவது வியப்பாகத் தோன்றலாம்.

மேலே சுட்டிக்காட்டியுள்ள அறிஞர்களின் பங்களிப்பைக் குறைத்து மதிப்பிட முடியாது என்றபோதிலும், மாட்டிறைச்சி குறித்து அங்கொன்றும், இங்கொன்றுமான தகவல்களை மட்டுமே தரும்படி அவர்களின் ஆய்வுப் பணிகள் நிர்ப்பந்தித்தன என்பதையும் சுட்டிக் காட்ட வேண்டியிருக்கிறது. இந்தியாவில் நடைமுறையில் இருந்து வந்த இறைச்சி உணவு மரபின் ஒரு பகுதியாக மாட்டிறைச்சி உண்ணப் பட்டு வந்ததைப் பார்க்காமல் முக்கியமாக வேத நூல்களில் மட்டுமே இந்த அறிஞர்கள் தங்கள் கவனத்தைக் குவித்திருந்தார்கள். நீண்ட நெடிய காலகட்டத்தைச் சேர்ந்த எழுத்துப்பூர்வ ஆதாரங்கள் இந்நூலில் ஆய்வுக்கு உட்படுத்தப்பட்டிருக்கிறது. மாட்டிறைச்சி உணவுக்கு பார்ப்பனர்கள் தடைவிதித்த காலத்திலும்கூட, (மாட்டிறைச்சி உண்டு வந்த) பண்டைய பழக்கவழக்கங்களின் நினைவுகள் அவர்களிடம் நீடித்திருந்ததை நாம் பார்க்க முடிகிறது. குறிப்பிட்ட காலம் வரையிலும், குறைந்தபட்சம் சமூகத்தின் மேல்தட்டுப் பிரிவினர் மத்தியிலாவது மாட்டிறைச்சி உணவுப் பழக்கம் இருந்து வந்திருக்கிறது என்பதற்கான எழுத்துப்பூர்வ ஆதாரங்களை சாதாரண வாசகர்களுக்கு இனிவரும் அத்தியாயங்கள் நன்கு அறிமுகப்படுத்தும்.

1. "விலங்குகளின் இறைச்சி நல்ல உணவுதான்" ஆனால் யாக்ஞவல்கியருக்குப் பிடித்ததோ மாட்டிறைச்சி

இந்தோ – அய்ரோப்பியப் பின்னணி

இந்தோ - அய்ரோப்பியர்களின் சமூக, அரசியல் அமைப்பு குறித்த ஆய்வானது ஆய்வாளர்களின் கவனத்தை மிகவும் ஈர்த்துள்ளது. இது பற்றி ஏராளமான நூல்கள் வெளிவந்துள்ளன.[1] அய்ரோப்பாவின் கிழக்குப் பகுதியிலிருந்து வந்த இந்தோ - ஆரியர்கள் அல்லது வேத கால ஆரியர்கள் ஏறத்தாழ மூவாயிரத்து அய்நூறு ஆண்டுகளுக்கு முன்பு இந்தியாவுக்குள் குடிபெயர்ந்தார்கள் என்ற பொதுக்கருத்து நிலவுகிறது. மேய்ச்சல் நில நாடோடி வாழ்க்கை, புராதன விவசாயம், விலங்குகளையும், கால்நடைகளையும் உயிர்ப்பலி தரும் நடைமுறை உள்ளிட்ட சமய நம்பிக்கைகள், சடங்குகள் என இந்தோ - அய்ரோப்பியர்களது பல்வேறு பண்புகளை அவர்கள் தங்களுடன் கொண்டு வந்தார்கள். இவையனைத்தும்தான் இந்தியாவில் அவர்கள் உணவுப் பழக்க வழக்கங்களின் மீது தாக்கம் செலுத்தின.[2]

தொடக்ககால ஆரியர்கள் அரை நாடோடிக் கூட்டமாகவே இந்தியாவுக்குள் நுழைந்தார்கள். கால்நடை வளர்ப்பு முக்கிய இடம் பெற்றிருந்த மேய்ச்சல் பொருளாதார வாழ்க்கையே பிரதானமாகவும், விவசாயம் இரண்டாம் நிலையிலும் இருந்தது. அவெஸ்தா*வையும்,[3] வேத இலக்கியத் தொகுப்பையும் ஒப்பிட்டுப் பார்ப்பதன் மூலம் இந்த முடிவுக்கு வரமுடியும். பசுவைக் குறிக்கும் **கோ** (gau) என்ற சொல் பல்வேறு பொருள்களில் 176 முறை ரிக்வேத[4] சுலோகங்களில் வருகிறது. கால்நடைகள் தொடர்பான சொற்கள் 700 முறையாவது அந்த நூலில் இடம் பெற்றிருக்கக்கூடும்.[5] தொடக்ககால ஆரியர்கள் மத்தியில் கால்நடைகள் மிக மதிப்பான செல்வமாகவும், பாதுகாக்கப்பட வேண்டிய சொத்தாகவும் இருந்திருக்கிறது. வளமான மனிதன் **கோமத்**[6] என்றும், பழங்குடி இனத்தலைவன் **கோபா** அல்லது **கோபதி** என்றும்

***அவெஸ்தா:** ஜொராஸ்டர் என்ற சமய ஞானியின் போதனைகளின் தொகுப்பு நூல்தான் அவெஸ்தா. வரலாற்றுக் காலத்துக்கு முற்பட்ட காலத்தில் தோன்றிய ஜொராஸ்திரிய சமயம் கி.மு. ஆறாம் நூற்றாண்டு முதல் கி.பி. ஏழாம் நூற்றாண்டு வரை பண்டைய பாரசீகத்தின் (ஈரான்) அரசாங்க சமயமாக விளங்கி வந்தது. இஸ்லாமிய சமயத்தின் வளர்ச்சியினால் அப்பகுதியிலிருந்து முற்றாக அழிந்து போன இச்சமயம் இன்று இந்தியாவில் பார்சிகளின் சமயமாகச் சுருங்கிப் போனது. (மொ -ர்)

அழைக்கப்பட்டார்கள். கால்நடைகளைப் பெருக்க ஏராளமான வழிபாட்டுப் பாடல்கள் ரிக் வேதத்தில் காணப்படுகிறது. இந்த வழி பாட்டுப் பாடல்கள் அடிக்கடி பழங்குடி இனங்களுக்கிடையில் போர் ஏற்படக் காரணமாய் இருந்தன. இம்மாதிரியான சண்டைகளைக் குறிக்க இந்த நூலில் பயன்படத்தப்பட்டுள்ள **கவிஸ்தி,**[7] **காவ்யு,**[8] **கவேஸ்னா**[9] போன்ற சொற்கள் கால்நடைகளைக் குறிக்கப் பயன் படுத்தப்பட்டச் சொற்களிலிருந்து உருவானவைதாம். உறவு முறை களைக் குறிக்கப் பயன்பட்ட சில சொற்கள் மேய்ச்சல் நில வாழ்க்கை காலகட்டத்தைச் சேர்ந்த சொற்களிலிருந்து பிறந்தவையாகும். **துகித்ர** (duhitr) என்று மகள் அழைக்கப்பட்டாள். (dutita = பால் கறப்பவர்) பசுக்களுக்குப் பிறந்த சில வகைத் தெய்வங்கள் (கோஜாதா)[10] தேவலோகத்தில் இருப்பதாகச் சொல்லப்படுகிறது. தங்களது இந்தோ - அய்ரோப்பிய முன்னோர்களிடமிருந்து ஆரியர்கள் மரபுரிமையாகப் பெற்ற மேய்ச்சல்நிலப் பொருளாதார வாழ்க்கையையே இவை யனைத்தும் வெளிப்படுத்துகின்றன. சமயச் சடங்குகளில் - முக்கியமாக விலங்குகளை உயிர்ப்பலி தரும் சடங்குகளிலும், உணவுப் பழக்க வழக்கங்களிலும் - இந்த அம்சங்கள் பிரதானமாகத் தெரிகின்றன.

மேய்ச்சல் தொழிலைப் போலவே, விலங்குகள் அல்லது கால் நடைகளை உயிர்ப்பலி தரும் சடங்குகளும் தொடக்ககால ஆரியர் களால் வெளியிலிருந்து கொண்டு வரப்பட்டு மிகப் பரவலாக நடை முறையிலிருந்திருக்கிறது. கால்நடைகளை உயிர்ப்பலி தரும் **பசுபந்தா** (Pasubandha) என்ற வேத காலச் சடங்கின் மூலக்கூறுகளை மொழியியல், தொல்லியல் ஆதாரங்களின் அடிப்படையில் கிழக்கு அய்ரோப்பாவின் தொடக்ககால ஸ்டெப்பி புல்வெளிக் கலாச்சாரங் களில் காண முடியும்.[11] நமக்குப் பக்கத்திலுள்ள ஈரானில் (இந்த வழியாகத்தான் இந்தோ - அய்ரோப்பியர்களின் கிழக்குப் பிரிவினர் இந்தியாவுக்குள் நுழைந்தனர்) பண்டைக்காலத்தில் விலங்குகள் உயிர்ப்பலி தரப்பட்டதற்கு அவெஸ்தாவில் தெளிவான ஆதாரங்களைப் பார்க்கலாம். வேதகாலச் சொல்லான **யக்ஞம்** (வேள்வி) அவெஸ் தாவில் **யஸ்னம்** என்று குறிப்பிடப்பட்டுள்ளது. கால்நடைகள், குதிரைகள், ஆடுகள், பன்றிகள் ஆகியன உயிர்ப்பலி தரப்பட்ட செய்தி களை வேத இலக்கியங்கள் அடிக்கடி குறிப்பிடுவது போலவே அவெஸ்தாவும் 100 எருதுகள், 1000 கன்றுகள், 100 குதிரைகள், 10,000 ஆடுகள், 1000 ஒட்டகங்கள்[12] பலி தரப்பட்ட செய்தியைக் கூறுகிறது.

தொடக்ககால ஆரியர்களோடு சில இந்தோ - ஈரானியத் தெய்வங்களும் குடிபெயர்ந்திருக்கும் என்று தோன்றுகிறது. ஆனால், காலப்போக்கில் அவை தங்கள் குணங்களையும், தோற்றங்களையும் ஏதேனும் ஒரு வகையில் மாற்றிக்கொண்டன. அத்தெய்வங்களில் இந்திரன், அக்னி, சோமன் ஆகிய மூவரை முக்கியமாகக் குறிப்பிட லாம்.[13] இந்தத் தெய்வங்கள் அனைத்துமே உயிர்ப்பலி தரப்பட்ட விலங்குகளின் இறைச்சிமீது - குறிப்பாக மாட்டிறைச்சிமீது - பேரார்

வம் காட்டியிருக்கின்றன. ஆரியர்களின் மேய்ச்சல் நில வாழ்க்கையில் இந்தக் கால்நடைகள் மிகப் பெரிதாக மதிக்கப்பட்டவை என்பது குறிப்பிடத்தக்கது. கடவுளுக்குப் படைக்கப்பட்ட படையலின் எச்சங்களைப் பங்கு பிரித்துக்கொள்வதில் இவர்கள் பெரும் ஆர்வம் காட்டினார்கள். வேதச் சடங்குகளிலும், வேள்விகளிலும் பயன்படுத்தப் பட்ட பொருட்களைப் பார்க்கும் போது ஒரு விஷயத்தை ஊகமாகப் பெற முடிகிறது. வேதகால மக்கள் தாங்கள் உண்ண விரும்பிய பொருட்களையே கடவுளுக்குப் படையல்களாகப் படைத்தார்கள் என்பதுதான் அது.

தெய்வங்களுக்குப் பிடித்த உணவு வகைகள்

தெய்வங்களுக்குப் படையல் தர - குறிப்பாக வலிமையான கைகளும், பேருருவமும் கொண்ட, எதிரிகளின் வலுவான இடங்களை அழிக்கக் கூடிய, வேதகாலக் கடவுள்களிலேயே மிகப் பெரிய கடவுளான இந்திரனுக்குப் படைக்க - எருதுகளின் இறைச்சி சமைக்கப் பட்டது குறித்து ரிக்வேதம் அடிக்கடி குறிப்பிடுகிறது. "அவர்கள் எனக்காக பதினைந்து, இருபது எருதுகளைச் சமைத்தார்கள்," என்று ஓரிடத்தில் இந்திரன் குறிப்பிடுகிறான்.[14] இந்திரன் காளைகளின் இறைச்சியை உண்டதாக [15] ஓரிடத்திலும், ஒன்று [16] அல்லது நூறு எருமைகளின் [17] இறைச்சியை உண்டதாக வேறொரு இடத்திலும் குறிப்பிடப்பட்டிருக்கிறது. அக்னியால் சுடப்பட்ட முன்னூறு[18] அல்லது ஆயிரம் எருமைகளை [19] உண்டதாகவும் ஓரிடத்தில் குறிப் பிடப்பட்டிருக்கிறது. இந்திரனுக்கு அடுத்தபடியாக அக்னிக்கே முக்கியத்துவம் தரப்பட்டிருக்கிறது. ரிக்வேதத்தில் அக்னியைப் பற்றி இருநூறு பாடல்கள் காணப்படுகிறது.[20] புராணப் பெற்றோர்களான தேயுஸுக்கும், பிரிதிவிக்கும் பிறந்த அக்னியின் பல விதமான தோற்றங்கள் வர்ணிக்கப்பட்டிருக்கிறது. படையல் பொருட்களை கடவுளிடம் சேர்க்கக்கூடிய, உயிர்ப்பலிச் சடங்குகளின் போது கடவுள் களை பூமிக்கு வரவழைக்கக்கூடிய தூதராக அக்னி கருதப்பட்டார்.[21] சிற்றின்பப் பிரியனான இந்திரனைப் போலல்லாமல், மிதமான அளவிலேயே சோமபானம் குடித்து வந்த அக்னியின் முக்கிய உணவாக நெய் இருந்தது. அனைத்து மக்களின் பாதுகாவலனாக அக்னி இருந்த போதிலும்கூட, "எருதும், மலட்டுப் பசுவுமே அவனது உணவாக இருந்தன," என்று ரிக்வேதம் குறிப்பிடுகிறது.[22] கால் நடைகள், இதர விலங்குகளின் இறைச்சியை அக்னி வெறுத்தான் என்பதற்கு உண்மையில் ரிக்வேதத்தில் எந்த ஆதாரமுமில்லை. இதற்கு மாறாக, குதிரைகள் (அஸ்வம்) காளைகள் (ரிஷபம்) எருதுகள் (உக்ஷன்) [23] மலட்டு (?) பசுக்கள் (வசு)[24] ஆட்டுக்கடா (மேஷம்) போன்றவை

அக்னி தேவனுக்குப் பலியாகத் தரப்பட்டன.[25] இறந்து போனவர் களைப் புதைப்பது குறித்துப் பேசும் ஒரு பாடலில் "அக்னிக்குரிய பங்கான ஆட்டை எரிக்க வேண்டும்; தீயிலிருந்து உடம்பைப் பாதுகாத்துக்கொள்ள பசுவின் இறைச்சியைப் பயன்படுத்தி கொள்ள வேண்டும்," என்ற மிகத் தெளிவாகக் குறிப்பிடப்பட்டிருக்கிறது.[26] மூன்றாவது முக்கியக் கடவுளான சோமனின் (Soma) பெயர் வெறி யூட்டும் பானத்தைத் தயாரிக்கப் பயன்படும் ஒரு தாவரத்தின் பெயரி லிருந்து பெறப்பட்டதாகும்.[27] "அடிப்படையான, முன்மாதிரியான வேதகால வேள்விகள் சோமனுக்கு உரியவை" என்றும்[28], கால்நடைகள் உள்ளிட்டு விலங்குகளைக் கொல்வது அதில் ஒரு முக்கிய நிகழ்ச்சி யாக இருந்தது என்றும்[29] ஒரு கருத்து முன் வைக்கப்பட்டுள்ளது. ரிக்வேதத் தெய்வங்கள் மத்தியில் உணவு முறைகளில் பலத்த வேறு பாடுகள் ஏதுமில்லை. பால், வெண்ணெய், பார்லி, எருது, வெள்ளாடு, செம்மறியாடு போன்றவை இத்தெய்வங்களின் வழக்கமான உணவு களாகும். சில தெய்வங்களுக்கு சில உணவு வகைகள் பிடித்தமானவை யாகயிருந்தன. எடுத்துக்காட்டாக, இந்திரனுக்கு மிகவும் பிடித்தமான உணவு காளை. சாலைகளைக் காக்கும் கடவுளான பூஷனுக்குப் (Pusan) பிடித்தமான உணவு கஞ்சி; காரணம் அவனுக்குப் பற்கள் இல்லை.[30]

வேள்வியும், வேள்விப் பொருட்களும்

விலங்குகளைக் கொல்வது என்ற ரிக்வேத நடைமுறை தொடர்ந்தது. பிற்கால வேத நூல்களில் உயிர்ப்பலிச் சடங்குகள் குறித்த தகவல்கள் விரிவாகக் குறிப்பிடப்பட்டுள்ளன. கால்நடைகள் உயிர்ப்பலி தரப்பட்ட சடங்குகள் குறித்த தகவல்கள் அடிக்கடி காணப்படுகின்றன. **கோபத பிராமணம்** என்ற நூலில் மட்டும் இருபத்தியொரு யக்ஞங்கள் பற்றி குறிப்பிடப்பட்டுள்ளது.[31] இந்த வேள்விகள் அனைத்திலுமே விலங்குகள் கொல்லப்பட்டன என்று சொல்லிவிடமுடியாது. இந்திரனுக்குக் காளையும் (ரிஷபம்) மருத் களுக்கு (Maruts)* புள்ளிகள் கொண்ட பசுவும், அஸ்வின்களுக்கு செந்நிறப் பசுவும் பலி தரப்பட்டன. மித்ரன், வருணன் ஆகிய தெய்வங்களுக்கும் பசு பலி தரப்பட்டது.[32] மாபெரும் வேள்விகளில் **(அஸ்வமேதம் ராஜசூயம், வாஜபேயம்)** பல்வேறு விலங்குகளின் இறைச்சிகள் - குறிப்பாக பசு / எருது / காளை ஆகியவற்றின் இறைச்சி கள் - அவசியமானதாக இருந்தன. மாபெரும் வேள்விகள் அனைத்துக் கும் ஆரம்பச் சடங்கான **அக்னியதேயா**வை நடத்துவதற்குப் பசு கொல்லப்பட்டது.[33] அச்சடங்கில் ஆத்வர்யு புரோகிதர், "காளையின்

---

* மருத்கள்: மனிதர்களாகப் பிறந்து, தெய்வங்களாக வழிபடப்பட்டவர்கள் ரிக்வேத காலத்தில் மருத்கள் என அழைக்கப்பட்டார்கள் (மொ-ர்).

சிவப்புத் தோலின் மீது.... நான்கு தட்டு அரிசியை.... தனித்தனியாக வைத்தார்..."[34] என்று குறிப்பிடப்பட்டுள்ளது. ரிக்வேதத்தில் முதன்முதலாகக் குறிப்பிடப்பட்டுள்ளதும்,[35] பிராமணங்களில் பேசப்பட்டுள்ளதும், மிக முக்கிய வேள்வியுமான **அஸ்வமேதத்தில்** (குதிரை பலி தரப்படும் சடங்கு) அறுநூறுக்கும் மேற்பட்ட விலங்குகளும் (காட்டுப்பன்றிகளும் இதில் அடங்கும்) பறவைகளும் பலி தரப்பட்டன. வேள்வியின் இறுதிக் கட்டத்தில் இருபத்தியொரு மலட்டுப் பசுக்கள் பலியிடப்பட்டன.[36] குதிரைகள், காளைகள், பசுக்கள், வெள்ளாடுகள், மான்கள் என 180 விலங்குகள் பலி தரப்பட வேண்டுமென்று **தைத்தீரிய சம்கிதம்** (பா.6. 11 - 20) விவரிக்கிறது.[37] **ராஜசூயம், வாஜபேயம்** போன்ற வேள்விகளில் **கோசவா** சடங்கு (பசு பலி தரப்படும் சடங்கு) ஒரு முக்கியப் பகுதியாக இருந்தது.[38] மருத்களுக்கு புள்ளிகள் கொண்ட மலட்டுப் பசு பலி தரப்பட்டதாக **சதபத பிராமணம்** குறிப்பிடுகிறது.[39] அதைப் போலவே **அக்னிஸ் தோமாவின்** போது ஒரு மலட்டுப்பசு பலி தரப்பட்டது.[40] **பஞ்சசாரதி யாஷவ** (தர்ஷாபூர்ணமாஷா) வேள்வின்போது "மூன்று வயதுக்குட்பட்ட பதினேழு இளம் கன்றுகளை"[41] பலி தருவதும், வேள்விக்கு முந்தைய சடங்காக வேள்வி நடத்துபவர் காட்டுச் செடிகளையும், பழங்களையும் உண்பதும் முக்கிய அம்சங்களாக இருந்தன என்று **தைத்தீரிய பிராமணம்** குறிப்பிடுகிறது.[42] **சதுர்மாஷ்யா**[43] **சௌத்ராமணி**[44] உள்ளிட்ட பல்வேறு வேள்விகளில் பலி தரப்படவேண்டிய கால்நடைகளின் (பசு)[45] எண்ணிக்கை குறித்தும் குறிப்பிடப்பட்டுள்ளது. தனி விலங்குகளைப் பலியிடும் **பசுபந்தா** அல்லது **நிருத பசுபந்தா**[46] என்றழைக்கப்பட்ட சடங்குகளும் பெரும்பாலான வேள்விகளில் ஒரு முக்கியப்பகுதியாக இருந்தன.

தொடக்ககால வேத நூல்களிலும், பிற்கால வேத நூல்களிலும் இடம் பெற்றுள்ள ஏராளமான குறிப்புகளைப் பார்க்கும்போது, பசுக்கள் பலி தரப்படுவது வேள்விகளில் மிக முக்கிய அம்சமாக இருந்திருக்கிறது என்ற விஷயம் வெளிப்படையாகத் தெரிகிறது. வேள்வியில் பலியிடப்படும் பசு "மிக நல்ல உணவு"[47] என்றும், நூறு காளைகளை[48] உயிர்ப்பலி தந்ததற்காக அகஸ்தியரைப் போற்றியும் **தைத்தீரிய பிராமணம்** தெளிவாகக் குறிப்பிட்டுள்ளது. மனிதன், குதிரை, எருது, வெள்ளாடு, இளம்கன்று ஆகியன உயிர்ப்பலிக்குரிய விலங்குகள் என்றும், **கிம்புருஷ**,[49] **கௌரமிருகா, கவாயா, ஒட்டகம், சராபா** (குட்டி யானை)[50] ஆகியன வேள்விக்குரிய விலங்குகள் அல்ல என்பதால் அவற்றின் இறைச்சியை உண்ணக்கூடாது என்றும்[51] **அய்த்தரேய பிராமணம்** சொல்கிறது. வேதங்களில் குறிப்பிடப்பட்டிருக்கும் 250 விலங்குகளில் 50 விலங்குகள் வேள்விகளுக்குத் தகுதியானவையாக இருந்தன என்ற யதார்த்தத்தைப் பார்க்கும் போது மேலே குறிப்பிடப்பட்டுள்ள தடை அன்றாட வாழ்க்கையில் நடைமுறைக்குப் பொருத்தமானதாக இருந்திருக்குமா என்பது அய்யமாகவே இருக்

கிறது.[52] நாய் போன்ற விலங்குகளின் இறைச்சியை பேய், பிசாசு களுக்கு வீசி விடுவார்கள் என்று சில இடங்களில் சொல்லப்பட்டுள்ள போதிலும், நாடோடி மேய்ச்சல் நிலவாழ்க்கையை முக்கியத் தொழி லாகக் கொண்டிருந்த வேத ஆரியர்கள், கொல்லப்பட்ட விலங்குகளின் இறைச்சியை உணவாக உண்ணுவது இயல்பானதுதான் என்பதை இந்த இடத்தில் நினைவில் கொள்ளவேண்டியது அவசியமாகும்.[53]

பலியிடப்பட்ட விலங்குகள் எப்படி வெட்டப்படவேண்டும் என்பது பற்றியும், அவற்றின் இறைச்சியை[54] எப்படிப் பகிர்ந்துகொள்ள வேண்டும் என்பது பற்றியும் **தைத்தீரிய சம்கிதத்தில்**[55] குறிப்பிடப் பட்டுள்ளதைப் பார்க்கும்போது மனிதர்கள் உண்பதற்காகவே பொதுவாக விலங்குகள் பலியிடப்பட்டிருக்கின்றன என்பது தெரிய வருகிறது. பலிதரப்பட்ட விலங்கைக் கழுத்தை நெரித்துக் கொன்ற **சாமிதாரா** அதன் உடலை முப்பத்தாறு பங்குகளாகப் பிரித்ததாக அதர்வ வேதத்தின் **கோபத பிராமணம்** மிகத் தெளிவாக எடுத்துக் காட்டுகிறது.[56] பலிதரப்பட்ட கால்நடைகளின் இறைச்சியைப் பலதரப் பட்ட மக்களும் சுவைத்திருக்கிறார்கள் என்ற விஷயம் இதிலிருந்து வெளிப்படையாகத் தெரிகிறது. "படையல் தரப்பட்ட தெய்வங்கள் கொடூரமானவை என்பதால்.... படையல் பொருட்கள் மனித நுகர்வுக்கானவையல்ல என்றே கருதவேண்டும்," என்ற கருத்துக்கு முற்றிலும் மாறுபட்ட விதத்தில், தெய்வங்களுக்குப் பலி தரப்பட்ட விலங்குகள் அனைத்துமே மனிதர்களின் உணவாகத்தான் இருந்தன. **சதபத பிராமணம்**[57] உள்ளிட்டு பல்வேறு வேதநூல்கள் இறைச்சி மிகச் சிறந்த உணவு[58] என்று அறிவித்திருப்பதிலிருந்து இது வெளிப் படையாகத் தெரிகிறது. பலியிடப்பட்ட விலங்கை அனைத்து உயிர் களின் மூல ஆதாரமாகவும், "அனைத்து உணவு வகைகளின் மூலப் பிறப்பிடமாகவும்" மட்டுமின்றி, உணவாகவும் வேதநூல்கள் கருதின.[59]

மாபெரும் வேள்விகளில் மட்டுமல்ல அன்றாட வாழ்க்கையில் செய்யப்பட்ட சாதாரண, குடும்பச் சடங்குகளிலும் விலங்குகள் பலி தரப்பட்டன. விவசாயத்தோடும், மற்ற நடவடிக்கைகளோடும் சம்பந்தப்பட்ட பல்வேறு சடங்குகளையும், வழிபாட்டு முறைகளை யும் பிற்கால வேதநூல்களும், வேதகாலத்துக்குப் பிந்தைய நூல்களும் குறிப்பிட்டுள்ளன. இவற்றில் ஒரு சில சடங்குகளிலாவது கால்நடை கள் உள்ளிட்ட விலங்குகளைக் கொல்வது சடங்குபூர்வமானதாக இருந்தது. விவசாயத்தோடு தொடர்பு கொண்ட சடங்கு முறைகளுக்கு ஒரு உதாரணமாக பல்வேறு கிரக சூத்திரங்களில்[60] பேசப்பட்டுள்ள **சூலகவா** சடங்கை (எருது பலி தரப்படும் சடங்கு) குறிப்பிட்டுக் காட்டலாம். இந்தச் சடங்கில் ருத்திரனுக்கு எருது பலி தரப்பட்டது. அதன் வாலும், தோலும் தீயில் வீசப்பட்டன. அதன் இரத்தம் பாம்பு களுக்காக **குஷா** அல்லது **தர்ப்பை** புல்லின் மீது ஊற்றப்பட்டது.[61] நிலையான விவசாயத்தின் தோற்றம், நிலையான குடியிருப்புகளின் வளர்ச்சிக்கு வழியமைத்துத் தந்தது; இதன் தொடர்ச்சியாக, வீடுகள்

கட்டப்படவேண்டிய முறை பற்றி விரிவான - சிக்கல்கள் நிறைந்த- விதிமுறைகள் உருவானதை வேத நூல்களில் காண முடிகிறது.[62] பல விதிமுறைகளில் குறைந்தது இரண்டு விதிகளாவது கறுப்பு பசு அல்லது வெள்ளை ஆடு பலி தரப்படுவது பற்றிப் பேசுகிறது.[63]

விருந்தினர்களை உபசரிக்கும் சடங்கான **அர்கியம்** அல்லது **மதுபர்கம்** என்று மிகப் பிரபலமாக அழைக்கப்பட்ட ஒரு ஆர்வத்துக் குரிய சடங்கு குறித்து பிற்கால வேதநூல்கள் அடிக்கடி குறிப்பிடு கின்றன. விருந்தினர்களைக் கௌரவிக்க பசுக்களைக் கொல்லும் நடைமுறை பண்டைக் காலத்திலிருந்தே இருப்பதாகத் தெரிகிறது. "விருந்துக்குப் பொருத்தமான பசுக்கள்"[64] என்ற பொருள் தரும் **அதிதினிர்** (atithinir) என்ற சொல் ரிக்வேதத்தில் (X - 68.3) காணப் படுகிறது. "விருந்தினர்களுக்காகப் பசுக்களைக் கொல்பவர்"[65] என்ற பொருள் கொண்ட **அதிதிக்வா** (Atithigva) என்ற சொல் வேதகால வீரனைக் குறிப்பிடுகிறது. திருமணம் போன்ற விழாக்காலங்களின் போதும்கூட பசுக்கள் பலி தரப்பட்டன. எடுத்துக்காட்டாக, திருமண விழாவின்[66] போது பசு பலிதரப்பட்டது குறித்து ரிக்வேதப் பாடல் ஒன்று குறிப்பிடுகிறது. "ஆட்சியாளர்களோ, மரியாதைக்குரியவர் களோ விருந்தினர்களாக வந்தால் மக்கள் காளையையோ, பசுவையோ பலி தந்தார்கள்"[67] என்று **அய்த்தரேய பிராமணத்தில்** சொல்லப் பட்டுள்ளது. **மதுபர்கம்** என்ற சொல் முதன்முதலாக **ஜெய்மினிய உபநிடத - பிராமணத்தில்**[68] குறிப்பிடப்பட்டுள்ளது. பல்வேறு கிரக சூத்திரங்களில் இது விரிவாக விவாதிக்கப்பட்டுள்ளது.[69] குரு, புரோகிதர், ஸ்நாதகன், மாமனார், தந்தை வழி, தாய்வழி மாமாக்கள், நண்பன், அரசன் போன்ற சிறப்பு விருந்தினர்களைக் கௌரவிப்ப தற்காகவே இச்சடங்கு நடத்தப்பட்டது. மாட்டிறைச்சியோ, வேறு விலங்குகளின் இறைச்சியோ இல்லாமல் இந்தச் சடங்கு நடத்தப் படவில்லையென்றபோதிலும்,[70] விருந்தின்போது தயிரும், தேனும் (இந்தச் சொல்லிலிருந்துதான் மதுபர்கம் என்ற சொல் பிறந்தது.) கலந்து தரப்பட்டதோடு, முக்கியமாக மாட்டிறைச்சி - அதாவது பலி தரப்பட்ட மாட்டின் இறைச்சியோ,[71] விருந்துக்காகவே கொல்லப்பட்ட மாட்டின் இறைச்சியோ விருந்தினர்களின் விருப்பத்தைப் பொறுத்து - படைக்கப்பட்டது. தனிப்பட்ட முறையிலோ,[72] திருமண விழாக்களின் ஒரு பகுதியாகவோ **மதுபர்கம்** சடங்கு நடத்தப்படும். விருந்தினர் களைக் கௌரவிப்பதற்காக அச்சடங்கில் பல பசுக்கள் கொல்லப் பட்டன.[73] ஆகவேதான் விருந்தினர்களைக் குறிக்க **கோக்னா** என்ற சொல்லை பாணினி பயன்படுத்தியிருக்கிறார்.[74]

பெண்கள் நான்கு மாத கர்ப்பமாக இருக்கும் போது நடத்தப் பட்ட **சீமந்த நயனம்,**[75] கல்வி கற்ற குழந்தைகளை குருவிடம் அனுப்புவதற்கு முன்பு நடத்தப்பட்ட **உபநயனம்**[76] போன்ற சடங்கு களின்[77] போது காளை அல்லது பசுவின் தோல் பயன்படுத்தப் பட்டதை கிரக சூத்திரங்கள் உறுதிப்படுத்தியுள்ளன. நம்மில் பெரும்

பாலோருக்கு அற்பமாகத் தோன்றும் காரணங்களுக்குக்கூட, கால் நடைகள் பலியிடப்பட்டிருக்கும்போல் தோன்றுகிறது. தனக்குப் பிறக்கும் மகன் நீண்ட ஆயுளும், நல்ல அறிவும் கொண்டவனாக இருக்கவேண்டும் என்று யாராவது விரும்பினால் அவர்கள் வேகவைத்த கன்றின் இறைச்சியுடன் அல்லது மாட்டிறைச்சியுடன் (அல்லது வேறு ஏதாவது இறைச்சியுடன்) அரிசிச் சோறும், நெய்யும் கலந்து உண்ணவேண்டும் என உபநிடதத்தின் கட்டளை ஒன்று வழிகாட்டுகிறது.[78] குழந்தை பிறந்து ஆறு மாதம் கழித்து அதற்கு பறவைகளின் இறைச்சியும் (பரத்னாஜி, தித்திரா கிரக்ஷா) மீனும்[79] உணவாகத் தரப்பட்டன.

வேத நூல்களிலும், வேதகாலத்துக்குப் பிந்தைய நூல்களிலும் கணிசமான இடத்தைப் பிடித்துள்ள இறந்தோர் வழிபாட்டோடு பசுக்கள் கொல்லப்படுவது பிரிக்க முடியாதபடி இணைந்திருந்தது. பிணத்தை அடக்கம் செய்வது குறித்து ரிக்வேதத்தில் பல இடங்களில் குறிப்பிடப்பட்டிருக்கிறது.[80] அதில் ஓரிடத்தில், இறந்த உடலை மூடுவதற்குப் பசுவின் தோலும், கொழுப்பும் பயன்படுத்தப்பட்டது பற்றிக் குறிப்பிட்டுள்ளது.[81] இறந்து போனவர் சொர்க்கத்துக்குப் பயணம் செய்ய அவரோடு ஒரு காளையும் எரிக்கப்பட்டது பற்றி **அதர்வ வேதம்** ஓரிடத்தில் குறிப்பிட்டுள்ளது.[82] இறுதிச் சடங்கு நடத்தும் முறை குறித்து கிரக சூத்திரங்கள் விரிவாக வர்ணித்துள்ளன. பிணத்தை எரிக்கும் போது பசு பலியிடப்பட்டது குறித்தும், அதன் பல்வேறு பாகங்கள் பிணத்தின்மீது வைக்கப்பட்டது குறித்தும் தெளிவான ஆதாரங்களைப் பார்க்க முடிகிறது.[83] இறந்துபோன மூதாதையர்களைக் கௌரவிக்க பல்வேறு சடங்குகள் நடத்தப்பட்டன. **பிதுர் யக்ஞம், மகா பிதுர் யக்ஞம், அஷ்டகம்** என இவற்றுக்குப் பல பெயர்களை வேத நூல்கள் குறிப்பிடுகின்றன. இதைப்போலவே, வேறு வகைப்பட்ட **சிரார்த்தம்*** (Sraddha) குறித்து வேதகாலத்துக்குப் பிந்தைய நூல்கள் (முக்கியமாக கிரக சூத்திரங்கள்) பேசுகின்றன.[84] பல்வேறு வகைப்பட்ட சிரார்த்தங்களின் விதிமுறைகளைப் பற்றி விரிவாகப் பேசி இங்கே காலத்தை வீணடிக்க வேண்டிய அவசிய மில்லை. பிதுர்களுக்கு** நல்ல விருந்து தரவேண்டியிருந்திருக்கிறது; மாட்டிறைச்சி தந்திருந்தால் மட்டுமே இது சாத்தியப்பட்டிருக்கும் என்ற விஷயம் மட்டுமே இங்கே நமக்குத் தேவையான தகவலாகும். ஆகவே, சிரார்த்தத்தின் போது வேறு விலங்குகளோடு பசுக்களும், காளைகளும் பலியிடப்பட்டிருக்கின்றன.[85] பின்னர் வந்த காலங்களில், ஆண் குழந்தை பிறப்பு, பிள்ளைக்குத் திருமணம் போன்ற விழாக் களுக்கு முன்னோட்டமாக பிதுர்களை மகிழ்ச்சிப்படுத்த **ஆபீயுதயீகா**

---

* சிரார்த்தம்: இறந்துபோன முன்னோர்களுக்காகச் செய்யப்பட்ட நினைவுச் சடங்கு (மொ - ர்).

** இறந்து போன முன்னோர்களின் ஆவிகள் பிதுர்கள் என அழைக்கப்பட்டன. பிதுர்களைத் திருப்திப்படுத்த சடங்குகள் நடத்தப்பட்டன (மொ-ர்).

(நந்தி முகம் என்றும் இது அழைக்கப்பட்டது) என்ற சடங்கு நடத்தப் பட்டது. **அஷ்டகம்** அல்லது **ஏகாஷ்டகம்** என்று அழைக்கப்பட்ட வேறு வகை சிரார்த்தம் குறித்து விரிவாகப் பேசும் கிரக சூத்திரங்கள்[86] அச்சடங்கில் பசுக்கள் பலியிடப்பட்டதை வெளிப்படையாகவே குறிப்பிட்டுள்ளன. சிரார்த்தச் சடங்கின்போது அதில் பலி தரப்படும் விலங்குகளுக்கேற்பத்தான் பலனும் கிடைக்கும் என்றிருந்த போதிலும், **அஷ்டகம்** சடங்கை நடத்தும் நபர், பசுவை வெட்டி, அதன் குடல் இறைச்சியைச் சமைத்து பிதுர்களுக்குப் படைக்கவேண்டும் என விதிகள் கூறுகின்றன.[87] மாட்டிறைச்சி ஒரு ஆண்டுக்கும், எருமை, முயல் போன்ற காட்டு விலங்குகள், வெள்ளாடு போன்ற வளர்ப்பு விலங்குகளின் இறைச்சி ஒரு ஆண்டுக்கு அதிகமாகவும் பிதுர்களை மகிழ்ச்சிப்படுத்தும் என்றும், பிதுர்கள் காலம் முழுக்கவும் மகிழ்ச்சி யோடு இருக்கவேண்டுமானால் காண்டாமிருகத்தின் இறைச்சி, **சதாபாலி** (ஒரு வகை மீன்) வார்த்திரினாஷா போன்றவற்றைப் படையல் செய்ய வேண்டும் என்றும் விதிமுறைகள் கூறுகின்றன.[88] மாட்டிறைச்சி பொதுவாகவே தவிர்க்கப்பட முடியாத உணவாக இருந்ததால், அதை உண்பதா அல்லது வேண்டாமா என்ற கேள்விக்கே இடமில்லை. சிரார்த்தம் என்பது பிதுர்களை மகிழ்ச்சிப்படுத்துவதற் கான சடங்கு என்பதற்கும் மேலாக, இறந்தவரின் உறவினர்களுக்கான விருந்தாகவும் - குறிப்பாக மாட்டிறைச்சிக்கு முன்னுரிமை தந்த பார்ப்பனர்களுக்கான விருந்தாகவும் - இருந்தது. மாட்டிறைச்சி கிடைக் காதபோது மட்டுமே பிதுர்களுக்கு காய்கறிகள் படையலிடப்பட்டன.[89]

கால்நடைகள் பலி தரப்பட்ட வேறு பல சடங்குகளும் இருந்தன. பார்ப்பனர்களால் நடத்தப்பட்ட **காவா மயானம்** என்ற சடங்கில் விலங்குகள் பலி தரப்படுவது ஒரு முக்கிய நிகழ்வாக இருந்தது. இந்தச் சடங்கின் உச்சகட்ட அம்சமாக ஆடம்பரமும், களியாட்டமும் கொண்ட **மகாவிரதம்** நடத்தப்பட்டது. அதில் மூன்று மலட்டுப் பசுக்கள் பலி தரப்பட்டு மித்ரவருணனுக்கும், மற்ற தெய்வங்களுக்கும்[90] விருந்து படைக்கப்பட்டன. மதுக்களியாட்டம் நிறைந்த இந்த விழா குறித்த வர்ணனைகளைப் பார்க்கும்போது அதிகக் கால்நடைகள் பலி தரப்பட்டிருக்கலாம் என்று தோன்றுகிறது. தொடக்க காலத்திலும், அதற்குப் பின்னர் வந்த காலத்திலும் பொதுவாக நடைமுறையில் இருந்ததும், பல்வேறு சிரார்த்த சூத்திரங் களில்[91] விவாதிக்கப்பட்டிருந்ததுமான **கிரக மேதம்** சடங்கானது அளவில்லாத எண்ணிக்கையில் பசுக்கள் கொல்லப்பட்ட ஒரு சடங்காக இருந்தது. சடங்கு முறைப்படியும், கறாரான விதிகளின்படியும் அல்லாமல், குரூரமான முறையிலும், சடங்கு விதிகளை மீறிய முறையிலும் பசுக்கள் கொல்லப்பட்ட ஒரு ஊதாரித்தனமான பொது விருந்தாக அது இருந்தது.[92] இந்தியத் துணைக் கண்டத்தின் வட மேற்குப் பகுதியில் வசித்து வந்த தொடக்ககால ஆரியர்களும் சரி,

கங்கைச் சமவெளியின் மையப் பகுதியில் வசித்து வந்த அவர்களின் வாரிசுகளும் சரி, பசு உள்ளிட்ட கால்நடைகளையும், வேறு விலங்கு களையும் வெட்டிக் கொன்று அவற்றின் இறைச்சியைப் பேரார் வத்தோடு சுவைத்திருக்கிறார்கள் என்ற விஷயம் எழுத்துப்பூர்வக் குறிப்புகளை வைத்துப் பார்க்கும் போது வெளிப்படையாகத் தெரிகிறது என்பதில் எள்ளளவும் அய்யமில்லை.[93] வேதங்களைக் கற்றுத் தரும் ஆசிரியன், **உபகர்மாவுக்கும், உத்ஜார்ஜானாவுக்கும்**[94] இடைப்பட்ட மாதங்களில் இறைச்சி உண்ணக் கூடாது என்று தடை விதிக்கப்பட்டிருந்தது. எனினும், பசுக்களின் இறைச்சியும், காளை களின் இறைச்சியும் தூய்மையானவையாதலால் அவற்றை உண்ண லாம் என்று ஒரு தர்மசூத்திர நூல் சொல்கிறது.[95] மிதிலை நகரில் பெரிதும் மதிக்கப்பட்டு வந்த யாக்ஞவல்கியரின் விருப்பத்துக்குரிய உணவாக மாட்டிறைச்சி இருந்தது. இளம் கன்று அல்லது இளம் பசுவின் இறைச்சியாக இருந்தால், அதை விரும்பிச் சாப்பிடுவதாக இவர் சொல்லியிருக்கிறார். மாட்டிறைச்சி உண்பதற்கு எதிரான கருத்துகள் இவர் காலத்திலேயே எழத் தொடங்கி விட்டது என்றும் இதிலிருந்து தெரிய வருகிறது.[96]

கால்நடைகளின் இறைச்சி உணவாக உண்ணப்பட்டு வந்தது ஏற்றுக்கொள்ளப்பட்ட ஒரு விஷயமாக இருந்தது என்பதைப் பல ஆய்வாளர்களும் ஒப்புக்கொள்கிறார்கள். படையலுக்கு காளையின் இறைச்சி பொருத்தமானது என ஒரு சாஸ்திர நூல் சொல்கிறது.[97] கறவைப் பசுவையும், முழு வளர்ச்சியடைந்த எருதையும் தகுந்த காரணமில்லாமல் கொன்றால் அதற்குப் பரிகாரம் செய்யவேண்டு மென ஒரு சாஸ்திர நூல் குறிப்பிடுகிறது.[98] "சாஸ்திர நெறிமுறைகளின் படி கொல்லப்படும் விலங்குகளை" புரோகிதர்களும், பார்ப்பனர் களும் உண்ணலாம் என்று வேறு சாஸ்திர நூலில் குறிப்பிடப் பட்டுள்ளது.[99] உயிர்ப்பலி தரப்பட்ட அல்லது கடவுளுக்கு நேர்ந்து விடப்பட்ட மாட்டின் இறைச்சி அல்லது விலங்குகளின் இறைச்சி மட்டுமே உண்ணப்பட்டது என்ற வாதம்கூட முன்வைக்கப்படுகிறது.[100] ஆனால், இந்த வாதத்தில் வலு இருப்பதாகத் தெரியவில்லை. ரிக் வேதத்தில் மீண்டும், மீண்டும் காணப்படும் **சாஷனா** (Sasana) என்ற சொல்லுக்கு "வெட்டுதல்" அல்லது "கொல்லுதல்"[101] என்பதே பொருளாகும். இறைச்சி வெட்டும் இடத்தைக் குறிக்கவும் இச்சொல் பயன்படுத்தப்பட்டிருக்கிறது.[102] கறவைப் பசு உள்ளிட்டு கடவுளுக்கு நேர்ந்துவிடப்படாத விலங்குகளின் இறைச்சியும் உண்ணப்பட்டிருக்க லாம் என்ற பொருளையே இது தருகிறது. இப்படி நடந்திருப்பதற்கான சாத்தியம் இருக்கிறது. காரணம், உண்ணத்தக்க இறைச்சி வகைகளாக பறவைகள், மீன், நீர்வாழ் உயிரினங்களோடு சேர்த்து வீட்டு விலங்குகள், காட்டு விலங்குகள் என மனதைக் கவரும் ஒரு பெரிய பட்டியலை வேத நூல்களும், தர்ம சூத்திர நூல்களும் தந்துள்ளன. அந்தப் பட்டியலில் ஹாட்கா (காண்டாமிருகம்), சூகரா (காட்டுப்

பன்றி), வராகா (பன்றி / காளை)[103], சராபா (யானை ?)[104] முதலியனவும் அடங்கும். தெய்வங்களுக்கு நேர்ந்துவிட்ட விலங்குகளைத்தான் உண்ணவேண்டும் என்ற குறிப்பு ஏதும் இதில் இடம் பெற்றிருக்க வில்லை.[105] வேள்விகளின்போது உயிரினங்களைத் துன்புறுத்தக்கூடாது என்று **சாந்தோக்ய உபநிடதம்** தடை விதித்திருந்த போதிலும்,[106] வேத சம்கிதங்களும், அவற்றுக்குப் பின் வந்த நூல்களும் தந்துள்ள உண்ணக்கூடிய விலங்குகளின் பட்டியலைப் பார்க்கும்போது சடங்குகளோடு தொடர்புபடுத்தித்தான் அனைத்து வகை இறைச்சி களும் உண்ணப்பட்டு வந்தது என்பது நம்பும்படியாக இல்லை.[107]

புனிதப் பசு என்ற கட்டுக்கதை

தெய்வத்துக்கு நேர்ந்து விடப்பட்ட அல்லது வேள்விகளில் உயிர்ப்பலி தரப்பட்ட் பசுக்கள் அல்லது வேறு விலங்குகளின் இறைச்சியை வேதகால ஆரியர்கள் உண்டார்களா, இல்லையா என்பதல்ல பிரச்னை; வேத காலத்திலும், அதற்குப் பின்னர் வந்த காலத்திலும் பசு உள்ளிட்டு கறவை கால்நடைகள் இறைச்சியாக உண்ணப்பட்டிருக்கின்றன என்பதுதான் பிரச்னையின் மையமே. (கொல்லப்படக் கூடாதது என்ற பொருள் கொண்ட) **அக்னயா** (aghnya) என்ற சொல் காளை அல்லது எருது என்ற சொல்லுக்குச் சமமான ஆண்பால் பெயர்ச் சொல்லாக நான்கு இடங்களிலும், பசு என்ற பொருள் தரக்கூடிய பெண்பால் பெயர்ச் சொல்லாக நாற்பத்திரண்டு முறையும் ரிக் வேதத்திலும், அதர்வ வேதத்திலும் இடம் பெற்றுள்ளது.[108] உயரிய சமய முக்கியத்துவம் கொண்ட பொருட்களைச் சுட்டிக்காட்டும் நோக்கோடுதான் அடைமொழியாக அல்லது உவமையாக, உருவகமாக பசு குறித்த சொற்கள் பயன்படுத்தப்பட்டிருக்கிறதே தவிர, உண்மை யில் அந்த விலங்கைக் குறிக்கும் நேரடிப் பொருளில் அவை கையாளப் படவில்லை என்ற பார்வைகளும் முன்வைக்கப்பட்டிருக்கிறது.[109] வேத காலத்தில் பசு புனிதமாக மதிக்கப்பட்டு வந்தது - அதாவது பசுக்கள் கொல்லப்படவில்லை - என்ற கருத்துக்குச் சான்றாக மேலே சொல்லியுள்ள இரண்டு வகையான ஆதாரங்களையும் முன் வைக்க முடியாது. இதற்கு மாறாக, மேலே சொன்ன ஆதாரங்கள் பசுக்களின் பொருளாதார முக்கியத்துவத்தையே வலியுத்துகின்றன.[110] பசுக்கள் கொல்லப்படும்போது மக்களுக்கும், புரோகிதர்களுக்கும் அது உணவாகப் பயன்படுகிறது. "இறைச்சி மிகச் சிறந்த உணவு," என்று **சதபத பிராமணம்** தெளிவாகக் குறிப்பிட்டுள்ளது.[111] கூடுதலாக, பாலையும், பல்வேறு பால்பொருட்களையும் அவை தந்தன. இப் பொருட்கள் உணவாகவும், அதேவேளையில் வேள்விகளில் இடப்படும் படையல் பொருட்களாகவும் (ஹவிஸ்) பயன்பட்டன.

எருதுகள் பாரம் இழுக்கப் பயன்படுத்தப்பட்டன. உழவுக்கும் பயன் பட்டன. சூரியனின் தேரை இழுக்கும் விலங்குகளாகவும் அவை குறிப்பிடப்பட்டுள்ளன.[112] ஆடு, மாடுகளின் தோல்கள் பல்வேறு விதங்களில் பயன்படுத்தப்பட்டன. பசுவின் தோலைக் கொண்டுதான் வில்லின் நாண் தயாரிக்கப்பட்டது. இப்பழக்கம்தான் பின்னர் வந்த காலங்களிலும் தொடர்ந்திருக்கக்கூடும்.[113] ரதத்தின் பல்வேறு பகுதிகள் தோல்வார்களைக் கொண்டு இணைக்கப்பட்டன. வில்லின் நாணாக வும் தோல்வார்கள் பயன்பட்டன. விலங்குகளை அடிப்பதற்கான சவுக்கு பசுவின் தோல் அல்லது வாலைக் கொண்டுதான் தயாரிக்கப் பட்டது. வலைப்பொறிகளைத் தயாரிக்கப் பயன்பட்டதோடு **கோதா** (godha) என்ற இசைக் கருவியைத் தயாரிக்கவும் தோல்வார்கள் பயன் பட்டன.[114] கால்நடைகள் பயன்பாட்டு மதிப்பும், முக்கியத்துவமும் வாய்ந்தவையாக இருந்ததால் அவற்றைக் கைப்பற்றுவதற்காகக்கூடப் போர்கள் நடைபெற்றன. வெற்றி கொள்ளப்பட்ட பழங்குடியினரின் கால்நடைச் செல்வங்களின் ஒரு பகுதி சூறையாடலின்போது கொல்லப்பட்டிருக்கவும் வேண்டும். வேதகாலத்தில் பசு புனிதமாக மதிக்கப்பட்டது என்ற வெகுஜனக் கருத்துக்கு எதிராக, வேள்வி களுக்காகவும் உணவுக்காகவும், மற்ற தேவைகளுக்காகவும் பசுக்கள் கொல்லப்பட்டிருக்கின்றன என்பதை மெய்ப்பிப்பதாகவே இந்த விஷயங்கள் அனைத்தும் இருக்கின்றன. பசு புனிதமாகக் கருதப்பட்ட தாக வைத்துக் கொண்டாலும்கூட, பசுவின் பொருளாதார மதிப்பு அதன் புனிதத்துக்கு எவ்வளவு தூரம் காரணமாயிருந்தது என்பதைச் சொல்வது கடினம்.[115]

செல்வத்தின் குறியீடாக பசு இருந்ததால் வேதங்கள் அதை அதிதியோடும் (தெய்வங்களின் தாய்; ஆனால், "குறைவற்ற சொர்க்கம்" என்பதே இதன் நேரடிப் பொருள்) பூமியோடும் (பிரித்வி) விருத்திரனைக் கொன்று இந்திரன் விடுவித்த வானுலக நீரால் உருவாக்கப்பட்ட உலக நியதியோடும் (ஹ்ருத) தாய்மையோடும் ஒப் பிட்டிருந்தன. மிக முக்கியமாக பார்ப்பனர்களின் ஏகபோகச் சொத்தாக இருந்த கவிதை / பேச்சு (வாக்கு)[116] உடனும் ஒப்பிட்டிருந்தன. எல்லா விலங்குகளைக் காட்டிலும் பசு மட்டுமே உவமையாகவும், உருவக மாகவும் அடிக்கடி அதிக அளவில் குறிப்பிடப்பட்டுள்ளது.[117] ஆனால், பின்னர் வந்தவர்கள் காலப்போக்கில் இதை நேரடிப் பொருளில் எடுத்துக்கொண்டனர். கவிதைகளில் காணப்பட்ட கவிதைக் கற்பனை கைவிடப்பட்டு, பசு புனிதமாகக் கருதப்பட்டு வந்ததாகப் பின்னர் வந்த காலங்களில் அனுமானம் செய்யப்பட்டதற்கு இது அடிப்படை யாய் இருந்திருக்கலாம்.[118] "பசுக்கள் கொல்லப்படுவதற்கு எதிராக ஒரு வலுவான குரல்,"[119] அதர்வ வேதத்தில் எழுப்பப்பட்டுள்ளதாக விளக்கம் தரப்படுகிற போதிலும் வேத காலத்தில் பசு புனிதப் பொருளாகவும் இருக்கவில்லை; கொல்லப்படக்கூடாதது என்று கருதப்படவுமில்லை. பார்ப்பனருக்குச் சொந்தமான பசுக்கள் மட்டுமே

குறிப்பிட்ட அளவு மரியாதைக்குரியதாகக் கருதப்பட்டிருக்கலாம்; அவ்வளவுதான். பார்ப்பனப் புரோகிதருக்குத் தரப்படும் தட்சணைக்கு[120] பசுவே பொருத்தமான பொருளாகத் தேர்ந்தெடுக்கப்பட்டிருந்தது. வேதகாலப் பார்ப்பனன் தன் தட்சணையின்மீது (நல்ல கறவைப்பசு)[121] காட்டிய ஆர்வத்திற்கும், "அந்தத் தட்சணையைத் தடுத்து நிறுத்தும் அல்லது அதற்கு ஊறு விளைவிக்கும் அல்லது அதைத் தவறாகக் கையாளும் நபர்களுக்கு நேரிடப்போகும் கடுமையான கேடுகள் குறித்தும், அந்தத் தட்சணையைத் தரும் நபருக்கு கிடைக்கும் பலன்கள் குறித்தும்,"[122] ஏராளமான ஆதாரங்கள் கிடைக்கின்றன. "ஓ, மன்னனே, (நிர்பதி) அதை (பசு) சாப்பிடுவதற்காக தேவர்கள் உன்னிடம் தரவில்லை. ஓ, வீரனே, (ராஜன்யா) பார்ப்பனர்களின் பசுவைச் சாப்பிட ஆசைப்படக்கூடாது. அவள் (பசு) சாப்பிடக்கூடிய பொருளல்ல (அனாதியம்)"[123] என்ற எச்சரிக்கை வாசகம் ஒன்றை அதர்வவேதத்தில் ஓரிடத்தில் காண முடிகிறது. பார்ப்பனனின் பசுவைச் சாப்பிட்ட வைதாகவியாஸ் அழிந்து போனதாக அதேநூலில் வேறொரு இடத்தில் குறிப்பிடப்பட்டிருக்கிறது.[124] இரண்டு மடிகள் கொண்ட பசு (யாமினி) அமங்கலமானது என்று அதர்வ வேதத்தில் கூறப்பட்டிருந்தாலும் (இந்தப் பசு பார்ப்பனர்களுக்குத் தரப்பட்டு பின்னர் வேள்வியில் பலி தரப்பட்டது) பார்ப்பனருக்குச் சொந்தமான அல்லது அவருக்குத் தட்சணையாகத் தரப்பட்ட பசுக்கள் மட்டுமே மரியாதைக்குரியவையாக கருதப்பட்டிருக்க வேண்டும் என்று தோன்றுகிறது.[125] பார்ப்பனர்களின் பசுக்களுக்குத் தரப்பட்ட சிறப்பான முக்கியத்துவத்தைச் சற்று விரிவுபடுத்தி, வேதகாலப் பசு புனித அவதாரமாக இருந்தது என்று வாதிட முடியாது.

வெவ்வேறு காலகட்டங்களிலும், வெவ்வேறு இடங்களிலும் கிடைத்த தொல்லியல் ஆதாரங்கள் பசு உள்ளிட்ட கால்நடைகளைக் கொல்வது வழக்கத்தில் இருந்தது என்பதற்குத் தெளிவான சான்றுகளாக விளங்குகின்றன. ஒரு இலட்சம் ஆண்டுகளிலிருந்து பத்தாயிரம் ஆண்டுகள் வரையிலான யுகத்தைச் சேர்ந்த மண்படிவுகளில் அகழ்வாய்வு செய்தபோது, "பல ஆற்றோரப் பகுதிகளிலும், மற்ற இடங்களிலும் பசு / எருதுகளின் எலும்புகளே பிற விலங்குகளின் எலும்புகளைக் காட்டிலும் மிக அதிகமாகக் கிடைத்துள்ளது,"[126] என்று ஹெச். டி. சங்காலியாவை ஆதாரமாகக் கொண்டு நாம் உறுதியாகச் சொல்லலாம். கல்லினால் செய்யப்பட்ட கருவிகளோடு இந்த எலும்புகளும் காணப்படுவதால் கற்கால மனிதன் உணவுக்காக அவற்றை (கால்நடைகளை) வேட்டையாடியிருக்கிறான் என்பதையே இவை எடுத்துக்காட்டுகின்றன. ஹரப்பா நாகரீகத்தைச் சேர்ந்த மக்கள் கால்நடைகளின் இறைச்சியை உணவாக உண்டிருக்கிறார்கள் என்பதை அகழ்வாய்வுகள் தெளிவாக மெய்ப்பித்துள்ளன. சிந்து, பஞ்சாப், உத்திரப்பிரதேசம், ராஜஸ்தான், கட்ச், சௌராஷ்டிரம் எனப் பல இடங்களிலும் இதை உறுதிப்படுத்தும் தொல்லியல் ஆதாரங்களைக்

காண முடிகிறது. ஹரப்பா நாகரீகம் பரவியிருந்த பகுதிக்கு வெளியே கிடைத்த செம்புப் பொருட்கள், செம்புக்கால கட்டத்தில் நிலவி வந்த உணவு முறைக்கு - மாட்டிறைச்சி உண்டது இதில் முக்கிய அம்சமாக இருந்திருக்கிறது - தெளிவான ஆதாரங்களாக விளங்குகின்றன.[127]

மாட்டிறைச்சி உண்ணும் இந்தப் பழக்கம் கிறிஸ்து பிறப்பதற்கு முந்தைய ஆயிரம் ஆண்டுகள் முழுவதிலும் தொடர்ந்து வந்திருக்கிறது என்பதைத் தொல்லியல் ஆதாரங்கள் மெய்ப்பிக்கின்றன. வேத காலத்தின் இறுதிக் கட்டத்தில்தான் இந்தோ - கங்கை நீர்படுகையில் ஆரியர்களின் குடியேற்றங்கள் நிரந்தரமானவையாக இருந்தன. அந்தக் காலகட்டத்தைச் சேர்ந்த மக்களின் கலாச்சார அடையாளத்தைக் காட்டும் வண்ணம் பூசப்பட்ட சாம்பல்நிற மட்பாண்டங்கள் அகழ்ந் தெடுக்கப்பட்டது இந்த விஷயத்தைத் தெளிவாகக் காட்டுகின்றன. எடுத்துக்காட்டாக அஸ்தினாபுரத்தில் (மீரட்) எருமை, ஆடு, பன்றி, யானை ஆகியவற்றின் எலும்புகளும் அத்துடன் திமில் இல்லாத, சிறிய கொம்புகளைக் கொண்ட கால்நடைகளின் எலும்புகளும் கண்டு பிடிக்கப்பட்டன. இவற்றில் கணிசமானவை கி.மு. பதினொன்றாம் நூற்றாண்டிலிருந்து கி.மு. மூன்றாம் நூற்றாண்டு வரையிலான காலகட்டத்தைச் சேர்ந்தவையாகும். பெரும்பாலான கால்நடை எலும்புகளில் தீயில் கருகியதற்கான அடையாளமோ, ஆயுதத்தால் வெட்டப்பட்டதற்கான அடையாளமோ இருப்பதைப் பார்க்க முடிகிறது. இந்த விலங்குகள் சமைக்கப்பட்டு உணவாக உண்ணப் பட்டிருக்கலாம் என்பதையே இவை காட்டுகின்றன.[128] வேதகாலத்தின் இறுதிக் கட்டத்தைச் சேர்ந்த குடியிருப்புகளின் அகழ்வாய்வு கிடைத்த அல்லாபூரில் (மீரட்) தீயில் கருகிய எலும்புகளும், கொம்புகளும் கண்டுபிடிக்கப்பட்டன.[129] இதைப் போன்ற ஆதாரங்கள் அட்ரான்ஜி கேராவில் (இதாக் மாவட்டம்) மிக அதிக எண்ணிக்கையில் கிடைத் திருக்கிறது. இங்கு அடையாளம் காணப்பட்ட எலும்புத் துண்டுகளின் எண்ணிக்கை 927 ஆகும். இவற்றில் அறுபத்துநான்கு விழுக்காடு எலும்புகள் பசுவின் எலும்புகளாகும். இவற்றில் பலவற்றில் வெட்டுப் பட்ட அடையாளங்களைப் பார்க்க முடிகிறது. இவை கி.மு. அய்ந்தாம் நூற்றாண்டுக்கும் முந்தியவை ஆகும். ஆட்டிறைச்சி, மானிறைச்சி, பன்றி இறைச்சி, மீன், கடல் ஆமை, காட்டுக்கோழி, சிறுத்தை (**பரசிங்கம், நில்காய்**) போன்ற காட்டு விலங்குகளின் இறைச்சிகள் உண்ணப்பட்டிருந்தாலும் மாட்டிறைச்சியே விருப்பமான உணவாக இருந்திருக்கும்போல் தெரிகிறது.[130] ஹரியானாவிலுள்ள பகவான் புரத்தில் (குருசேத்திர மாவட்டம்) தீயில் கருகிய அடையாளங்களைக் கொண்ட கால்நடைகளின் எலும்புகள் பெரும் எண்ணிக்கையில் கிடைத்திருக்கிறது.[131] பஞ்சாப் மாநிலத்தில் ரோபர் என்ற இடத்தில் கண்டுபிடிக்கப்பட்ட குடியிருப்புகளில் (கி.மு. 600 - 200) வண்ணம் பூசப்பட்ட சாம்பல்நிற மட்பாண்டங்கள் கிடைத்தன. அங்கே கால்நடைகள், எருமை, ஆடு, பன்றி, குதிரை, நாய், காட்டுக்கோழி,

ஆமை, சிறுத்தைப் புலி ஆகியவற்றின் எலும்புகள் வெட்டுக்காயங்க ளோடும், தீயில் கருகிய அடையாளங்களோடும் கிடைத்திருக் கின்றன.[132] கால்நடைகளின் பாதுகாவலனான கிருஷ்ணனோடு தொடர்பு கொண்ட புகழ்பெற்ற மதுராவில் நடந்த இரண்டாம் கட்ட குடியேற்ற (கி.மு. 400 - 200) காலத்தைச் சேர்ந்த ஆதாரங்களும் கிடைத்திருக்கின்றன.[133] வண்ணம் பூசப்பட்ட சாம்பல்நிற மட்பாண்டங் கள் கிடைத்த அனைத்து இடங்களிலும் இதுவரை கிடைத்தவற்றில் எலும்பு எச்சங்களும், கால்நடைகளின் எலும்புகளுமே அதிகமாக இருக்கின்றன. உணவுக்காகவும், வேறு பயன்களுக்காகவுமே கால் நடைகள் வீட்டில் வளர்க்கப்பட்டன என்ற சரியான முடிவுக்கே இவை நம்மை அழைத்துச் செல்கின்றன. மேற்கு உத்திரப்பிரதேசம், ஹரியானா, பஞ்சாப், ராஜஸ்தான் உள்ளிட்டு வடஇந்தியாவின் பெரும்பகுதிகளில் (வேத காலத்தின் இறுதிக் கட்டத்தையும் வேத காலத்துக்குப் பிந்தைய கட்டத்தையும் சேர்ந்த பல இடங்களில்) செய்யப்பட்ட அகழ்வாய்வுகளின் முடிவுகள் அப்போது மாட்டிறைச்சி உண்ணப்பட்டதை உறுதி செய்கின்றன. வெட்டுக்காயங்களோடும், தீயில் கருகிய அடையாளங்களோடும் கிடைத்த எலும்புகளின் எண்ணிக்கையைக் கணக்கிடுவதைக் காட்டிலும், கால்நடைகளின் இறைச்சி முக்கியமான உணவுப் பொருளாக இருந்திருக்கிறது என்பதற்கு வேத நூல்களில் கிடைக்கும் ஆதாரங்களை அகழ்வாய்வு ஆதாரங்களோடு இணைத்துப் பார்ப்பதே போதுமானது.

அகிம்சையை நோக்கி

கால்நடைகளைக் கொல்வதும், மாட்டிறைச்சி உண்பதும் வேத கால இந்தியர்கள் மத்தியில் பொதுவான நடைமுறையாக இருந்திருக் கிறது. வேள்விகளுக்காகவும், மற்ற பயன்பாட்டுகளுக்காகவும், விலங்குகளைக் கொல்லும்படி எல்லா வேத நூல்களும் பரிந்துரை செய்துவிடவில்லை. கால்நடைகள் பலி தரப்பட்ட சடங்குக்கு மாற்று ஏற்பாட்டுக்கான முயற்சியையும் ரிக்வேதத்தில் காண முடிகிறது. எடுத்துக்காட்டாக ஒன்றைப் பார்க்கலாம். "ஒரு பக்தனின் துதிப்பாடல் அல்லது அவன் தந்த விறகு அல்லது அவன் தந்த உணவு ஆகியவை மிகுந்த பயபக்தியோடு தரப்பட்ட உயிர்ப்பலிக்குச் சமமானது,"[134] என்றும், "நெஞ்சையுருக்கும் பக்திப் பாடல்களோடு தரப்படும் படையல் உணவானது வேள்வியில் எருதாக, காளையாக, பசுவாக மாறும்"[135] என்றும் ரிக்வேதத்தில் குறிப்பிடப்பட்டுள்ளது. வளர்ச்சி யடைந்து வந்த இந்த மாற்றுச்சடங்கு முறை வேத காலத்தின் இறுதிக் கட்டத்திலிருந்துதான் வலுப்பெற்று வந்தது. ரிக்வேத கால மேய்ச்சல் நில வாழ்க்கை பலவீனமடைந்து நிலையான விவசாயம் உருத்திரண்ட

சூழலின் பின்னணியில் வைத்து இதைப் பார்க்கவேண்டும். [136] முக்கிய மான தொழில்நுட்ப வளர்ச்சிகள் காடுகளைத் திருத்த வழியமைத்துத் தந்ததும், அதன் விளைவாக விவசாய நடவடிக்கைகள் பரவலானதும், நிலையான விவசாயக்குடியிருப்புகள் தோற்றம் பெற்றதும் ஒரு புதிய சமூக, பொருளாதாரச் சூழ்நிலையை உருவாக்கின. பால்பொருட் களுக்காக மட்டுமே இதுவரை பயன்பட்டு வந்த கால்நடைகள் இந்தப் புதிய சூழலில் பல்வேறு விவசாயப் பணிகளுக்குப் பயன்படுத்தப் பட்டன. [137] வேள்விகளில் பலியிட கால்நடைகளுக்கு மாற்றாக விலங்குகளின் உருவப் பொம்மைகளை (பிஸ்தா பசு) பிற்கால வேத நூல்களும், வேதகாலத்துக்குப் பிந்தைய நூல்களும் பரிந்துரைசெய்யத் தொடங்கின. வேள்விகளில் அரிசியையும், பார்லியையும் படையல் செய்வது விலங்குகளை உயிர்ப்பலி தருவதற்குச் சமமானது என சில நூல்கள் குறிப்பிட்டுள்ளன. [138] சதுர்மாஷ்யாக்களின் சடங்கான வருண பிரகாஷத்தின் [139] போது பார்லியில் செய்யப்பட்ட ஆடும், ஆட்டுக் கடாவும் படையல் தரப்பட்டன. சில நூல்கள் இதை **அங்குதப் பசு** (பொம்மை விலங்குகள்) என்று வர்ணித்துள்ளன. [140] இந்த மாற்றுச் சடங்கு முறை அடிக்கடி மிகையாக வலியுறுத்தப்பட்டது. [141] எனினும் இரையாகும் விலங்கு மேலுலகத்தில் தன்னைத் தின்றவரைத் தின்று விடும் [142] என்று சில பிராமண நூல்களில் சொல்லப்பட்டிருக்கும் கருத்துதான், இந்தச் சடங்கு வலுப்பெற்றதற்குக் காரணமாக இருந்திருக்க வேண்டும். "இந்த உலகில் விலங்குகளைச் சாப்பிடு கின்ற மனிதனை, மேலுலகில் அந்த விலங்குகள் சாப்பிட்டு விடும்" என்று மனிதனை அச்சுறுத்துகிறது **கௌஷிந்தாகி பிராமணம்**. [143] இந்த உலகில் மனிதன் செய்யும் வினைகள்தான் மேலுலகில் அவன் இடத்தை நிர்ணயிக்கும் என்ற விஷயத்தையே இவை சொல்ல வருகின்றன. கர்மவினை, மறுபிறவி போன்ற கோட்பாடுகளிலிருந்து தோற்றம் பெற்ற இம்மாதிரியான கருத்துகளை பிராமணங்களும் உபநிடதங்களும் அடிக்கடி குறிப்பிட்டுள்ளன. வேள்விகளின் போது விலங்குகளின் உருவப் பொம்மைகளைப் பலியாகத் தருவதையே எதிர்க்கும் நிலைக்குச் சென்றுவிட்ட உபநிடத நூல்கள், முக்தி அடைய சரியான வழி கடும் துறவறம்தான் என்று கூறின. [144] வேள்வி என்பதற்கு இவை புதிய விளக்கங்கள் அளித்தன. [145] அகிம்சை [146] என்ற கருத்தாக்கத்தையும் தோற்றுவித்தன. இருப்பினும், உயிர்ப்பலி தரும் சடங்குமுறையை சில உபநிடத நூல்கள் தொடர்ந்து ஆதரித்து வந்தன. [147] சடங்குகளின்போது விலங்குகள் கொல்லப்படுவது குறித்து வேத நூல்களிலும், பிற்கால வேத நூல்களிலும் பல்வேறு வகைப்பட்ட பார்வைகளைக் காண முடிகிறது. இருப்பினும், விலங்குகளைப் பலியிடும் சடங்கு முறையானது முட்டாள்தனமானது என்ற உப நிடதங்களின் பொதுக் கருத்தானது நாளடைவில் வலுப்பெற்று, பௌத்தம், சமணம் ஆகியவற்றின் முக்கியமான பண்பான அகிம்மைக் கோட்பாடாக மாறியிருக்க வேண்டும். விலங்குகள் உயிர்ப்பலி

தரப்பட்ட வேதகாலச் சடங்கு முறையை இந்த இரண்டு சமயங்களும் கடுமையாக எதிர்த்ததும், புதிதாகத் தோற்றம் பெற்றிருந்த நிலையான விவசாயச் சமூகம், அரசு சார்ந்த சமூகம், இதையொட்டி எழுந்த மற்ற வளர்ச்சிப்போக்குகளுக்கு இச்சமயங்கள் ஒரு கருத்தியல் பின்னணி தந்ததும் நமக்கு ஏற்கனவே தெரிந்த விஷயங்களே.[148] இருந்தாலும், பார்ப்பன வேள்விகள் நடத்தப்பட்ட சமூகமானது பலவீனமடைந்ததால் இந்திய உணவுப் பட்டியலிருந்து மாட்டிறைச்சியும், மற்ற விலங்குகளின் இறைச்சியும் மறைந்து விடவில்லை என்பதை வரவிருக்கும் அத்தியாயத்தில் பார்க்கப் போகிறோம்.

2. விலங்குகளின் உயிர்ப்பலி நிராகரிப்பு: பசு மீது புனிதம் கற்பிக்கும் ஒரு முயற்சியா?

வேதச் சடங்குகளை பௌத்தம் மறுத்தது

விலங்குகள் பலியிடப்படுவதைத் தொடக்க காலப் பௌத்தம் எதிர்த்து வந்த போதிலும் விலங்குகள் விஷயத்தில் ஏதேனும் ஒரு விதத்தில் அது எதிர்மறையான அணுகுமுறையே கொண்டிருந்தது. விலங்குகள் மனிதர்களைக் காட்டிலும் தாழ்வானவை என்பதே பௌத்தச் சமய நூல்களின் கருத்தாகும். அவற்றிடம் நுண்ணறிவு (பிரக்ஞை) இல்லாததால் அவற்றால் பௌத்தக் கோட்பாட்டைப் புரிந்து கொள்ள முடியாது; ஆகவே விடுதலை (நிர்வாணம்) அடைய முடியாது. மனிதனைப் போலவே அவையும் துன்பத்துக்கு ஆட்படு கின்றன. அவற்றின் வாழ்வே ஒரு துயரம். முறையற்ற, தாறுமாறான புணர்ச்சியின் காரணமாக அவை தார்மீகரீதியாக தாழ்வான நிலையி லும், ஒழுக்கக்கேடான நிலையிலும் இருக்கின்றன.[1] விலங்குகள் குறித்தும், அவற்றின் வாழ்வு குறித்தும் பௌத்தர்கள் இம்மாதிரி ஒரு எதிர்மறையான மதிப்பீடு வைத்திருந்த போதிலும், எல்லா உயிரினங் களையும் போல அவற்றுக்கும் துன்பம் விளைவிக்கக்கூடாது என்ற கருத்தையே பிரச்சாரம் செய்து வந்தனர். இந்த விஷயத்தில், கோட் பாட்டளவில், தூய்மையான பேச்சு, தூய்மையான நடத்தை போன்ற அறக்கோட்பாடுகள்தான் அவர்களை வழிநடத்தி வந்தன.[2] தன் பார்ப்பன எஜமானனின் மோசமான பேச்சுகளுக்கு எதிர்ப்பு தெரிவித்த **நந்திவிஷாலா** என்னும் எருது விஷயத்தில் தூய்மையான பேச்சு என்ற கொள்கை நடைமுறைப்படுத்தப்பட்டிருப்பதைப் பார்க்க முடியும்.[3] விலங்குக்கும் மனிதனுக்கும் இடையிலான உறவு நிலை என்ற பின்ன ணியில் வைத்துப் பார்க்கும்போது, "மனிதனிலிருந்து சிறு உயிரினம் வரையிலும் உயிருள்ள எந்தவொன்றுக்கும் உணர்வுப்பூர்வமாகக் கேடு விளைவிக்காமல், இருப்பது ,"[4] என்பதே தூய்மையான நடத்தையின் பொருளாக இருந்தது. தொடக்காலப் பௌத்த சமய நூல்களும், பிற்காலப் பௌத்தச் சமய நூல்களும் இந்தக் கருத்தைத்தான் வலியுறுத்தியிருந்தன.[5] விலங்குகளைக் கொல்லக்கூடாது என்ற சமயக் கட்டளைதான் விலங்குகளின் உயிர்ப்பலி விஷயத்தில் பௌத்தர்களின் அணுகுமுறையை நிர்ணயிப்பதாக இருந்தது. விலங்குகள் உயிர்ப்பலி தரப்படுவதை புத்தர் மிகத் தெளிவாக நிராகரித்து வந்தார். உக்கட சாரிரர் என்ற பணக்காரப் பார்ப்பனர் ஏராளமான விலங்குகளைப் பலியிடக்கூடிய ஒரு வேள்விக்கு ஏற்பாடு செய்துகொண்டிருந்ததாக

வும், ஆனால், புத்தரின் அறிவுரையைக் கேட்ட பின்னால் அந்த விலங்குகளை விடுவித்து விட்டதாகவும் **அங்குத்தர நிகாயத்**தில் ஒரு கதை காணப்படுகிறது.[6] விலங்குகளைப் பலியிடுவது குறித்து உஜ்ஜயன், உதயி என்ற இரு பார்ப்பனர்கள் புத்தரிடம் கருத்துக் கேட்ட தாகவும், அதற்கு அவர் விலங்குகளைக் கொல்லும் வேள்விகளை தான் பரிந்துரைத்ததில்லை என்று பதில் சொன்னதாகவும் ஒரு செய்தியை அதேநூலில் வேறொரு இடத்தில் பார்க்க முடிகிறது.[7] சிராவஸ்திக்கு புத்தர் பயணம் மேற்கொண்ட போது அய்நூறு எருதுகள், அய்நூறு ஆண் கன்றுகள், அய்நூறு பெண் கன்றுகள், அய்நூறு செம்மறியாடு களைப் பலியிடக்கூடிய ஒரு மாபெரும் வேள்வியை கோசலத்தின் மன்னன் பிரஸ்ஸேனஜித் தொடங்கியதாகவும், ஆனால், புத்தரின் அறிவுரையின் பேரில் அதைக் கைவிட்டதாகவும் **சம்யுத்த நிகாயம்** ஒரு செய்தியை நமக்குச் சொல்கிறது.[8] வசதியான, முதிய பார்ப்பனர் கள் பலர், ஜேதவனா என்ற இடத்தில் புத்தரைச் சந்தித்து, தங்களின் சமயச் சடங்குகள், பழைய சடங்கு முறைகளோடு ஒத்துப்போகிறதா என்று கேட்டதாகவும், அதற்கு இல்லை என்று பதில் சொன்ன புத்தர் வேள்விகளுக்காகக் கால்நடைகளைக் கொல்லக்கூடாது என்று அறிவுரை கூறியதாகவும் ஒரு தகவலை **சுத்த நிபாதம்** பதிவு செய்துள்ளது.[9] நம்முடைய பெற்றோர்களையும், சுற்றத்தினரையும் போலவே கால்நடைகளும் நமக்கு பெரும் நண்பர்கள்தான்; அவை நமக்கு உணவு, வலிமை, அழகு, மகிழ்ச்சி ஆகியவற்றைத் தருகின்றன என்றும் புத்தர் குறிப்பிட்டிருக்கிறார். அதற்குப் பின்னால், அந்தப் பார்ப்பனர்கள் பசுக்களைக் கொல்வதைக் கை விடுவதாகச் சொன்னார்கள்.[10]

அகிம்சைப் பிரச்சாரத்தையும் மீறி மாட்டிறைச்சி விருப்பமான உணவாகவே நீடித்து வந்தது

வேள்விகளுக்காகவோ, உணவுக்காகவோ விலங்குகள் கொல்லப்படுவதை புத்தர் எதிர்த்து வந்தபோதிலும், பசுக்கள் கொல்லப்படுவது தொடர்ந்து நடந்து வந்ததற்கு ஏராளமான ஆதாரங் களைத் தொடக்ககாலப் பாலி நூல்களில் காண முடிகிறது. பசுவைக் கொல்வதில் திறமையானவர்கள் அல்லது அவர்களின் உதவியாளர்கள் குறித்த உவமைகளை **மஜ்ஜிம நிகாயம்** அடிக்கடி பயன்படுத்தி யுள்ளது.[11] முடிசூட்டு விழா முடிந்த பிறகு, சோனா கோலிவிசா தேரா உற்சாகத்துடன் இரத்தத்தில் தோய்ந்த கால்களோடு நடந்து சென்ற இடத்தை "எருதுகள் கொலைக்களத்தோடு"[12] **வினய பிடகம்** ஒப்பிட்டுள்ளது. பசுக்கள் கொல்லப்படுவது போல உயிரினங்களை மரணம் காவு கொள்கிறது என **சுத்த நிபாதம்** குறிப்பிட்டுள்ளது.[13] பார்ப்

பனர்களின் ஆலோசனையின் பேரில் ஒரு வேள்விக்காக பல்லாயிரக் கணக்கான பசுக்களைக் கொன்ற மன்னன் இக்ஷ்வாகு குறித்தும் இந்நூலில் பேசப்பட்டுள்ளது.[14] பௌத்த நூல்களிலிருந்து பெறப்பட்ட ஆதாரங்கள், புத்தரின் காலத்திலும்கூட மாட்டிறைச்சி உள்பட விலங்குகளின் இறைச்சி உண்ணப்பட்டு வந்ததைத் தெளிவாக எடுத்துக்காட்டுகின்றன. வேதகாலத்துக்குப் பிந்தையதும், மௌரியர் களுக்கு முந்தைய காலத்தைச் சேர்ந்ததுமான தர்ம சூத்திரங்களிலும், கிரக சூத்திரங்களிலும் விதிக்கப்பட்டிருந்த தடை காரணமாக இவ்வழக்கம் ஒரு கட்டுப்பாட்டுக்குள் இருந்ததையும் இவை எடுத்துக்காட்டுகின்றன.

விலங்குகள் பலி தரப்படுவதை புத்தரே நேரடியாக அய்யத்துக் கிடமின்றி கண்டித்திருந்த போதிலும், சடங்குகளுக்காகவும், உணவுக் காகவும் விலங்குகள் கொல்லப்பட்டது அவர் காலத்தில் மிகச் சாதாரணமான நடைமுறையாகவே இருந்து வந்தது. மக்களின் புரிந்துணர்வுக்கு மாறாக, புத்தரும், அவரது சீடர்களும்கூட இறைச்சி உண்டு வந்தார்கள் என்றளவுக்கு இவ்வழக்கம் அவர் காலத்தில் மிகப் பிரபலமாக இருந்தது. புத்தர் பன்றி இறைச்சி உண்டார் என்ற கருத்துக்கு ஆதரவாகத் தொடக்ககாலப் பௌத்த நூல்களில் குறைந்தது இரண்டு ஆதாரங்களையாவது பார்க்க முடிகிறது. பாவாவில் புத்தர் கடைசியாக உண்ட மதிய உணவு குறித்து **மகாபரிநிப்பான சுத்தாவில்** ஒரு பதிவைப் பார்க்க முடிகிறது. சுண்டா என்ற கொல்லரின் மாந்தோப்பில் அவர் தங்கியிருந்ததாகவும், மரியாதைக்குரிய விருந் தாளியின் (புத்தர்) விருப்பப்படி அவருக்கு மிக அற்புதமான உணவை யும், சூகரா மத்தவத்தை (sukaramaddava)[15] அல்லது இளம்பன்றியின் இறைச்சியை விருந்தளித்ததாகவும் அந்நூலில் குறிப்பிடப் பட்டுள்ளது. இந்தச் சொல்லுக்கு (சூகரா மத்தவம்) பன்றி என்று பொருள் கொள்ள முடியாது என்று சில ஆய்வாளர்கள் அய்யம் தெரிவித்திருக்கிறார்கள்.[16] புத்தர் பன்றி இறைச்சி உண்டதற்கு வேறொரு தெளிவான ஆதாரம் இருக்கிறது. வைசாலியைச் சேர்ந்த உக்கா சேத்தி என்பவர் புத்தருக்கு இலந்தைப்பழக் குழம்போடு, அரிசி அப்பமும், பன்றி இறைச்சியும் (சூகரா மாமிசம்) கொண்ட விருந்து படைத்ததாக ஒரு செய்தியை **அங்குத்தர நிகாயம்** நமக்குச் சொல்கிறது. இது நல்ல உணவு என்று உக்கா கருதினாலும், ததாகதருக்குப் ஏற்ற தல்ல என்பதை உணர்ந்திருந்தார்; இருப்பினும், கருணையின் காரணமாக ததாகதர் இதை ஏற்றுக்கொண்டார்.[17] புத்தரும், தொடக்க காலப் பௌத்தர்களும் இறைச்சியை வெறுத்தார்கள் என்பதற்கு உண்மையில் எந்த ஆதாரமுமில்லை. ஒருவரின் தனிப்பட்ட பயன் பாட்டுக்காக[18] விலங்கு கொல்லப்பட்டது என்ற சந்தேகத்தைத் தரும் ஆதாரங்களைக் காண நேர்ந்தாலோ, கேட்க நேர்ந்தாலோ அந்த இறைச்சியை உண்ணக்கூடாது என்றும், அப்படிப்பட்ட ஆதாரங்கள் கிடைக்காமல் இருந்தால் அதாவது பார்க்கப்படாமலோ, கேட்கப்

படாமலோ, சந்தேகத்துக்குரியதாகக் கருதப்படாமலோ இருந்தால் மட்டும்தான் இறைச்சியை உண்ண வேண்டும் (na ca bhikkhave appativkkhatva masam paribhunjitabbam)[19] என்றும் மருத்துவரான ஜீவகனிடம் புத்தர் தெரிவித்ததாகக் கூறப்படுகிறது. (ஒருவரின் தனிப்பட்ட பயன்பாட்டுக்காக விலங்கு கொல்லப்பட்டதற்கான ஆதாரங்கள்) பார்வைக்குத் தென்படாவிட்டாலோ, தெரிவிக்கப்படா விட்டாலோ, அது குறித்து சந்தேகம் எழுப்பப்படாவிட்டாலோ அத்தகைய மூன்று தன்மைகளைக் கொண்ட இறைச்சி வகைகளை உண்ணலாம் என்ற கருத்து - அதாவது "மூன்று தூய்மையான இறைச்சி வகைகள்" - பௌத்த மரபில் இப்படித்தான் இடம் பெற்றது! உடல் நலம் குன்றியிருக்கும்போது பௌத்தத் துறவிகள் கரடி, மீன், முதலை, வாத்து, கழுதை ஆகியவற்றின் இறைச்சியை உண்ணலாம் என்று புத்தர் அனுமதி தந்திருப்பது ஒரு சுவையான விஷயமாகும்.[20] இந்தப் பட்டியலில் மாட்டிறைச்சி இல்லாததால், புத்தரின் காலத்தில் - உணவுக்காகவோ, வேள்விக்காகவோ - பசுக்கள் கொல்லப்படவில்லை என்று பொருள் கொள்ள முடியாது. காரணம், வைசாலியின் தளபதி ஷிகா, புத்தருக்காக ஒரு எருதைக் கொன்றதாகச் சொல்லப்படுகிறது.[21] தான் மாட்டிறைச்சி (கோமாமிசம்) உண்டதாக போதிசத்வரே சொன்னதாக ஜாதகக் கதையில் சொல்லப்பட்டிருக்கிறது.[22] "ஒரு பௌத்தத்துறவி ஒரு முறை ஒரு கன்றைக் கொன்றதை மக்கள் பார்த்ததாகவும்.... புத்தரின் சீடர்கள் உயிரினங்களைத் துன்புறுத்திக் கொன்றதாகப் பலமுறை அவர்கள் குற்றம் சாட்டியதாகவும்," ஒரு ஆய்வாளர் சுட்டிக்காட்டுகிறார்.[23]

பசு, மான், செம்மறியாடு, வெள்ளாடு, புறா, வளர்ப்புப் பறவைகள், இன்ன பிற எனப் பல்வேறு வகைப்பட்ட இறைச்சி உணவுகளைத் தொடக்ககாலப் பௌத்த நூல்கள் குறிப்பிட்டுள்ளன.[24] இறைச்சி உண்ணும் பழக்கம் மிகப் பரவலாக இருந்திருக்கிறது என்ற கண்ணோட்டத்திற்கு புத்தரின் பிறப்பு குறித்த கதைகள் கணிசமான அடிப்படையைத் தருகின்றன. எடுத்துக்காட்டுக்கு ஒன்றைப் பார்ப் போம். சக்கா என்ற முறையில் போதிசத்வர் இறைச்சி உண்ண அனுமதி அளித்ததாக (mamsodanam sappipanca bhunja)[25] ஒரு ஜாதகக் கதை சொல்கிறது. அவரே குரங்கின் இறைச்சியை உண்டது பற்றியும், அதன் தோலை ஆடையாக உடுத்துக்கொண்டது பற்றியும் வேறொரு கதையில் நுட்பமாக விவரிக்கப்பட்டுள்ளது.[26] மானின் இறைச்சி போர் வீரர்களின் இயற்கையான உணவாக ஏற்றுக்கொள்ளப்பட்டிருந்தது. ஒரு மன்னன் மானையும், காட்டுப்பன்றியையும் (migasukaradayo vadhitva) வேட்டையாடியதாகவும், வேக வைக்கப்பட்ட மானின் இறைச்சியை உண்டதாகவும் ஒரு ஜாதகக் கதையில் சொல்லப்பட்டிருக்கிறது.[27] ஆனால், வேறொரு ஜாதகக் கதையோ, மான்களையும், மற்ற காட்டு விலங்குகளையும் கொல்வதை நிறுத்தும்படி ஒரு மன்னன் வற்புறுத் தியதாகக் குறிப்பிட்டுள்ளது.[28] காட்டில் வாழ்ந்து வந்த ஒரு துறவி

மனச்சாட்சி உறுத்தலின்றி இறைச்சி சாப்பிட்டார்.[29] பெண்களை ஏமாற்றி ஆபரணங்களைப் பறிப்பதற்காகத் திருடர்கள் இறைச்சி, மீன், சாராயம் ஆகியவற்றைப் பயன்படுத்தினார்கள்.[30] அரிசி, மீன், இறைச்சி ஆகியவற்றைத் தந்து பெனாரஸைச் சேர்ந்த ஒரு அழகான பெண்ணை பேய் மயக்கியது.[31] இறைச்சி பொதுவாக அருஞ்சுவை உணவாக உண்ணப்பட்டு வந்தது.[32] பல்லி நல்ல உணவாகக் கருதப்பட்டது.[33] காக்கைகூட விட்டுவைக்கப்படவில்லை.[34] பன்றி இறைச்சி மிக விரும்பத்தக்க உணவாக இருந்திருக்க வேண்டும். அதனால்தான் திருமண விருந்துகளின்போது பன்றி வறுவல் வழங்கப்பட்டது.[35] நீண்ட தோல் பைகள்,[36] தேர்களுக்கான கடிவாளங்கள்[37] தோல் ஆடைகளை அணிந்தபடி அலைந்துகொண்டிருந்த துறவி,[38] (cammasatako paribbajako) மிதலை நகர இறைச்சிக்கடை,[39] இறைச்சி வெட்டும் இடங்கள், மீனவர்கள்[40] எனப் பல காட்சிகள் பல்வேறு ஜாதகக் கதைகளில் விவரிக்கப்படுவதைப் பார்க்கும்போது இறைச்சிக்காக விலங்குகள் கொல்லப்பட்டிருக்கின்றன என்ற விஷயத்தை ஊகிக்க முடிகிறது. எனினும், வறட்சி, நோய் ஆகிய காலகட்டங்களின் போது யானை, குதிரை, நாய், பாம்பு, புலி ஆகிய விலங்குகளின் இறைச்சியை துறவிகள் உண்கிறார்கள் என்ற செய்தியைக் கேட்ட புத்தர் அவ்விலங்குகளை உண்ணக்கூடாத விலங்குகளாக அறிவித்தார் என்று **வினய பிடகம்** சொல்கிறது. சுப்பியா என்ற சாதாரணப் பெண் பக்தர் தன் தொடையை அறுத்து, நோய்வாய்ப்பட்டிருந்த ஒரு துறவிக்குத் தர அவரும் தெரியாமல் அதைச் சாப்பிட்டு விட்டதால், மனித இறைச்சிக்கும்கூட தடை விதிக்கப்பட்டது.[41] குன்றாத இளமைக்கும், மரணமற்ற வாழ்க்கைக்கும் மூலாதாரமாக நம்பப்பட்ட தங்கமயிலின் இறைச்சி தடை செய்யப்பட்ட உணவாக இருக்கக்கூடும் என்று ஜாதகக் கதைகளிலிருந்து தெரிகிறது.[42] பார்ப்பனிய நூல்களோ மயில் இறைச்சி உணவை அனுமதித்தன.[43]

இறைச்சியின் மீதான ஆர்வம் சில நேரங்களில் போலித் துறவி (dussilatapaso)[44] என்ற அவச் சொல்லை துறவிகளுக்குப் பெற்றுத் தந்தது; எனினும், மேலே சொல்லப்பட்டுள்ள விதிவிலக்குகளுக்கு மாறாக, தொடக்ககாலப் பௌத்தர்கள் இறைச்சி உண்டிருக்கிறார்கள் என்பதில் சிறிதும் அய்யமில்லை. "இறைச்சி உண்பதில்லை என்று உறுதி எடுத்துக் கொள்வது வழக்கத்துக்கு மாறான"[45] ஒரு அம்சமாகவே இருந்தது என்பதிலும் துளியும் அய்யமில்லை. இறைச்சி உண்டு வந்த பௌத்தர் - அல்லாத ஒரு சமூகத்தில் பௌத்தத்துறவிகள் வாழ்ந்து வந்ததையும், சமகால உணவுப் பழக்கவழக்கங்களிலிருந்தும், நடைமுறைகளிலிருந்தும் முற்றாக உடைத்துக் கொண்டு வெளியே வருவது எளிதான காரியமல்ல என்பதையும் புரிந்து கொள்ளுமளவுக்கு பௌத்த மடங்கள் யதார்த்தப்பூர்வமாக செயல்பட்டன. "இறைச்சி உண்பதால் கறை படிந்து விடுவதில்லை; மாறாக பாவச் செயலினால்தான் கறை படிகிறது,"[46] என காஸியபர் அறிவித்திருந்தார். தொடக்ககாலப்

பௌத்தத்தின் நடைமுறை சார்ந்த அணுகுமுறையை (pragmatism) இது மிகச் சிறப்பாகப் பிரதிபலிக்கிறது. விலங்குகளை வளர்ப்பதும், கால்நடைகளை மேய்ப்பதும் சாதாரண மக்களுக்குரிய உன்னதத் தொழில்[47] என்று அவற்றுக்குப் புத்தர் முக்கியத்துவம் தந்திருந்தார். இருப்பினும் பௌத்தத் துறவிகளுக்கு காய்கறி உணவைக் கட்டாய உணவாக்க அவர் மறுத்தார்.[48] அவர் உருவாக்கிய நடுநிலைப் பாதை என்ற கோட்பாட்டில் இந்த நடைமுறை சார்ந்த அணுகுமுறை பிணைந்திருப்பதைக் காணலாம்.

விலங்குகளைக் கருணையோடும், அக்கறையோடும் நடத்தும் படி தன் மக்களுக்கு அடிக்கடி வேண்டுகோள் விடுத்தவரும், அவைகளின் மருத்துவச் சிகிச்சைக்காகப் போதுமான ஏற்பாடுகளைச் செய்தவர் என்று பாராட்டப்படுபவருமான பௌத்தப் பேரரசர் அசோகரின் கல்வெட்டுகளில் பௌத்தத்தின் கொல்லாமைக் கோட்பாட்டைப் பார்க்கலாம்.[49] விலங்குகள் பலி தரப்படுவதையும், விழாக் கேளிக்கைகளையும் அசோகர் தடை செய்திருந்தார் என்று ஒரு கல்வெட்டு கூறுகிறது.[50] சில விலங்குகள் கொல்லப்படக்கூடாது என்று மற்றொரு கல்வெட்டு குறிப்பிட்டுள்ள போதிலும், அவ்வாறு கொல்லாமல் விட்டு வைக்கப்பட வேண்டிய விலங்குகள் குறித்து அது குழப்பமான தகவலையே தருகிறது. அசோகரின் ஆணை பின்வருமாறு:

> நான் விரதத்தைக் கடைபிடித்த இருபத்தாறு ஆண்டுகளில் பின்வரும் விலங்குகளைக் கொல்வதைத் தடை செய்திருந்தேன்: கிளி, மைனா, சிவப்புத்தலை வாத்து (?) சக்ரவாகப் பறவை, அன்னம், நந்திமுகப்பட்சி (நெல்வயல்களில் காணப்படும் பறவையோ ?) புறா, வௌவால், எறும்பு, ஆமை, முள்ளில்லாத மீன், வேடவியாகம், புப்படம் (கங்கை நதியில் காணப் படும் மீனோ?) கடல் மீன், முள்ளம் பன்றி, அணில், மான், பல்லி, வளர்ப்பு விலங்குகள், காண்டாமிருகம், வெள்ளைப் புறா, வீட்டுப்புறா, எந்தப் பயனுமற்றவையும், பொதுவாக சாப்பிடப்படாதவையுமான நான்கு கால் விலங்குகள். குட்டிகளுக்குப் பாலூட்டிக்கொண்டிருக்கும் பெட்டை ஆடுகளையும், ஆறு மாதம் ஆகும் வரை குட்டிகளையும் கொல்லக்கூடாது.[51]

விதிவிலக்கு தரப்பட்ட விலங்குகளில் சிலவற்றை அடையாளம் தெரிந்து கொள்வது சிரமமாக இருக்கிறது. கிளி, மைனா, வௌவால், அணில் போன்றவை உண்ணத்தகுந்த விலங்குகள் பட்டியலில் இடம் பெற்றிருக்கவில்லை. பறவைகள், மீன், பெண் வெள்ளாடு, செம்மறியாடு, பன்றி ஆகிய விலங்குகளைக் கொல்ல கூடாது என்று விதிக்கப்பட்ட தடையைப் பார்க்கும்போது பொதுவாக இவற்றின் இறைச்சி உணவாக உண்ணப்பட்டிருக்கும் என்ற உண்மை தெரிய வருகிறது. காளையின் இறைச்சியும் (sandaka) மற்ற கால்நடைகளின் இறைச்சியும் இதேபோல உணவாகத்தான் பயன்பட்டு

வந்திருக்கிறது. பசு விஷயத்தில் அசோகரின் மௌனத்தைப் பார்க்கும் போது, பிற்காலங்களில் பசு பெற்றிருந்த புனித அந்தஸ்து அப்போது அதற்குக் கிடைத்திருக்கவில்லை என்பது உறுதியாகத் தெரிகிறது. பேரரசின் கட்டளை, விலங்குகளின் மீது அசோகர் கொண்டிருந்த கருணைக்கு ஒரு சான்று என்பதில் எந்த அய்யமுமில்லை. அசோகர் விலங்குக் காப்பகங்களை நிறுவியிருந்தார் என்பதற்கும் இது அடையாளமாக இருந்தது.[52] இருப்பினும், இறைச்சி உணவை அவர் முற்றாகத் தடை செய்யவுமில்லை; தடை செய்திருக்கவும் முடியாது.

தன் அரண்மனைச் சமையலறையில் தினமும் இரண்டு மயில்களும், ஒரு மானும் உணவுக்காகக் கொல்லப்பட்டு வருவதாகவும், எதிர்காலத்தில் அதைக்கூட நிறுத்தப்போகும் உன்னத நோக்கம் தன்னிடம் இருப்பதாகவும் ஒரு கல்வெட்டில் அசோகர் தன் மக்களுக்குத் தெரிவித்திருந்தார் என்ற செய்தி ஆர்வத்தைத் தூண்டுவதாக இருக்கிறது.[53] ஆகவே, அவர் அறிவிப்பை ஒருவர் பெரிதாக எடுத்துக்கொள்ள முடியாது. வேண்டுமானால் இதை ஒரு நல்ல முன்மாதிரியாக எடுத்துக்கொள்ளலாம். மௌரியர் காலத்தில் உருவானதும், சாராம்சத்தில் பார்ப்பனிய நூலுமான கௌடில்யரின் **அர்த்தசாஸ்திரத்**திலிருந்து ஊகிக்க முடிவது போல, அன்று பொதுவான ஒரு நடைமுறையாக இருந்த விஷயத்தைத் தடை செய்வதில் பேரரசர் வெற்றி பெற்றிருந்தார் என்ற முடிவுக்கு வருவது சிறுபிள்ளைத்தனமாகவே இருக்கும். "தரிசு நிலங்களை மேய்ச்சல் நிலங்களாக மாற்றும்படி" மன்னருக்கு கௌடில்யர் ஆலோசனை வழங்குகிறார்.[54] இறைச்சிக் கடைகளைக் கண்காணிப்பவர்கள் பற்றியும்,[55] மாடு மேய்ப்பவர்களைப் பற்றியும்[56] விவரிப்பதற்குத் தனது நூலில் ஒரு பகுதியை ஒதுக்கியுள்ளார். அரசின் பாதுகாப்பின் கீழிருக்கும் (abhayavanavasinam)[57] மான், காட்டெருது, பறவைகள், மீன் ஆகியவற்றைப் பிடிக்கும் அல்லது கொல்லும் அல்லது காயப்படுத்தும் நபர்களுக்கு அவர் தண்டனை விதித்துள்ளார். அரசின் பாதுகாப்பின் கீழில்லாத விலங்குகள் குறித்து அவர் ஏதும் பேசவில்லை. மறுபுறம், சமைத்த இறைச்சியை விற்பனை செய்து வந்த ஒரு வியாபாரியைப் பற்றிக் குறிப்பிட்டுள்ளார். புத்தம் புதிய, எலும்புகள் இல்லாத இறைச்சியை (mrgapasu) விற்பதற்கு இறைச்சி வியாபாரிகளுக்கு அனுமதி தருகிறார்.[58] பல்வேறு வகைப்பட்ட விலங்குகளை வகைப்படுத்த அமர்த்தப்பட்டிருக்கும் கண்காணிப்பாளரின் முக்கியக் கண்காணிப்பின்கீழ் பசு, எருமை, வெள்ளாடு, செம்மறியாடு, கழுதை, ஒட்டகம் போன்ற வீட்டு விலங்குகளை அவற்றை மேய்ப்பதற்குரிய ஆட்களைக் கொண்டு பராமரித்து வரவேண்டும் என்று கூறுகிறார். இந்தப் பின்னணியில் இறைச்சிக்கு மட்டுமே பொருத்தமான (sunamahisah)[59] ஒரு கால்நடை வகையைப் பற்றிப் பேசுகிறார். குறிப்பிட்ட அளவு நெய்யும், அத்துடன் பதனிடப்பட்ட பசுத்தோலையும் ஆண்டு தோறும் செலுத்தி வரவேண்டியிருந்தது என்ற தகவலைப் பார்க்கும்போது,

முக்கியமாக தோலுக்காகவும், பால் பொருட்களுக்காகவும் மட்டுமே பசுக்கள் அவசியமானதாக இருந்ததுபோல் தெரிகிறது.[60] கன்று, காளை அல்லது கறவைப் பசு ஆகியவற்றைக் கொல்ல கௌடில்யர் அனுமதி தரவில்லை. இருப்பினும், இந்தத் தவறு சிறு குற்றமாகவே பார்க்கப்பட்டிருக்கும் போல் தோன்கிறது. காரணம், இந்தத் தவறுக்காக அவர் விதித்த தண்டத் தொகை 50 பணம் மட்டுமே.[61] பன்றிக் கொழுப்போடு, பசுக்களின் எலும்புகளையும், சாணத்தையும் இயற்கை உரமாகப் பயன்படுத்த அவர் பரிந்துரை செய்கிறார்.[62] பசு புனிதமானது, மரியாதைக்குரியது; மனிதனின் உணவுப் பட்டியலில் அதன் இறைச்சி ஒரு உணவாக இடம் பெறவில்லை என்பதை எடுத்துக்காட்டக்கூடிய ஒரு செய்தியும் அவர் நூலில் இல்லை. இதற்கு மாறாக, இயற்கையாகச் செத்த பசுக்களின் இறைச்சியை விற்பதற்கு மந்தை மேய்ப்பவர்களுக்கு அவர் அனுமதி தருகிறார்.[63] (கறவைக் கால்நடைகள் உள்ளிட்டு) விலங்குகளின் இறைச்சியை உண்டு வந்த பழக்கம் மௌரியர் காலத்திலும் தொடர்ந்து நடந்து வந்திருக்கிறது என்ற விஷயத்திற்கு பார்ப்பனியக் கௌடில்யரின் அர்த்தசாஸ்திரம், பௌத்த நூல்கள் ஆகிய இரண்டுமே ஆதாரமாக இருக்கின்றன.

புத்தர் கடைசியாக உண்ட பன்றி இறைச்சி "நல்ல நிலையிலும், மென்மையாகவும், மனத்துக்குப் பிடித்ததாகவும், நல்ல நறுமணத் தோடும், ஜீரணத்துக்கு ஏற்றதாகவும்" இருந்தது; ஆகவே, பன்றி இறைச்சி உண்டதால் அவர் இறக்கவில்லை. மாறாக, "அவர் உடலில் காணப்பட்ட அளவுக்கதிகமான பலவீனமே,"[64] அவர் மரணத்துக்குக் காரணமாக இருந்தது என்று மௌரியர் காலத்துக்குப் பிந்தைய நூலான **மிலிந்தாபான்ஹோ** குறிப்பிட்டிருக்கிறது. எனினும், தொடக்ககாலப் பௌத்தர்கள் - ஏன், புத்தரேகூட - மாட்டிறைச்சி உள்ளிட்டு வேறு இறைச்சி உண்டிருக்கிறார்கள் என்பதில் எந்த அய்யமுமில்லை. பௌத்த சமயம் ஹீனயானம், மகாயானம் என்று பிளவுபட்டபோது மாட்டிறைச்சி உண்பது குறித்த ஒழுங்கு விதி முக்கிய விவாதப் பொருளாக மாறியது. மகாயானப் பௌத்தர்களைப் பொருத்தவரையிலும், புத்தர் பன்றி இறைச்சி உண்டதும், பௌத்தத் துறவிகள் ஏதேனும் ஒரு இறைச்சியை உண்டு வந்ததும் தார்மீகப் பிரச்னையாக மாறியது. அவர்கள் உருவாக்கிக்கொண்ட பௌத்தத் துறவிகள் குறித்த புதிய விதிமுறைகளிலோ இறைச்சி உண்பது முற்றாகத் தடை செய்யப்பட்டிருந்தது.[65] மகாயானப் பௌத்தர்களால் புது விளக்கம் அளித்து எழுதப்பட்ட **மகாபரிநிப்பான சுத்தம்** என்ற நூல்தான் இந்தத் தடை குறித்து நமக்குக் கிடைக்கும் முதல் ஆதாரமாகும். இந்த நூலின் சமஸ்கிருத மொழியாக்கத்தில் புத்தர் பின்வருமாறு சொல்வதாகக் கூறப்பட்டுள்ளது: "இன்றிலிருந்து என் சீடர்கள் ஒருவரும் இறைச்சி உண்ணக்கூடாது என்று நான் கட்டளையிடுகிறேன்"[66] **பிரம்மஜால சூத்திரம், லங்காவதார சூத்திரம்** ஆகிய நூல்களுக்கு மகாயானர்கள் அளித்த விளக்கங்களிலும் இந்தத் தடை தெளிவாக விதிக்கப்

பட்டுள்ளது. மூன்றாம் அல்லது நான்காம் நூற்றாண்டைச் சேர்ந்ததாகக் கருதப்படும்[67] மகாயான நூலான **லங்காவதார சூத்திரம்** இறைச்சி உண்பது குறித்துப் பேச ஒரு அத்தியாயத்தையே (மாமிசபட்சணம்) ஒதுக்கியுள்ளது. இறைச்சி உணவுக்கு எதிரான வாதங்களை அதில் முன்வைத்துள்ளது. தன் சீடர்கள் முட்டை[68] உண்ணுவதற்கு அனுமதி தந்தபோதிலும், இறைச்சி[69] உண்பதைத் தவிர்க்க வேண்டும் என போதிசத்துவ மகாமதியிடம் புத்தர் சொன்னதாக அதில் குறிப்பிடப் பட்டிருக்கிறது.

பாலி மொழியிலிருந்த கட்டளைகள் சைவ உணவையே குறிப்பிடுகின்றன என்று மகாயானப் பிரிவினர் முன்வைத்த விளக்கங்கள் பௌத்தச் சிந்தனையில் ஒரு குறிப்பிட்ட பிரிவைப் பிரதிநிதித்துவப்படுத்தினாலும்கூட, அவ்விளக்கங்கள் ஒருமித்த தன்மையைக் கொண்டவையல்ல. புத்தர் இறுதியாக உண்ட உணவில் பன்றி இறைச்சியும் இருந்தது என்று விளக்கம் தந்த புத்த கோஷரின் காலகட்டத்தில் இந்தியாவுக்குப் பயணம் மேற்கொண்டவர் சீன பௌத்தப் பயணி பாகியான்[70] (கி.பி. அய்ந்தாம் நூற்றாண்டு.) **மகாபரிநிப்பான சுத்தம்** என்ற நூலுக்கு மகாயானப் பௌத்தர்கள் தந்த புதுவிளக்கத்தை சீனத்தில் இவர் மொழி பெயர்த்திருந்தார். ஞானம் அடைந்தவர்களிடம் இறைச்சி உண்ணும் பழக்கம் இருந்ததில்லை என்று அதில் அவர் குறிப்பிட்டுள்ளார். நகரத்திற்கு வெளியே சண்டாள சாதியினர் மட்டும்தான் இறைச்சியை விற்று வந்தார்கள் என்பதை அவர் ஏற்றுக்கொண்டபோதிலும் விலங்குகளைக் கொல்லும் பழக்கம் மத்தியதேசம் முழுவதும் நடைமுறையில் இல்லாத ஒரு பழக்கமாகவே இருந்தது என்று தெரிவித்துள்ளார்.[71] பாகியானின் கருத்தை ஒரு புறம் ஒதுக்கி வைத்தாலும்கூட, பௌத்தர்களின் அசைவ உணவுப் பழக்கத்தை மற்ற ஆதாரங்களில் காண முடிகிறது. தங்கள் துறவுமடங்களின் ஒழுங்கு விதிகளுக்கு அடிப்படையாய் இருப்பது என்று கிழக்காசியப் பௌத்தர்களால் கருதப்படும் சீன நூலான **பான் - வாங்சிங்** மீன் உண்பதை பெரும் குற்றச் செயலாகப் பார்க்கவில்லை; மாறாக, கோபப்படுவது போன்ற சிறுதவறாகவே - நாற்பத்தெட்டு "சிறு குறைகளில்" ஒன்றாகவே[72] - இதைப் பார்க்கிறது. எருது, கழுதை, யானை, குதிரை, பன்றி, நாய், நரி, ஓநாய், சிங்கம், குரங்கு, மனிதக் குரங்கு ஆகிய விலங்குகளின் இறைச்சிக்குத் தடை விதிக்கப்பட்டிருந் ததாக, ஏழாம் நூற்றாண்டில் இந்தியாவுக்குப் பயணம் மேற்கொண்டி ருந்த பௌத்தப் பயணி யுவான் சுவாங் குறிப்பிட்டுள்ளார். இந்த இறைச்சிகளை உண்டு வந்தவர்கள் பறையர்களாக[73] மாறிவிட்டதாக இவர் குறிப்பிடுகிறார். வாத்து, மான், கன்று ஆகிய விலங்குகளின் இறைச்சியை உண்டு வந்த மகாயானப் பௌத்தர்களும் இருந்தார்கள் என்பதை அவர் ஒப்புக்கொள்கிறார்.[74] புரவலராக இருந்து தன்னைப் பராமரித்த மன்னன் ஹர்ச வர்த்தனன், "உயிரோடு இருக்கும் எந்த வொரு உயிரினத்தைக் கொல்வதையோ, அவற்றின் இறைச்சியை

உண்பதையோ அய்ந்து இந்தியப் பகுதிகளில் தடுத்து நிறுத்தியிருந் தார்," என்றும், "இந்தக் குற்றங்களுக்கு மன்னிப்புக் கிடையாது; மரணம்தான் தண்டனை,"[75] என்று அறிவித்திருந்ததாகவும் இவர் குறிப் பிட்டுள்ளார். ஆனால், அகினி(A - k' 'ini) என்னும் ஹீனயான பௌத்தப் பிரிவைச் சேர்ந்தவர்கள் (இவர்கள் மத்திய ஆசியாவிலுள்ள துர்க்பான் பிரிவைச் சேர்ந்தவர்களா?) இறைச்சி உண்டு வந்தனர்.[76]

இருப்பினும், இந்திய ஆதாரங்களைப் பார்க்கும் போது, யுவான் - சுவாங் குறிப்பிட்டுள்ள விஷயங்கள் பலவீனமானவையாக இருக்கின்றன. சமூகத்தில் ஒரு சில பிரிவினர் மத்தியில் இறைச்சி உணவுக்கு எதிரான சிந்தனைப் போக்கு இருந்ததை அவர் கவனித் திருக்கலாம். ஹர்சவர்த்தனன் பௌத்தச் சார்பாளராக இருந்த போதிலும், விலங்குகள் கொல்லப்படுவதைத் தடுக்க ஆணை பிறப்பித்திருப்பார் என்பது நம்பக்கூடியதாக இல்லை. ஹர்சரின் இராணுவ அணிவகுப்பில், "பன்றித் தோலின் வாரில் கோர்க்கப்பட்ட வெள்ளாடுகளையும், சிட்டுக்குருவி கூண்டுகளையும், மான் இறைச்சி யையும், முயல்குட்டிகளையும்," எடுத்துச் சென்றதாக அவரின் வாழ்க்கை வரலாற்று நூலை எழுதியுள்ள பாணபட்டர் குறிப்பிட்டுள் ளார்.[77] இறைச்சி உண்பது குறித்து பல்வேறு வகைப்பட்ட - அடிக்கடி நேர்எதிரான - கருத்துகளை ஒருவர் எதிர்கொண்டபோதிலும், "மூன்றாக இருந்த சுத்த இறைச்சியின்" எண்ணிக்கை பிற்காலங்களில் ஒன்பதாக உயர்ந்ததால் பௌத்தர்கள் தொடர்ந்து இறைச்சி உண்டு வந்திருக்கிறார்கள் என்று நம்புவதற்கு இடமிருக்கிறது.[78]

பௌத்தர்கள் மத்தியில் காணப்பட்ட அசைவ உணவுப் பழக்கம் சமணர்களின் கோபத்தைக் கிளறியிருந்தது. தங்கள் பிச்சைப் பாத்திரங் களில் விழும் எந்தவொரு பொருளையும் பௌத்தர்கள் தூய்மையான தாகக் கருதுவதாகவும், இறைச்சி உண்டு, மது குடித்து வருவதாகவும், சமண அறிஞர் தேவசேனர் (பத்தாம் நூற்றாண்டு)[79] குறிப்பிட்டுள் ளார்.[80] இறைச்சி உண்பதை ஆதரிக்கும் சமூகப்பிரிவுகளில் முதலாவ தாகப் பௌத்தர்களைக் குறிப்பிடும் சோமதேவர் (பத்தாம் நூற்றாண்டு) இறைச்சிக்கும், மதுவுக்கும் அடிமையாகிப் போன இவர்களை அறிவுள்ள மனிதன் மதிக்க மாட்டான் என்று சொல்கிறார்.[81] ஹேம சந்திரரும் (பன்னிரெண்டாம் நூற்றாண்டு) பௌத்தர்களை மிகக் கடுமையாகவே கண்டிக்கிறார். உண்ணத் தகுந்த உணவு, விலக்கப் பட்ட உணவு என எந்த வேறுபாடும் பார்க்காமல் கட்டுப்பாடின்றி பெருந்தீனி உண்டு வந்தவர்களோடு ஒப்பிடத் தகுந்தவர்கள்தான் பௌத்தர்கள் என்பது அவர் கருத்தாகும்.[82] பௌத்தர்களுக்கு எதிராக சமணர்களால் தொடுக்கப்பட்ட பெரும்பாலான தாக்குதல்களுக்கு வறட்டுத்தனமான பகைமையே அடிப்படையாக இருந்த போதிலும், சமணர்களோடு ஒப்பிடும் போது, பௌத்தர்கள் நடைமுறை சார்ந்த அணுகுமுறை கொண்டவர்களாகவும், உள்ளூர் நிலைமைகளுக்கு ஒத்துப்போனவர்களாகவும் இருந்தனர். எடுத்துக்காட்டுக்கு ஒன்றைப்

பார்ப்போம். பத்மசாம்பவர் மூலமாகவும், அவரைத் தொடர்ந்து அதீச தீபங்கரர் மூலமாகவும் திபெத்தில் பரவிய மகாயான தாந்தீரிக பௌத்த மானது அங்கு நிலவி வந்த சமய நம்பிக்கைகளோடும், நடைமுறை களோடும் [83] உணவுப் பழக்கங்களோடும் ஒத்துப்போனது. பெரும் பாலும் பௌத்தர்களாக இருக்கும் திபெத்திய மக்கள் பசு, செம்மறி யாடு, பன்றி, கோழி, சடை எருமை [84] ஆகியவற்றின் இறைச்சிகளை உண்டு வருவதும், அதற்குப் பக்கத்திலுள்ள லாகுலில் - பௌத்த மதம் பெரும்பான்மை மதமாக இருக்கும் இப்பகுதியில் - சமீபகாலம் வரையிலும், இரகசியமாக மாட்டிறைச்சி உண்ணப்பட்டு வந்ததும் வியப்பான விஷயங்களல்ல. [85] ஹான் ஆட்சிக்கு முந்தைய சீனாவில் (கி.மு.200) பொதுமக்கள் காய்கறிகளும், ஆளும் வர்க்கத்தினர் மாட்டிறைச்சி, ஆட்டிறைச்சி, பன்றி இறைச்சி, மீன் ஆகியவற்றையும் உண்டு வந்தனர். சீனர்களின் சிந்தனையிலும், அன்றாட வாழ்க்கையி லும் பௌத்தம் செலுத்திய பெரும் தாக்கத்தின் பின்னால் உணவுப் பண்பாட்டில் நீடித்து வந்த இந்த சமூகத் தடைகள் பலவீனப்பட்டிருக்க வேண்டும்.

சீனாவிலிருந்தும், கொரியாவிலிருந்தும்தான் ஜப்பானுக்குள் பௌத்தம் புகுந்தது. விலங்குகளைக் கொன்று இறைச்சி விற்று வந்தவர்களையும், தோல் பதனிடுபவர்களையும் சமூகத்திலிருந்து விலக்கி வைத்த கருத்தியலை அது நியாயப்படுத்தியிருந்தது. எனினும் இறைச்சி உணவை (மான், முயல் அல்லது பன்றி) தடை செய்யும் நோக்கம் அதனிடம் இருந்ததாகத் தெரியவில்லை. மாறாக, எட்டாம் நூற்றாண்டிலிருந்து ஜப்பானிய உணவு முறையில் மீனையும் (முக்கிய மாக பச்சை மீன்) சேர்ப்பதை பௌத்தம் ஊக்கப்படுத்தியிருக்க வேண்டும். தேரவாடா பௌத்தப் பிரிவினர் பெரும்பான்மையினராக இருக்கும் மியான்மரில், நல்ல பௌத்தர்கள் கொசுக்களைக்கூடக் கொல்லக்கூடாது என்று தடை விதிக்கப்பட்டிருந்தாலும், வெள்ளாடு, பன்றி, பறவைகள் ஆகியன உணவுக்காக வளர்க்கப்பட்டு வருகின்றன. மாட்டிறைச்சி உண்பதும் சாதாரண நடைமுறையாக இருக்கிறது.[86] இதைப் போலவே தேரவாடா பௌத்தர்கள் அதிகம் வாழ்ந்துவரும் இலங்கையிலும் பல்வேறு இறைச்சி வகைகள் - மயில் இறைச்சி (மயூரமாமிசம்) மான் இறைச்சி, பன்றி இறைச்சி (மிகசூகரா - மத்தவம்) முயல் இறைச்சி (சச - மாமிசம்) கோழி இறைச்சி (குக்குட - மாமிசம்) போன்றவை "மிக விருப்பமான, சுவையான உணவு வகைகளாக" [87] இருந்தன. பசுக்களைக் கொல்வது அபராதம் செலுத்தக்கூடிய ஒரு குற்றமாக இருந்தாலும் மாட்டிறைச்சியும் உண்ணப்பட்டிருக்கும் போல் தெரிகிறது. மாட்டிறைச்சி உண்டு வந்த சிலர், பசுக்களைக் கொன்றதற்காக விதிக்கப்பட்ட அபராதத்தைக் கட்டத் தவறியதால் பாடியா என்ற மன்னனால் (கி.பி. 38 - 66) தோட்டிகளாகத் தகுதிக் குறைப்புச் செய்யப்பட்டதாக **விபாங்கத்தகதா** என்ற பிற்காலப் பௌத்த நூல் ஒன்று குறிப்பிட்டுள்ளது. ஆனால், பசு புனிதமான

விலங்கு என்று அந்நூலில் எங்கும் குறிப்பிடப்படவில்லை.[88] இலங்கை யில் மாட்டிறைச்சியானது இறைச்சி உணவு வகைகளில் கீழான இடத்தையே பெற்றிருக்கிறது. ஆனால், மாட்டிறைச்சி வணிகத்தைத் தங்கள் கட்டுப்பாட்டில் வைத்திருந்த முஸ்லீம்களுக்கும், மீனவ சாதியைச் சேர்ந்த தீவிரமான பௌத்த வணிக வர்க்கத்தினர் மற்றும் உத்தியோகஸ்த வர்க்கங்களுக்குமிடையே "தொழில்ரீதியான பகைமைக்கு" இது காரணமாய் இருந்தது.[89] விலங்குகளைக் கொல்வதையும், இறைச்சிக்காகக் கால்நடைகளை வளர்ப்பதையும் பௌத்தம் தடை செய்திருந்த போதிலும், இலங்கையைச் சேர்ந்த பௌத்தர்கள் மாட்டிறைச்சி, மீன் உள்ளிட்ட இறைச்சிகளை தொடர்ந்து உண்டு வருகிறார்கள்.[90]

பௌத்தர்கள் மத்தியில் நடைமுறையில் இருந்த பல்வேறு உணவுப் பழக்கவழக்கங்கள் குறித்தும், மாட்டிறைச்சி உணவு குறித்தும், கோட்பாடுரீதியான விவாதங்களை இவை சுட்டிக்காட்டிய போதிலும், கறவைக் கால்நடைகள் உள்ளிட்டு பல்வேறு விலங்கு களின் இறைச்சிகளை பௌத்தர்கள் சுவைத்து உண்டு வந்திருக்கிறார் கள் என்பது தெரிய வருகிறது. பௌத்தர்கள் மத்தியில் இறைச்சி உணவு விலக்கப்பட்டிருந்தது; இப்போதும் விலக்கப்பட்டிருக்கிறது என்ற கருத்துக்குப் பெரும் அடிப்படை ஏதுமில்லை. பசு இயற்கையாகவே புனிதமானது, அது மதிக்கப்பட வேண்டிய ஒன்று என்ற கருத்து பௌத்தச் சிந்தனையிலும், அதன் மரபிலும் இடம் பெற்றிருந்தது என்பதற்கு எந்தவொரு ஆதாரமுமில்லை. இந்தியாவில் விலங்குக் காப்பகங்களை நிறுவுவதில் பௌத்தர்கள் ஓரளவிற்கே ஈடுபாடு காட்டியதற்குக் காரணம் இதுவாக இருக்கலாம்.[91] ஏற்கனவே நன்கு தெரிந்ததுபோல, பௌத்தசமயமானது தன் வரலாறு நெடுகிலும் மிதவாத போக்கிற்கே - அதாவது நடுநிலைப் பாதைக்கே - அழுத்தம் தந்து வந்தது. உடலை வருத்திக்கொள்ளும் கடுமையான நோன்புகளை அது அனுமதிக்கவுமில்லை; உயர்த்திப் பிடிக்கவுமில்லை. துறவிகளும் சரி, சாதாரண மக்களும் சரி, நடைமுறைச் சாத்தியமான வாழ்க்கை நடத்தவேண்டும் என்பதே இதன் நோக்கமாக இருந்தது.

சமணம் முன்வைத்த அகிம்சைத் தத்துவம்

பௌத்தத்தைப் போலவே, சமணமும் வேதகால வேள்வி களை மறுத்தது; அகிம்சைக் கோட்பாட்டுக்கு முக்கியத்துவம் தந்தது. விலங்குகள் விஷயத்தில் பௌத்தத்தின் அணுகுமுறையையே இதுவும் பின்பற்றியது. விடுதலை அடைவதற்கான தகுதி விலங்குகளுக்கு இல்லை என்பதே இதன் கருத்தாகவும் இருந்தது.[92] ஆனால், அனைத்து வகை உயிரினங்களுக்கும் சமணம் முக்கியத்துவம் தந்தது. மனித

உயிர்களை மட்டுமல்ல, தாவரங்கள், விலங்குகள் ஆகியவற்றையும் மதிக்கவேண்டும் என்று அது போதித்தது. பௌத்தத்தின் உள்ளார்ந்த நெகிழ்வுத்தன்மை இதனிடம் இல்லையெனினும், வாழ்க்கைத் தத்துவத்தைப் பொருத்தவரையில் கோட்பாட்டளவிலாவது இது சமரசம் செய்து கொள்ளாமல் இருந்தது. சமணத் துறவு வாழ்க்கைக்கு அய்ந்து "பெரும் விரதங்கள்" (மகா விரதங்கள்) அடிப்படையாய் இருந்தன. சமணர்களாக இருக்க வேண்டுமென்றால் இவற்றைக் கண்டிப்பாகக் கடைபிடிக்க வேண்டும் என எதிர்பார்க்கப்பட்டது. எந்த உயிரினங்களுக்கும் துன்பம் விளைவிக்கக்கூடாது என்ற முதல் விரத மானது, துறவிகள், சாதாரண மக்கள் ஆகிய இருவருக்குமே மிக முக்கியமானதாக இருந்தது. உணவு தொடர்பாக சமண சமய விதிகள் விரிவாக எழுதப்பட்டுள்ளன. இறைச்சியை மட்டுமல்ல, உயிரணுக் களைக் கொண்ட எந்தவொரு உணவையும் அது தடை செய்தது. பழரசம், தேன், நெய், தயிர் அல்லது கரும்புச்சாறு[93] ஆகியவற்றை அருந்துவதற்குக்கூடத் துறவிகள் அனுமதிக்கப்படவில்லை. உயிர் வதை மீதான தடை மிகத் தீவிரமாகப் பின்பற்றப்பட்டது. பௌத் தத்தைக் காட்டிலும் சமணத்தில் அகிம்சைக் கோட்பாடு மிக, மிகக் கடுமையாக நடைமுறைப்படுத்தப்பட்டது.[94]

எனினும், மாட்டிறைச்சி உண்டு வந்ததற்கு சமண சமய நூல்களில் ஆதாரங்களைப் பார்க்க முடிகிறது. தன் பிச்சைப் பாத்திரத் தில் எலும்புகள் நிறைந்த இறைச்சியோ, மீனோ விழுந்திருப்பதை ஒரு துறவி கவனிக்காமல் விட்டுவிட்டால், பின்னர் அதை ஒதுக்கி விடக் கூடாது என்று **ஆகாரங்க சூத்திரம்**[95] கட்டளையிடுகிறது. உயிர் வதை மூலமாக வந்த உணவை சமணத் துறவிகள் ஏற்றுக்கொள்ளவில்லை என்ற தகவலையும் அதே நூல் வெளியிட்டுள்ளது.[96] இதே போன்ற ஒரு குறிப்பு **தாசவைகாலிக சூத்திரம்** என்ற நூலில் இடம் பெற்றுள் ளது. தொடக்ககாலங்களில் சமணத் துறவிகள் இறைச்சியும், மீனும் உண்டிருக்கிறார்கள் என்பதற்கு ஆதாரமாக அந்தக் குறிப்பு எடுத்துக் கொள்ளப்படுகிறது.[97] பதப்படுத்தப்பட்ட இறைச்சி குறித்தும், வேறு வகை இறைச்சிகள் குறித்தும் தொடக்ககால சமண நூல்களான **விபாக சூத்திரத்திலும்**[98] (II. 14 ; III. 22) **சூத்திர கிருதாங்க சூத்திரத்தி லும்** (II.6, 9) குறிப்புகளைக் காண முடிகிறது. மக்காளி கோசலரோடு (இவரும், மகாவீரரும் சேர்ந்துதான் அகிம்சைக் கோட்பாட்டைக் கண்டுபிடித்தனர்) நடந்த யோக சக்திப் போட்டியில் தான் இழந்த சக்தியை மீட்டுக் கொள்வதற்காக, ரேவாய் காஹாவைணி என்ற பெண்ணிடம் தனக்காக சமைக்க இருந்த இருபுறாக்களுக்குப் பதிலாக, அப்போதுதான் பூனையால் கொல்லப்பட்ட விடைச் சேவலை (குக்குட மாமிசம்) சமைக்குமாறு சொல்லும்படி தன் சீடர் ஒருவரிடம் மகாவீரர் கேட்டதாகவும், அதை உண்டு முடித்ததும் இழந்த ஆற்றலை விரைவில் மீட்டுக்கொண்டதாகவும் **பகவதி சூத்திரம்** கூறுகிறது.[99] மேற்கண்ட நூல்களில் காணப்படும் பொக்கலம் (poggala), மாமிசம்,

மச்சம் (maccha) போன்ற சொற்கள் சைவஉணவைக் குறிப்பதாக நவீன ஆய்வாளர்கள்[100] சிரமப்பட்டு விளக்கம் தருகின்றபோதிலும், ஹரிபத்ரசூரி (எட்டாம் நூற்றாண்டு) சீலாங்கர் (ஒன்பதாம் நூற்றாண்டு) போன்ற உரையாசிரியர்கள் இந்தச் சொற்களை அவற்றின் மூலப் பொருளிலேயே புரிந்திருந்தனர்.[101] பதினொன்றாம் நூற்றாண்டைச் சேர்ந்த அபயதேவர் இச்சொற்களைச் சைவஉணவு என்ற பொருளி லேயே புரிந்திருந்தபோதிலும்,[102] நேரடிப் பொருளில்தான் இச்சொற் களுக்கு அவர் விளக்கம் தந்திருந்தார். புத்தர் பன்றி இறைச்சி உண்டார் என்ற சர்ச்சைக்குரிய பிரச்னைக்குப் பிற்காலப் பௌத்தர்கள் திரித்து விளக்கம் தந்தது போலத்தான் இவரின் விளக்கமும் இருந்தது. ஆனால், சமணத் துறவிகள் பிற்காலங்களில் இறைச்சி உண்டிருக்கக் கூடிய சாத்தியத்தை நிராகரித்துவிட முடியாது. அசைவ உணவுப் பழக்கம் கொண்டவர்கள் அதிக எண்ணிக்கையில் வாழ்ந்து வந்த சிந்துப்பகுதியில், சமணத் துறவிகள் உள்ளூர் சூழ்நிலைக்கேற்பத் தங்களை மாற்றிக்கொள்ளுமாறு கேட்டுக் கொள்ளப்பட்டதாக ஒரு தகவலை சங்கதா சஹனி எழுதிய (ஆறாம் நூற்றாண்டு) **பிர்கத் கல்ப பாஷ்யம்** சொல்கிறது.[103] இந்தச் சமணத் துறவிகள் இறைச்சி உணவைத் தவிர்த்திருப்பார்கள் என்ற முடிவுக்கு வருவதைக் காட்டி லும், இவர்கள் இறைச்சி உண்டிருக்கலாம் என்று கருதுவதற்கே இது அதிக இடமளிக்கிறது. திருடர்களின் வசிப்பிடங்களிலோ, கைவிடப் பட்ட ஒரு கிராமத்திலோ இறைச்சியைத் தவிர வேறெந்த உணவும் கிடைக்காத ஒரு நிலையில் விதிவிலக்காகத் துறவிகள் இறைச்சி உண்ண அனுமதிக்கப்பட்டார்கள்.[104] நிஷிதா சூத்திரத்துக்கு ஜீனதாச ரால் (ஏழாம் நூற்றாண்டு) எழுதப்பட்ட உரைநூலான **நிஷித கர்னி** யில் கண்டுள்ள துறவிகளுக்கான ஒழுங்குவிதிகளோடு இது ஒத்துப் போகிறது. சாதாரண காலங்களில் தடைசெய்யப்பட்ட இறைச்சி, மது, தேன் போன்றவற்றை அசாதாரணமான சூழல்களில் துறவிகள் உண்ணலாம் என்று அந்நூலில் குறிப்பிடப்பட்டுள்ளது.[105] ஆபத்தான சூழலில் இறைச்சி உண்ணலாம் என்று **ஆகாரங்கதீகத்தில்**[106] (ஆகாரங்க சுத்தம் மீதான உரைநூல் இது) கண்டுள்ள ஒரு குறிப்பு மேற்சொல்லியுள்ள ஒழுங்குவிதியோடு ஒத்ததாக இருக்கிறது. துறவிக் களுக்கென சிறப்பாகத் தயாரிக்கப்பட்ட உணவை உண்பதையும்விட (அல்லது) சமணர்கள் வசிக்காத பகுதியில் இரவு நேரங்களில் வழங்கப் படும் உணவு உண்பதையும்விட இறைச்சி உணவை ஏற்றுக்கொள்ள லாம் என்று **நிஷித சூர்னி** துறவிகளுக்கு அறிவுரை சொல்கிறது. இறைச்சி மருந்தாகப் பயன்படுத்தப்படும் நோய்களுக்கு உள்ளானவர் கள் இறைச்சி உண்பதை சமணம் தடைசெய்யவில்லை.[107] ஸ்வே தாம்பர* சமணப்பிரிவைச் சேர்ந்தவரும், தர்க்க அறிஞருமான ஹரிபத்ர சூரி (கி.பி. 725 - 825) தாசவைகாலிகாவிற்கு எழுதிய உரையில் இது

---

* ஸ்வேதாம்பர சமணம்: சமணசமயத்தில் ஒரு பிரிவு. (மொ-ர்)

போன்று குறிப்பிடுகிறார்: "சமணத் துறவிகள் சூத்திரர்களோடு வசிக்க வேண்டிய நாட்களில், தங்களை உபசரிப்பவர்கள் வழங்கும் இறைச்சியையும், மீனையும் உண்பதற்கு எந்தத் தடையுமில்லை." [108] எனவே சமணர்கள் - முக்கியமாக சமண வரலாற்றின் தொடக்க கட்டத்தைச் சேர்ந்த சமணர்கள் - கறாரான சைவஉணவுப் பழக்கம் கொண்டவர்களாக இல்லை என்ற கருத்துக்கு வருவது நியாயமானதாகவே தோன்றுகிறது. [109]

இருப்பினும், சமணர்கள் மத்தியில் இறைச்சி உணவு விலக்கப் பட்டிருந்ததற்கு ஏராளமான ஆதாரங்கள் இருக்கின்றன. சமண நூல் களில் இதற்கு ஆதரவான கதைகள் நிறைய இருக்கின்றன. விலங்கு களைக் கொல்லும் ஒரு சாதாரண நிகழ்ச்சியேகூட சிலநேரங்களில் சமணத்துக்கு மாறுவதற்குப் போதுமான காரணமாக இருந்திருக்கிறது. தன் திருமண விழாவின்போது கொல்லப்பட்ட விலங்குகளின் அலறலைக் கேட்டு அரிஷ்டானமி உலக வாழ்க்கையைத் துறந்ததாக **உத்தராதியயன சூத்திரம்** என்ற சமண நூல் குறிப்பிட்டுள்ளது.[110] இறைச்சி மீது வெறுப்புக் காட்டப்பட்டதற்கு சில எடுத்துக்காட்டு களைப் பிற்கால உரைநூல்களில் பார்க்க முடிகிறது. மருத்துவ ஆலோசனையாக இறைச்சி உணவு பரிந்துரைக்கப்பட்டதை ஜீனதத்தர் கண்டித்த கதையை ஜீனதாசகனி மகத்தரர் (ஏழாம் நூற்றாண்டு) **ஆவாஷ்யக சூர்னி** என்ற நூலில் பதிவு செய்துள்ளார்.[111] சமணர்களின் மருத்துவ நூலான **கல்யாணகாரகா**வின் ஆசிரியரான உக்ராதித்யர் (எட்டாம் - ஒன்பதாம் நூற்றாண்டு) இறைச்சி உணவின் பயனின்மை குறித்துச் [112] சொல்லியிருப்பதற்கு மேற்சொன்ன கருத்தே முன்னோடி யாய் இருந்திருக்கிறது. இறைச்சி உண்பதைக் காட்டிலும் நஞ்சு அருந்துவது மேல் என்று அமிதாகதி (பதினொன்றாம் நூற்றாண்டு) உறுதியாகக் கூறுகிறார். [113] வறட்சியின்போது உணவு கிடைக்காததால் அய்நூறு சமணத் துறவிகள் பட்டினியால் மாண்டு, தங்களின் உடலை நரிகளுக்கும், பருந்துகளுக்கும் தந்ததாக மலயகிரியின் (பன்னிரெண் டாம் நூற்றாண்டு) **வியாவஹாரபாஷ்யம்** குறிப்பிட்டுள்ளது.[114] இறைச்சி உணவை சமணர்கள் இழிவாகவே கருதி வந்தார்கள் என்பதையே இவையனைத்தும் எடுத்துக்காட்டுகின்றன. ஆனால் இது முழு உண்மையல்ல என்பதற்கும் நிறைய ஆதாரங்கள் இருக்கின்றன.

துறவி மடங்களுக்கு வெளியே இறைச்சி உண்ணப்பட்டு வந்ததற்குப் பல்வேறு சமண நூல்களில் ஆதாரங்களைப் பார்க்க முடிகிறது. பெரும் வணிகர் ஒருவரின் மனைவியான ரேவதி இறைச்சி மீது பெரும் ஆர்வம் காட்டி வந்ததாகவும், தன் பெற்றோர்களின் மந்தையிலிருந்து தினமும் இரண்டு காளைகளைக் கொன்று தனக்கு இறைச்சி சமைத்துத் தரும்படியும், அப்போதுதான் பழரசம், சாராயம், வேறு மது வகைகளோடு இறைச்சியையும் சேர்த்து உண்டு மகிழ முடியும் என்று தன் குடும்பத்தாரிடம் சொன்னதாகவும் தொடக்ககால சமண சமய நூலான **உவாசகாடஷோ** பதிவு செய்துள்ளது.[115] மிலேச்சர்

களின் உணவில் இறைச்சி ஒரு முக்கியப் பொருளாக இருந்தது என்றும், அதனால்தான் உணவுக்காகக் கால்நடைகள், வெள்ளாடு, செம்மறியாடு, மான் போன்ற விலங்குகள் கொல்லப்படுகின்றன என்றும் **நிஷித சூத்திரம்** ஒரு தகவலை நமக்குத் தருகிறது.[116] இந்த நூலின் மீது எழுதப்பட்ட உரைநூலான **நிஷித சூர்னி** வேடர்கள் கொண்டு வந்த இறைச்சியைப் பெற்றுக்கொண்டு அவர்களுக்குப் பணம் தரப்பட்டதாகவும், எருமை, வெள்ளாடு, நாய், பசு ஆகிய விலங்குகளின் இறைச்சியைக் குறிப்பாகக் கேட்டு வாங்கியதாகவும் ஒரு செய்தியை நமக்குத் தருகிறது.[117] நாய், கழுதை, காக்கைகளின் இறைச்சி உண்ணத்தகாதவை என்ற ஒரு குறிப்பு சங்கதாசகனியின் **வசுதேவஹிந்தி**யில் (மகாபாரதத்தின் முதல் சமண மொழியாக்கம்) காணப்படுகிறது. அகிம்சையின் காவலனான மன்னன் சுமித்திரன் (தயக்கத்தோடு) மாட்டிறைச்சி உண்டு பெரும் பாவத்தைச் சம்பாதித்துக் கொண்டான் என்றும் ஒரு கதையை இதே நூல் பதிவு செய்துள்ளது.[118] தன் வீட்டில் இறந்து போன எருதை, அதன் உரிமையாளரான ஒரு சுசிவாடி (?) சண்டாளர்களிடம் தருவதற்குப் பதிலாக தன் வேலைக்காரர்களிடம் தந்து அதன் தோலை எடுத்துக்கொள்ளும்படியும், இறைச்சியை பிச்சைக்காரர்களுக்குத் தந்து விடும்படியும், அதன் நரம்பிலிருந்து வில்லின் நாணைத் தயார் செய்து கொள்ளும்படியும் சொன்னதாக ஜீனதாசகனி எழுதிய **ஆகாரங்கசூர்னி**யில் ஒரு கதை விவரிக்கிறது.[119] சமணத் துறவிகளின் வழியில் ஒரு மன்னன் மாட்டிறைச்சியைக் கைவிட ஒப்புக்கொண்டதாகவும், ஆனால் தயிரை ஒதுக்கி வைக்க மறுத்து விட்டதாகவும்[120] உத்யோதன சூரி (எட்டாம் நூற்றாண்டு) குறிப்பிடுகிறார். விலங்குகள் உயிர்ப்பலி தரப்பட்ட வேள்விகள் குறித்தும், விலங்குகளின் இறைச்சி உணவாக உண்ணப்பட்டது குறித்தும் அவர் குறிப்பிட்டுள்ளார்.[121] ஒரு மனிதன் குழிமுயலாகவோ, மானாகவோ, எருமையாகவோ பிறந்தால், அவற்றின் இறைச்சி துண்டு, துண்டாக வெட்டி உண்ணப்படும் என்று ஓரிடத்தில் அவர் குறிப்பிட்டுள்ளார்.[122] பதினைந்து எருமைகள் கொல்லப்பட்டு பார்ப்பனர்களுக்காகச் சமைக்கப்பட்டதாக ஹரிபத்ரர் சொல்கிறார்;[123] பிதுர்களுக்காகத் தயார் செய்யப்பட்ட இறைச்சியை ஒரு பூனை தூக்கிச் சென்று விட்டதால், ஒரு சமையல்காரர் பன்றி ஒன்றைக் கொன்றதாக இவரே வேறொரு இடத்தில் குறிப்பிட்டுள்ளார்.[124] சிறப்பாகத் தயாரிக்கப்பட்ட வறுத்த மீன், வாட்டிய இறைச்சி போன்றவை குறித்து இவர் குறிப்பிட்டுள்ளார். மீன், எருமை, செம்மறியாட்டு இறைச்சிகளை ஆட்சியாளர்கள் உண்டதாக ஒரு பதிவையும் இவர் தருகிறார். சேவல் போல செய்து வைக்கப்பட்ட உணவைத் தின்றும்கூட ஒரு மன்னன் பாவத்தைச் சம்பாதித்துக் கொண்டதாக ஒரு கதையைச் சொல்லி இறைச்சி உண்பதால் வரும் மோசமான பாதிப்புகளின்மீது கவனத்தை ஈர்க்கிறார் இவர்.[125] வேதமுறைப்படி வேள்விகள் செய்வதால் நல்லபலன்கள் கிடைக்கும் என்ற கருத்துக்கு

எதிராகத் தன் தாயிடம் வாதம் செய்த சமண மன்னன் யசோதரன் கடைசியாக சண்டிகை பலிபீடத்தில் ஒரு சேவலைக் கொன்று, அதன் இறைச்சியை உண்ண ஒப்புக்கொண்டதாக தன் **யஷஸ்திலாகா** என்னும் நூலில் சோம தேவர் குறிப்பிட்டுள்ளார்.[126] இருப்பினும், மாட்டிறைச்சி உண்பதற்கு எதிரான ஒரு நிகழ்ச்சியையும் அவர் பதிவு செய்துள்ளார். பாம்பின் தலையில் இருப்பதாகக் கருதப்படும் இரத்தினக் கல் விஷத்தை முறிக்கப் பயன்படும்; ஆனால், பாம்பின் விஷம் மரணத்தைத் தரும் என்பதுபோல, விஷச் செடிகளின் வேரினால் மரணம் நேரிடும்; ஆனால், அதன் இலைகள் நோய்களுக்கு மருந்தாகப் பயன்படும் என்பது போல, பசுவிடமிருந்து பாலை எடுத்துக்கொள்ளலாம்; ஆனால், அதன் இறைச்சியை எடுத்துக் கொள்ளக்கூடாது என்று இவர் அழுத்தமாகச் சொல்கிறார்.[127] பசுவின் பாலைப் பருகுவது பாவச் செயலல்ல; அது போலவே, அதன் இறைச்சியை உண்பதிலும் பாவம் இல்லை என்று ஒரு கதாபாத்திரம் பிற்கால சமண நாடகமான **மகாராஜபராஜயா**வில் சொல்லப்பட்டுள்ள கருத்தை அவர் முன் கூட்டியே எதிர்பார்த்து மறுத்துள்ளது போலத் தெரிகிறது.[128] பார்ப்பனர்களும், சத்திரியர்களும் விலங்குகளின் இறைச்சியை உண்டு வந்தது குறித்தும்,[129] ஒரு நோய்க்கு மருந்தாகக் காக்கை இறைச்சியை உண்ணும்படி மன்னன் விக்ரமாதித்தனுக்கு ஒரு மருத்துவர் ஆலோசனை தந்தது குறித்தும் மேருதுங்கசூரியின் (பதினான்காம் நூற்றாண்டு) **பிரபந்த சிந்தாமணி** குறிப்பிட்டுள்ளது.[130] தன் கதைகளில் ஒன்றில் தன்னையே பிரதானப் பாத்திரமாகக் காட்டியிருக்கும் பண்டிதர் தனபாலர் பசுவின் புனிதத்தையே கேள்விக்குட்படுத்துகிறார்.[131] வானவியல் குறித்த பிற்காலச் சமண நூலான **சூர்ய பிரக்ஞாப்தி** பல்வேறு நட்சத்திரங்களுக்கு[132] பல்வேறு வகையான உணவுகளை (தவளை, வளைந்த நகங்களைக் கொண்டவை மற்றும் நீர்வாழ் உயிரினங்களின் இறைச்சி) உண்ணும் படி - முக்கியமாக பொது மக்களுக்கு - பரிந்துரை செய்கிறது. புலிண்டாஸ் போன்ற பழங்குடியினர், சண்டாளர்கள் போன்ற தீண்டத் தகாதவர்கள் மட்டுமல்ல; பார்ப்பனர்களும்கூட நாயின் இறைச்சி போன்ற அசுத்தமான இறைச்சி உணவு வகைகளை உண்ண அனுமதிக்கப்பட்டிருந்தனர் என்ற தகவலையும் அந்நூல் நமக்குத் தருகிறது. பரந்து விரிந்து கிடக்கும் சமண இலக்கியங்களை ஒருவர் துருவித் தேடினால் இறைச்சி உண்ணப்பட்டதற்கு ஆதரவாக (சில நேரங்களில் அவை முரண்பட்டவையாக இருந்தபோதிலும்கூட) மேலே சொல்லப்பட்டுள்ள ஆதாரங்களைப்போல எண்ணிலடங்கா ஆதாரங்களைப் பார்க்க முடியும். குறிப்பிட்ட காலத்தில் வாழ்ந்த மக்கள் இறைச்சி உண்ணாதவர்களாக இருந்திருந்தால், அந்தக் காலங்களில் எழுதப்பட்ட நூல்களில் இறைச்சி உணவை நிராகரிக்கும் பல குறிப்புகள் இடம் பெற்றிருக்காது. இவ்வாறு கூறுவதால் பிற்காலங்களில் சமணத் துறவிகளும், சமண சமயத்தாரும் இறைச்சி

உண்ண அனுமதிக்கப்பட்டிருந்தனர் என்று பொருள் கொள்ள முடியாது.

சமண நூல்களில் கண்டுள்ள ஆதாரங்கள் பெரும்பாலும் இறைச்சி உணவுக்கு எதிரானதாகவே இருக்கின்றன. உயர்சாதியினர் இறைச்சி உணவை உண்ணக்கூடாது என்று மத்தியகாலத்தின் தொடக் கத்தில் வந்த தர்மசாஸ்திர நூல்கள் வலியுறுத்துகின்றன. இதற்கான உதாரணங்களை நாம் பின்னர் காணப் போகிறோம். சமண சமயத்தைப் பின்பற்றி பல மன்னர்கள் ஆட்சி நடத்திய மேற்கிந்தியப் பகுதியில் சமண உணவுப் பழக்கவழக்கத்தின் தாக்கத்தை நன்றாகப் பார்க்க முடியும். பல்பொருள் அறிவாளரும், ஸ்வேதாம்பரப் பிரிவைச் சேர்ந்த சமண அறிஞருமான ஹேம சந்திரர் (பன்னிரெண்டாம் நூற்றாண்டு) தனக்குப் புரவலர்களாக இருந்த மன்னர்கள் சித்தராஜா, குமாரபாலர் ஆகிய இருவருக்கும் மதுவையும், இறைச்சியையும் கைவிடும்படி ஆலோசனை தந்தார். தன் ஆட்சிப் பகுதி முழுவதும் அகிம்சைக் கோட்பாட்டை நிலைநிறுத்தும்படி குமாரபாலருக்கு ஊக்கமும் தந்திருந்தார்.[133] இவரின் தாக்கத்தால் விலங்குகள் கொலை செய்யப்படு வதை குமாரபாலர் தடை செய்ததாகவும், "சமணத்தைத் தழுவுவதற்கு முன்பு இறைச்சி உணவுக்குத் தான் அடிமையாயிருந்த பாவத்திற்குப் பரிகாரமாக," திருப்புவன விகாரத்தையும், மற்ற முப்பத்திரெண்டு கோவில்களையும் கட்டியதாகவும் சொல்லப்படுகிறது.[134] அப்படி தடை விதிக்கப்பட்டதாக வைத்துக்கொண்டாலும்கூட, அத்தடையை முழுமையாக செயல்படுத்தியிருக்க முடியுமா என்பது அய்யத்துக்குரிய தாகவே இருக்கிறது.[135] அக்பரின் அரசவையில் ஹரிவிஜய சூரியும் இதேபோல் செயலாற்றியதாக பிற்காலச் சமண நூல்கள் உரிமை கொண்டாடுகின்றன. ஸ்வேதாம்பர பிரிவினர் கொண்டாடும் **பருயுஷன்** திருவிழா அன்று கூண்டுப் பறவைகளை விடுதலை செய்யும்படி அக்பர் ஆணையிட்டதாகவும், விலங்குகள் கொல்லப் படுவதற்குத் தடை விதித்ததாகவும் சொல்லப்படுகிறது.[136] சமண சமய விஷயத்தில் ஜஹாங்கீர் முரணான அணுகுமுறைகளைக் கொண்டி ருந்தபோதிலும், தன் மகனுக்குக் கல்வி கற்றுத்தர ஒரு ஸ்வேதாம்பர துறவியை நியமித்திருந்தார். சமணர்களுக்கு வழிபாட்டுச் சுதந்திரத் தைத் தரும் விதமாக 1616 இல் ஒரு கட்டளை பிறப்பித்திருந்தார்.[137] ஜஹாங்கீரும், ஔரங்கசீப்பும் பசுப் பாதுகாப்புக்குச் சாதகமாகச் சட்டங்களை[138] கொண்டு வந்ததாகச் சொல்லப்படுகிறது. ஆனால், பசுவின் மீது அவர்களுக்கு ஏற்பட்ட மரியாதையின் காரணமாக இச்சட்டம் பிறப்பிக்கப்பட்டிருக்க முடியாது.

குறைவான ஆதாரங்களைக் கொண்ட இந்த ஆய்வானது, பௌத்தம், சமணம் ஆகிய இரண்டு சமயங்களும் சாதாரணச் சூழ்நிலை களில் இறைச்சி உணவை ஏற்றுக்கொள்ளவில்லை என்பதை எடுத்துக் காட்டுகிறது. வேதகால நம்பிக்கைகளிலிருந்தும், சடங்குகளிலிருந்தும் மிகப் பெருமளவுக்கு வேறுபட்டு நின்ற இந்த இரண்டு சமயங்களும்,

பசுவைப் புனிதமாகக் கருதவில்லை என்பதுதான் ஆர்வத்துக்குரிய ஒரு விஷயமாகும்.[139] நடுநிலைப் பாதையை வலியுறுத்தி வந்த பௌத்தம் ஒப்பீட்டளவில் உணவுக் கட்டுப்பாட்டில் நீக்குப்போக்காக நடந்து கொண்டது. பற்பல ஆசிய நாடுகளுக்கும் பயணம் செய்த இந்தச் சமயம், வெவ்வேறான நிலவியல், சுற்றுச்சூழல், பண்பாட்டுக் கூறுகளோடு இணக்கம் கொள்ள வேண்டி வந்தது. பழமைப் பிடிப்பிலும், நடைமுறையிலும் பல்வேறு பௌத்தப் பிரிவுகளுக்கிடையே தூக்கலாகத் தெரியும் இடைவெளிக்கான காரணத்தை எளிதாகப் புரிந்து கொள்ள முடிகிறது. பௌத்தத்துக்கு மாறாக, சமணமானது தான் தோன்றிய நாட்டின் எல்லைக்கு வெளியில் பரவவேயில்லை. ஆகவே, பல்வேறு உணவுப் பழக்கவழக்கங்களுக்கேற்பத் தன்னை மாற்றிக் கொள்ள வேண்டிய அவசியம் அதற்கு ஏற்படவில்லை. பௌத்தர்களோடு ஒப்பிடும்போது, சமணர்கள் இறைச்சி உணவை நிராகரித்ததில் மிகக் கண்டிப்பாக நடந்து கொண்டார்கள். தங்கள் சமூகத்திற்கான அடையாளச் சின்னமாகவும் இதைக் கருதினார்கள்.[140] விதி விலக்கான சூழல்களின் போது, பரிந்துரைக்கப்பட்ட உணவுக் கட்டுப் பாட்டிலிருந்து விலகிச்செல்ல இந்த இரண்டு சமயங்களும் அனுமதித் திருந்தன. வேதங்களிலும், உபநிடதங்களிலும் கரு வடிவில் தோற்றம் பெற்றிருந்த அகிம்சை என்ற கருத்தை பல்வேறு அளவுகளில் இந்த இரண்டு சமயங்களும் வலுப்படுத்தின என்பதில் எந்த அய்யமுமில்லை.[141]

3. பிற்காலத் தர்மசாஸ்திர மரபும் அதற்குப் பிறகும்

அகிம்சைக் கோட்பாட்டை வளர்த்தெடுத்ததில் உபநிடதச் சிந்தனை, பௌத்தம், சமணம் ஆகியவற்றின் பங்களிப்பையும் மீறி, சடங்குகளுக்காகவும், உணவுக்காகவும் ஆங்காங்கே விலங்குகள் கொல்லப்பட்டு வந்ததை பார்ப்பனிய நூல்களும், தர்மசாஸ்திரங்களும் தொடர்ந்து அங்கீகரித்தே வந்தன. அகிம்சையைக் கடைப்பிடிக்க வேண்டியது அனைத்து மக்களின் கடமையாகும் என்ற கௌடில்யரின் பொதுக் கட்டளையாலும்,[1] அரண்மனைச் சமையலில் இறைச்சி உணவைக் கைவிடுவது என்ற அசோகரின் பணிவான விருப்பத்தாலும் பசு வதையைத் தடுத்த நிறுத்த முடியவில்லை. மௌரியர் காலத்தில் கால்நடைகள் உள்பட விலங்குகள் கொல்லப்பட்டதற்கான வெளிப் படையான ஆதாரங்களை நாம் ஏற்கனவே பார்த்து விட்டோம். இந்த நடைமுறை மௌரியருக்குப் பிந்தைய காலத்திலும் தொடர்ந்திருக் கிறது என்பதை பல்வேறு சாஸ்திர நூலாசிரியர்களும் வெளிப்படுத்தி யிருக்கிறார்கள். ஆனால், இத்தகவல்கள் ஒரே சீரானவையாக அல்லா மல், முழுக்க உள்முரண்பாடுகள் நிறைந்தவையாக இருக்கின்றன.

வேத முறைப்படி கொல்வது கொலை ஆகாது

உண்ணத் தகுந்த உணவு, விலக்கப்பட்ட உணவு ஆகியன குறித்து மிக அதிகமாகப் பேசியுள்ளதும், சாஸ்திர நூல்களிலேயே (legal texts) மிக முன்னோடியானதுமான மநு சாஸ்திரத்தில் (கி.மு. 200 - கி.பி. 200) இறைச்சி குறித்து பல்வேறு குறிப்புகளைக் காண முடிகிறது. தொடக்ககால, பிற்காலப் பார்ப்பன சாஸ்திர நூல்களோடு இதன் கருத்து பெரும்பாலும் ஒத்துப் போகிறது. தொடக்ககால சாஸ்திர நூல்களைப் போலவே, மநுசாஸ்திரமும் எந்தெந்த விலங்குகளின் இறைச்சியை உண்ணலாம் என்று குறிப்பிட்டிருக்கிறது. அது பின் வருமாறு: - முள்ளம் பன்றி, முள்ளெலி, உடும்பு, காண்டாமிருகம், ஆமை, முயல்; ஒட்டகம் தவிர ஒரு தாடையில் பல் இருக்கும் வீட்டு விலங்குகள் அனைத்தும்;[2] விதிவிலக்கு தரப்பட்ட விலங்குகளில் பசு இல்லை என்பது முக்கியமானது. நீர்வாழ் உயிரினங்களில் விசேசமான மீன் வகைகள் (எடுத்துக்காட்டாக, பாதீனா, ரோகிதா மீன் வகைகள் தெய்வங்களுக்கும், பிதுர்களுக்கும் படையல் தரப்பட்டன; ரஜீவா, சிம்கத்துந்தா, சஷால்கா வகை மீன்கள் எல்லா நேரங்களிலும்

பயன்படுத்தப்பட்டன) உண்ணத்தகுந்தவையாக வகைப்படுத்தப் பட்டன.³ வேள்விச் சடங்குகளின்போது இறைச்சி உண்பது தெய்வக் கட்டளை (daivo vidhih smrtah) என்றும், மற்றநேரங்களில் அதே செயல் ராட்சச காரியம் (raksaso vidhirucyate) என்றும் மநு கூறுகிறார்.⁴ ஆகவே, இறைச்சி எந்த வழியில் பெறப் பட்டிருந்தாலும், அதை தேவர்களுக்கும், பிதுர்களுக்கும், விருந்தினர்களுக்கும் படையல் செய்து விட்டு உண்ணுவது பாவகாரியமாகாது.⁵ சாதாரண காலங்களிலோ, ஆபத்து வேளைகளிலோ (ஆபத்யபி) இறைச்சி உண்ணுவது தடுக்கப் பட்டிருந்தது.⁶ வேள்விகளில் பலியிடப்படுவதற்காகவே விலங்குகள் படைக்கப்பட்டுள்ளன; சடங்குகளின்போது நடத்தப்படும் கொலை (வதை) கொலை அல்ல (அவதை);⁷ வேதத்தால் ஒப்புக்கொள்ளப்பட்ட ஹிம்சையை, அகிம்சையாகவே ஏற்றுக்கொள்ளவேண்டும்⁸ என்று மநு உறுதிபடக் கூறுகிறார். வேள்விக்குப் பயன்படுகின்ற தாவரங்கள், கால்நடைகள், மரம், பறவை ஆகியன இறப்பிற்குப் பின்னர் நற்கதியையே அடைகின்றன⁹ என்றும் அவர் உறுதி தருகிறார். பலியான பொருட்களுக்கு மட்டுமல்ல, வேள்வியை நடத்திய வனுக்கும் இந்த நற்பேறு கிடைக்கிறது. "வேதப் பொருளுணர்ந்த இருபிறப்பாளன் விருந்திலும், வேள்வியிலும், சிரார்த்தத்திலும் உயிர் வதை செய்கையில் அவ்வுயிர்களுடன் தானும் (சொர்க்கத்தில்) நற்கதி பெறுவான்,"¹⁰ என்று மநு சொல்கிறார். வேள்வி, சிரார்த்தம் ஆகிய நிகழ்ச்சிகளின்போது தரப்படும் இறைச்சியை உண்ண மறுக்கும் பார்ப்பனன் இருபத்தியொரு முறை விலங்காய்ப் பிறப்பான்.¹¹ இருபிறப்பாளன் வேள்வி நடத்த வேண்டிய நேரத்தைத் தவிர மற்ற நேரங்களில் - ஆபத்து வேளையிலும்கூட - எந்த உயிரையும் வதை செய்யக்கூடாது¹² என்று ஓரிடத்தில் மநு தெளிவாகக் கூறியுள்ளார். "புனித நீர் தெளிக்கப்பட்டிருந்தாலோ, பார்ப்பனர்கள் அனுமதித் தாலோ, சாஸ்திரப்படி ஒருவர் நடந்து கொண்டாலோ, **உயிருக்கு ஆபத்தான நிலைமையைச் சந்தித்தாலோ** (அழுத்தம் ஆசிரியருடை யது) ஒருவன் இறைச்சி உண்ணலாம்,"¹³ என்று அதே தெளிவோடு வேறொரிடத்தில் குறிப்பிட்டுள்ளார். ஆபத்தான வேளைகளில் நடந்து கொள்ள வேண்டிய முறை பற்றிப் பேச வந்த மநு பண்டைக்காலத்தில் பசிக்கொடுமையிலிருந்து தப்பிக்க எருது, நாய் இறைச்சிகளை உண்ட மிகப் புனிதமான பார்ப்பன ரிஷிகளின் செயல்களை உதாரணமாக எடுத்துக் காட்டுகிறார்.¹⁴ இறைச்சி, மது, உடலுறவு ஆகியவற்றைத் தவிர்த்தால் பெரும்பலன்கள் கிடைக்கும் என்ற போதிலும், இவை மனிதனின் இயற்கையான விருப்பங்கள் என்று மநு ஏற்றுக்கொண்ட திலேயே அவரின் தாராள மனப்பான்மை தெளிவாகத் தெரிகிறது.¹⁵

பிரஜாபதி இந்த உலகை மூலமுதற் பொருளின் பண்பாகவே படைத்தான்; அசைகின்ற, அசையாத பொருட்கள் அனைத்தை யும் அதற்கு உணவாகப் படைத்தான்; இடம் விட்டு இடம் நகரக்கூடியவற்றுக்கு ஓரிடத்திலேயே அசையாதிருந்தவை

உணவாக அமைந்தன. கோரைப் பற்கள் கொண்ட விலங்குகளுக்கு, கோரைப்பற்கள் இல்லாத விலங்குகள் உணவாக அமைந்தன. கைகளுள்ள மானிடர்க்கு கைகளில்லாத மீன் போன்றவையும், கொடிய விலங்குகளுக்கு யானை போன்ற சாதுவான விலங்குகளும் உணவாக அமைந்தன; எனவே, தனக்கென விதிக்கப்பட்ட உணவைக் கொன்று உண்ணுவது பாவமாகாது; ஏனெனில் உண்ணும் உயிரினம், உண்ணப்படும் உயிரினம் இரண்டையுமே படைத்தவன் பிரமன்தான்![16]

என மேலும் அவர் தடைகளைத் தளர்த்துவதைப் பார்க்கலாம்.

இந்தக் கட்டளை இறைச்சி உணவு மீதான அனைத்துக் கட்டுப்பாடுகளையும் அகற்றுவதோடு, விருப்பம் உள்ளவர்கள் அதை உண்ணுவதற்குச் சுதந்திரமும் தருகிறது. துறவிகளின் உணவு வகைகளில் இறைச்சி இடம் பெற்றிருந்த போதிலும்,[17] ஊர்ப்பன்றி, ஊர்க்கோழியின் இறைச்சியைத் தவிர்க்க வேண்டும் எனப் பார்ப்பனர்கள் அறிவுறுத்தப்பட்டார்கள்.[18] கௌடில்யரைப் போலவே மநுவும், அகிம்சையானது அனைத்து மக்களும் கடைபிடிக்க வேண்டிய பொதுவான[19] கடமை என்று அறிவிக்கும்போது தான் சொல்லியுள்ள உணவு விதிமுறைகளுக்குத் தானே முரண்படுகிறார்.[20] மநுவின் கட்டளைகளில் காணப்படும் முரண்பாடுகளைப் பார்க்கும் போது, இந்த சாஸ்திர நூல் காலவரிசைப்படி பல நூற்றாண்டுகாலப் படிவுகளை தன்னுள் கொண்டிருக்கிறது என்பது தெரிய வருகிறது. குறைந்தபட்சம் **மதுபர்கம், சிரார்த்தம்** போன்ற விசேசச் சடங்குகளிலாவது இறைச்சியுண்ண அவர் அனுமதி தந்திருப்பார் என்பதில் எந்த அய்யமுமில்லை. ஏனெனில், அவரின் உரையாசிரியரான மேதாதிதியின் கருத்துப்படி, வேதகாலத்திய, வேதகாலத்துக்குப் பிந்தைய நடைமுறைகளைப் பின்பற்றித்தான் இந்தச் சடங்குகளின் போது பசுக்கள் கொல்லப்படுகின்றன.[21]

மநுவைப் போலவே, யாக்ஞவல்கியரும் *(கி.பி. 100 - 300)* உண்ணத்தகுந்த உணவு, விலக்கப்பட்ட உணவு குறித்த விதிமுறைகளை விவாதிக்கிறார். இந்த விஷயத்தின் மீது இவர் விரிவாகப் பேசவில்லையென்றாலும், மநுவின் கருத்திலிருந்து பெரிய அளவுக்கு மாறுபட்டு விடவில்லை.[22] மநுவைப் போலவே யாக்ஞவல்கியரும் பிதுர்களைத் திருப்திப்படுத்தும் விசேசமான இறைச்சி வகைகளைப் பற்றியும் (மான், செம்மறியாடு, வெள்ளாடு, பன்றி, காண்டாமிருகம்) பறவைகளைப் பற்றியும் (உ-ம் - கௌதாரி) குறிப்பிடுகிறார்.[23] மாணவன், குரு, மன்னன், நெருங்கிய நண்பன், மருமகன் ஆகியோருக்கு ஒவ்வொரு ஆண்டும் **அர்கியம்** தரவேண்டும்; அனைத்துச் சடங்குகளின் போதும் புரோகிதருக்கு **மதுபர்கம்** செய்யவேண்டும் என்பது இவர் கருத்தாகும்.[24] வேதமறிந்த பார்ப்பனனை **(ஸ்ரோட்ரியன்)** பெரிய எருது அல்லது வெள்ளாடு, சுவையான உணவு, இனிமையான வார்த்தைகளோடு உபசரிக்க வேண்டும் என்றும் இவர்

கட்டளையிடுகிறார்.[25] விருந்தினர்களைக் கௌரவிப்பதற்காக, கால் நடைகளைக் கொன்று வந்த பழைய நடைமுறைக்கு இவர் அங்கீகாரம் தந்திருப்பதையே இது எடுத்துக்காட்டுகிறது. மநுவைப் போலவே, யாக்ஞவல்கியரும் உயிருக்கு ஆபத்தான நேரங்களிலும், வேள்விகளின் போதும், மரணச் சடங்குகளின் போதும் இறைச்சி உணவை உண்ண அனுமதி தருகிறார்.[26] சாதாரண காலங்களில் கிடைக்கும் இறைச்சியை (விரதா மாம்சம், அநுபாக்கிர்த மாம்சானி) உண்ணக்கூடாது;[27] தன் சொந்த உணவுக்காகவும், வேத நடைமுறை களுக்கு மாறாகவும், விலங்குகளைக் கொல்பவன், பலியான விலங்கின் உடம்பிலுள்ள மயிர்களின் எண்ணிக்கைக்குச் சமமான நாட்கள் நரகத்தில் அல்லல்படுவான் என்பது இவர் கருத்தாகும்.[28]

சாஸ்திர விதிமுறைகளுக்குப் பொருந்தாத நேரங்களில் மது, மாமிசம், உடலுறவு ஆகியவற்றைத் தவிர்க்க வேண்டும் என்று பிரகஸ்பதியும் (கி.பி. 300 - 500) பரிந்துரைக்கிறார்.[29] வேதத்தால் ஒப்புக் கொள்ளப்பட்ட உயிர்ப்பலிகளை பொதுவாக சாஸ்திர வல்லுநர்கள் ஏற்றுக்கொண்டார்கள். விலங்குகளையும், வீட்டு விலங்குகளையும் - பசு உள்ளிட்டு - வேள்விகளுக்காக உயிர்ப்பலி தருவது வேதகால நடைமுறையாக இருந்தது என்பதை நாம் ஏற்கனவே பார்த்தோம். கிறித்துவ சகாப்தத்தின் தொடக்க காலத்தில் இந்த நடைமுறை பார்ப்பனிய வட்டத்தில் சாதாரண நடைமுறையாக இருந்தது. கிறிஸ்து மரணத்துக்குப் பிந்தைய முதல் ஆயிரம் ஆண்டின் பின்பாதி வரையிலும்கூட இது இப்படியேதான் இருந்து வந்தது. சடங்குகளுக் காக மட்டுமே விலங்குகளைப் பலியிட வேண்டும் என்று தர்ம சாஸ்திரங்கள் விதித்தக் கட்டுப்பாட்டைப் பார்ப்பனர்களோ, சமூகத் தின் மற்ற பிரிவினரோ ஏற்று நடந்து வந்தார்கள் என்று ஊகிப்பது யதார்த்தத்திற்கு விரோதமானதாகவே இருக்கும்.[30] உள்ளூர் பழக்க வழக்கங்களின் முக்கியத்துவத்தைப்பற்றிப் பேசும்போது, மத்திய தேசத்தைச் சேர்ந்த கைவினைஞர்கள் மாட்டிறைச்சி உண்டு வந்தது குறித்து பிரகஸ்பதி குறிப்பிட்டிருப்பது வியப்பைத் தருவதில்லை.[31] மாட்டிறைச்சியும், மீனும் தென்னிந்திய உணவுப் பட்டியலில் அன்றாடம் இடம் பெற்று வந்திருக்கின்றன என்ற விஷயம் சங்க இலக்கியங்களைப் பார்க்கும்போது வெளிப்படையாகத் தெரிகிறது. மதுவும், மாட்டிறைச்சியும் உண்டதால் சமூகத்திலிருந்து விலக்கி வைத்து விடுவார்கள் என்ற அச்சமின்றி, அது பற்றி பார்ப்பனப் புலவரான கபிலர் சுவையாகப் பேசுவதை சங்கப்பாடல் ஒன்று குறிப்பிட்டுள்ளது.[32]

கிறித்துவ சகாப்தத்தின் தொடக்க நூற்றாண்டுகளிலிருந்து பதினெட்டாம் நூற்றாண்டு வரையிலும் பல்வேறு காலங்களில் தொகுக்கப்பட்ட புராணங்கள் மேற்சொல்லியுள்ள சாஸ்திர நூல் களோடு ஒத்துப்போவதாகவே இருக்கின்றன. புராணங்கள் இறைச்சி உணவைத் தடை செய்யவில்லை. பிற்காலத்தைச் சேர்ந்த புராண நூல்

ஒன்று சடங்கு நிகழ்ச்சிகளின்போது இறைச்சி உண்ணப்பட்ட விஷயத்தை அடிக்கடி குறிப்பிட்டுள்ளது.³³ சிரார்த்தத்தின் போது முயல், வெள்ளாடு, பன்றி, மறிமான், மான், காயல்,* செம்மறியாடு ஆகிய விலங்குகளின் இறைச்சியைப் படையல் செய்தால் நல்ல பலன்கள் கிடைக்கும் என்று **விஷ்ணு புராணம்** சொல்கிறது.³⁴ ஏறத்தாழ தர்மசாஸ்திர நூல்களின் பாணியிலேயே **மார்க்கண்டேய புராணமும்**, "சடங்கு விதிமுறைகளுக்குட்பட்ட அல்லது மருந்தாகத் தரப்படும் இறைச்சியை உண்பதில் எந்தப் பாவமும் இல்லை" என்று வலியுறுத்திச் சொல்கிறது.³⁵ மரணச் சடங்குகளின் போது பார்ப்பனர்களுக்கு மாட்டிறைச்சி விருந்து தரப்பட்டதற்குப் பல்வேறு புராணங்களில் ஆதாரங்களைப் பார்க்க முடிகிறது என ஒரு ஆய்வாளர் குறிப்பிடுகிறார்.³⁶ துர்கா பூஜை, நவராத்ரா, நவராத்திரி, தசரா, தசய் எனப் பல்வேறு பெயர்களில் அறியப்படுகின்ற - பெண் தெய்வங்களுக்கான - திருவிழாக்களின்போது விலங்குகள் பலி தரப்பட்ட சடங்குகள் நடந்ததையும் இப்புராணங்கள் குறிப்பிடுகின்றன. திருவிழாவின் போது எருமைகளைப் பலி தரும்படி **தேவிபுராணம், கருட புராணம், ஸ்கந்த புராணம், பவிஷ்ய புராணம்** ஆகிய புராணங்கள் பரிந்துரை செய்கின்றன.³⁷ இருப்பினும், விருந்தினர்களைக் கௌரவிப்பதற்காகவோ, வேள்விகளில் பலி தரப்படுவதற்காகவோ பசுக்களைக் கொல்லக்கூடாது என்ற தடையை **நாரதியமகாபுராணத்**தில் பார்க்க முடிகிறது.³⁸ ஏற்கனவே மேலோங்கியிருந்த நடைமுறையை இது மறுக்கிறது. புரோகிதர் வர்க்கத்துக்குத் தட்சணையாகக் கால்நடைகள் வழங்கப்பட்டு வந்த நடைமுறையைப் புராணங்கள் மேன்மைப் படுத்திய போக்கானது, கி.பி. முதல் ஆயிரம் ஆண்டின் இரண்டாம் பின்பகுதி காலகட்டத்திலிருந்துதான்³⁹ தொடங்கியது என்ற போதிலும், (திருவிழாக்களில்) எருமைகளை வதை செய்வது குறித்த புராணங் களின் பரிந்துரையானது, கால்நடைகளுக்கென ஒரு தனிப்பட்ட மரியாதை அன்று காட்டப்படவில்லை என்ற சாதாரண உண்மையை வெளிக்காட்டுவதாக இருக்கிறது.

காவியங்கள் வழங்கும் ஆதாரங்கள்

மௌரியர் காலத்துக்குப் பின்பும், குப்தர் காலத்திலும் இலக்கிய வடிவம் தரப்பட்டு ஒழுங்கமைக்கப்பட்ட **மகாபாரதம், இராமாயணம்** ஆகியவை மாட்டிறைச்சி உண்ணும் பழக்கத்துக்குத் தெளிவான ஆதாரங்களைத் தந்துள்ளன. (தொடக்கால ஸ்மிருதிகளும், புராணங்களும் இதே காலகட்டத்தைச் சேர்ந்தவைதாம்). பொழுது போக்குக்கு என்பதைவிட உணவுக்காக சத்திரியர்கள் அடிக்கடி

---

* காயல் (gayal): கால்நடைகளில் ஒரு வகை (மொ-ர்)

வேட்டையாடி வந்திருக்கிறார்கள் என்பதற்கு மகாபாரதம் - குறிப்பாக அதிலுள்ள **வனபர்வம்** - ஆதாரமாக இருக்கிறது.[40] உணவுக்காக வளர்ப்பு விலங்குகள் கொல்லப்பட்டு வந்ததற்கும் இது ஆதாரத்தைத் தருகிறது. ஹிம்சையை[41] பார்த்து மனம் வருந்திய யுதிஷ்டரும்கூட தன் தம்பிகளுக்கும், திரௌபதிக்கும், காட்டில் வாழ்ந்து வந்த பார்ப் பனர்களுக்கும் உணவு தர தினந்தோறும் **ரூரூ** மான்களையும் **கிருஷ்ண மி**ருகத்தையும் வேட்டையாடியதாக இதில் விவரிக்கப் பட்டுள்ளது.[42] பார்ப்பனர்களின் உணவில் இறைச்சி சாதாரணமாக இடம் பெற்று வந்தது என்ற தகவலை **ஆதிபர்வத்**தில் இடம் பெற்றுள்ள கல்மாசபாதம் என்ற கதை கூறுகிறது.[43] ஜெயத்ரதனுக்கும் அவன் பரிவாரங்களுக்கும் அய்ம்பது மான்களைக் கொன்று திரௌபதி விருந்து தந்ததாகவும், கறுப்பு உடும்பு, புள்ளி உடும்பு, மான், இளமான், **சராபா,** குழி முயல், **ரிஷ்யா, ரூரூ**, சம்பரா, காயல், பலவகை மான்கள், பன்றி, எருமை இன்னும் ஏனைய விலங்குகளின் இறைச்சியை யுதிர்ஷ்டர் அவர்களுக்குத் தருவார் என்று உறுதி தந்ததாக வும் சொல்லப்பட்டுள்ளது.[44] பாண்டவர்கள் விஷம் தடவப்படாத அம்புகளால் மான்களை வேட்டையாடியதாகவும், பார்ப்பனர்களுக்குத் தந்த பின்னர் அந்த இறைச்சியை அவர்கள் உண்டதாகவும் அதில் சொல்லப்பட்டுள்ளது.[45] மாட்டிறைச்சியையும், உணவு தானியங்களை யும் பார்ப்பனர்களுக்குத் தானம் தந்து அதன்மூலம் ஈடு இணையற்ற புகழைச் சம்பாதித்துக்கொண்ட மன்னன் ரந்திதேவரின் அரண்மனைச் சமையலில் தினந்தோறும் இரண்டாயிரம் பசுக்கள் கொல்லப்பட்ட தாக **வனபர்வம்** குறிப்பிடுகிறது.[46] கொல்லப்பட்ட பசுக்களின் இரத்தத்திலிருந்துதான் கர்மாவதி ஆறு (புதிய பெயர் சம்பல்) உரு வானது.[47] பாணிணி இதை கர்மனன்வதி என்று இதற்கு முன்பே குறிப்பிட்டுள்ளார்.[48] பார்ப்பனர்களுக்கு இறைச்சி, அரிசி, நெய், பால் ஆகியவற்றை வழங்க வேண்டும் என **அனுஷாசனபர்வத்**தில் நாரதர் அறிவித்துள்ளார்.[49] பிதுர்களுக்குப் படையல் செய்யவேண்டிய பொருட் களை ஏறுவரிசைப்படி[50] பீஷ்மர் பின்வருமாறு விவரித்துள்ளார்: எள், அரிசி, பார்லி, அவரை, நீர், கிழங்குகள், பழவகைகள், மீன், ஆட்டிறைச்சி, முயல், வெள்ளாடு, பன்றி, கோழி, மான் இறைச்சி (parasata, raurava), காயல், எருமை, மாட்டிறைச்சி,[51] **பாயசம், வார்திரினஷம்,** காண்டாமிருகம், (கட்கம்) ஆட்டுத் தோல், சிவப்பு ஆடு. மறுபுறம், வேதச்சடங்குகளின் ஒரு பகுதியாக பலி தரப்படும் விலங்கின் இறைச்சியை உண்ணலாம் என்று மகாபாரதத்தில் இதே பர்வத்தில் குறிப்பிட்டிருக்கும் பீஷ்மர் இதற்கு முன்பே அகிம்சையை[52] போற்றிப் புகழ்ந்து பாடியிருக்கிறார். மகாபாரதத்தில் விவரிக்கப் பட்டுள்ள பொதுவான அசைவ உணவுச் சூழலை வைத்துப் பார்க்கும் போது அகிம்சையை மேன்மைப்படுத்திப் பேசியிருப்பது முரண் பாடாக இருந்தபோதிலும், பசு, கால்நடைகள் உள்ளிட்டு விலங்கு களின் இறைச்சி உணவாக உண்ணப்பட்டு வந்த நடைமுறை

பண்டைக்காலத்தில் பார்ப்பனர்கள், சத்திரியர்கள் மத்தியில் பொது வான நடைமுறையாக இருந்திருப்பது தெரிய வருகிறது. சமூகத்தின் அடித்தட்டுப் பிரிவினர் மட்டுமே இறைச்சி உண்டு வந்ததாக மகாபாரதத்தில் வரும் ஒரு பாத்திரம் சொல்லியுள்ள போதிலும்,[53] காளைகள் உள்ளிட்டு விலங்குகள் ஏராளமான எண்ணிக்கையில் கொல்லப்பட்டதாகச் சொல்லப்படும்[54] யுதிஷ்டரின் அஸ்வமேத வேள்வியின்போது நடைபெற்ற விருந்தில் பல்வேறு வகைப்பட்ட இறைச்சிகள் பரிமாறப்பட்டிருந்தன. உணவு விஷயத்தில் பார்ப்பனர் கள் மிகுந்த கட்டுப்பாடு கொண்டவர்கள் என்று பெருமையடித்துக் கொண்ட போதிலும், இம்மாதிரியான விருந்துகளில் இறைச்சி உணவு வகைகளை இவர்கள் உண்பதற்கு இந்தப் பெருமை குறுக்கே நிற்கவில்லை.

மகாபாரதத்தைப் போலவே, வால்மீகி இராமாயணத்திலும், வேள்விகளுக்காகவும், உணவுக்காகவும் கால்நடைகள் உள்பட விலங்கு களைக் கொன்று வந்த நடைமுறைக்கு ஏராளமான ஆதாரங்களைப் பார்க்க முடிகிறது. தனக்கு வாரிசு வேண்டும் என்பதற்காக தசரதன் ஒரு வேள்வி நடத்தியதாகவும், அதில் பலியிட சாஸ்திரங்களால் அனுமதிக்கப்பட்ட விலங்குகள் ஏராளமானவற்றை (எ.கா: குதிரைகள், பாம்புகள், நீர்வாழ் உயிரினங்கள்) முனிவர்கள் கொண்டு வந்ததாகவும் இந்நூலில் குறிப்பிடப்பட்டுள்ளது. சடங்கில் பலி தருவதற்காக பூமியைச் சுற்றி வந்த குதிரையுடன், முன்னூறு விலங்குகளையும் சேர்த்து வேள்விக் கம்பங்களில் (யுபாஷ்)[55] கட்டி வைத்ததாக அது மேலும் குறிப்பிட்டுள்ளது. தான் நாடு கடத்தப்பட்ட செய்தியை கௌசல்யாவிடம் சொன்ன இராமன், இறைச்சியை விலக்கி வைத்து விட்டு[56] தேன், கிழங்கு, பழவகைகளை மட்டுமே சாப்பிட்டு பதினான்கு ஆண்டுகள் தான் காட்டில் வாழப்போவதாக சத்தியம் செய்து தருகிறான். உண்மையில் தொடக்கத்தில் அப்படியே நடந்தும் காட்டினான். இதனால்தான், நிஷாதர்களின் தலைவன் குகன் இறைச்சி தந்த போது அவன் அதை மறுத்து விட்டான்.[57] உணவுக்காகவும், வேள்விகளுக்காகவும் இராமனும், இலட்சுமணனும் காட்டுவிலங்கு களை வேட்டையாடியதாக இதே புராணத்தில் அடிக்கடி பல குறிப்பு களைப் பார்க்க முடிகிறது. இராமன் வேட்டையாடுவதையே பொழுது போக்காகக் கொண்டவன் என்ற படிமத்துக்கு ஆதாரமாக ஏராளமான இராமாயணக் கதைகளைக் காட்ட முடியும்.[58] இறைச்சி உணவு மீது சீதை பெரும் ஆர்வம் காட்டி வந்தாள் என்ற விஷயத்தையும் இந்த நூலிலுள்ள பல பாடல்களிலிருந்து ஊகிக்க முடிகிறது. கங்கையைத் தாண்டியபோது அரிசிச் சோறும், இறைச்சியும் கங்கையாற்றுக்கு சமைத்துத் தருவதாக சீதை உறுதி தந்தாள். தன் கணவனுடன் பத்திர மாகத் திரும்பி வந்தால், ஏராளமான மதுவைத் தருவதாக வாக்குறுதி தந்தாள்.[59] தன் கணவன் அவன் சபதத்தை நிறைவேற்றி முடித்தால் ஆயிரம் பசுக்களையும், நூறு ஜாடி மதுவையும் யமுனை ஆற்றுக்குப்

படையல் தருவதாக அந்த ஆற்றைக் கடக்கும்போது சீதை வேண்டிக்கொள்கிறாள்.[60] மான் இறைச்சி மீது சீதை வைத்திருந்த விருப்பத்தின் காரணமாகவே அவள் கணவன், பொன்மான் வேடம் போட்ட மாரீசனை துரத்திச் சென்று கொல்கிறான்; அதனால் வரும் கேடுகளை உணர்ந்திருந்தபோதிலும், அந்தப் புள்ளிமானைக் கொன்று அதன் இறைச்சியை எடுத்து வர அவன் தயக்கம் காட்டவில்லை.[61] சீதை கர்ப்பமாக இருந்தபோது அவளுக்குப் பல வகைப்பட்ட மதுவையும் இராமன் தந்ததாகவும், வேலைக்காரர்கள் அவளுக்குப் இறைச்சியும், பழங்களும் தந்ததாகவும் இராமாயணத்தின் இறுதிப் பகுதியில் குறிப்பிடப்பட்டுள்ளது.[62] சீதையைப் பிரிந்திருந்த இராகவன் அந்த நாட்களில் இறைச்சியையோ, தேனையோ, மதுவையோ தொட வில்லை[63] என்று சீதையிடம் அனுமன் விவரிக்கின்ற போதிலும், சுக்ரீவனைச் சந்திக்கச் சென்ற வழியில் அந்த நாயகன் போகிற போக்கில் பறவைகளையும், மீன்களையும் கொன்றதாக கவந்தர் சொல்கிறார்.[64] பரதனுக்கு மீன், இறைச்சி, தேன் ஆகியவற்றையும், அவன் படைகளுக்கு கருவாடு, மீன் ஆகியவற்றையும் குகன் விருந் தாகத் தருகிறான்.[65] பரதனின் படைகளை பரத்வாஜரும் நன்கு உபசரிக்கிறார். இறைச்சியும், மதுவும் தந்து அவர்களைக் கௌரவப் படுத்துகிறார்.[66] "கொழுத்த கன்றை வெட்டிச் சமைத்து உணவு படைத்து இராமனை வரவேற்கிறார்."[67] இராவணனின் அரசவை விருந்தில் மான், எருமை, பன்றி, மயில், காட்டுக்கோழி, வெள்ளாடு ஆகிய விலங்குகளின் இறைச்சியும்,[68] கும்பகர்ணனின் பிரம்மாண்ட மான அசைவ உணவுவகைகளும் முக்கிய அம்சங்களாக இருந்தன.[69] அய்ந்து விரல்கள் கொண்ட அய்ந்து வகை விலங்குகளின் இறைச்சியை உண்ணலாம் என்பது தர்மசாஸ்திரங்களின் கட்டளை என்பதை வாலி தெரிந்திருந்த போதிலும், உயிருக்குப் போராடிக் கொண்டிருந்தபோது விலங்குகளைக் கொல்ல அவன் ஒப்புக் கொள் கிறான்.[70] உண்ணத்தக்கவை என்று தர்ம சாஸ்திரங்களால் குறிப் பிடப்பட்ட விலங்கு இறைச்சிகள் உண்ணப்பட்டு வந்ததற்கு ஏராளமான குறிப்புகளை வால்மீகியின் நூலில் பார்க்கலாம்; ஆனால், இதில் நாய் இறைச்சி வெறுப்புக்குரியதாகக் குறிக்கப்பட்டிருந்தது.[71] இவ்வாறாக, இறைச்சி உண்பதை இராமாயணம் கண்டித்திருந்த போதிலும்,[72,3] அசைவ உணவு மரபை அது உயர்த்திப் பிடித்திருந்தது. யமுனை ஆற்றுக்கு ஆயிரம் கால்நடைகளை வெட்டிப் பலி தருவ தாகக்கூட சீதை வாக்குறுதி தந்ததை நாம் ஏற்கனவே பார்த்து விட்டோம். வைணவ பக்தி இயக்கத்தின் உறுதியான ஆதரவாளரான இராமானந்தரால் (பதினான்காம் நூற்றாண்டு) எழுதப்பட்டதாகச் சொல்லப்படும் **அத்யாத்ம இராமாயணத்திலும்**கூட, இறைச்சி உணவின் மீது சீதை கொண்டிருந்த விருப்பம் சுட்டிக்காட்டப்பட்டி ருப்பதை இங்கு குறிப்பிடுவது பொருத்தமானதாகவே இருக்கும்.[73]

மருந்தும், சிகிச்சையும்

மருத்துவக் கலை குறித்த செவ்வியல் இந்திய நூல்களிலும் அசைவ உணவு மரபின் பிரதிபலிப்பைப் பார்க்கலாம். சரகர் (முதல் - இரண்டாம் நூற்றாண்டு) சுஷ்ருதர் (மூன்றாம் - நான்காம் நூற்றாண்டு) ஆகியோரால் எழுதப்பட்டு, பிற்காலத்தில் தொகுக்கப்பட்ட நூல் களிலும், வாக்பதர் (ஏழாம் நூற்றாண்டு) எழுதிய நூலிலும் முன்னூறுக் கும் மேற்பட்ட விலங்குகளை [74] பற்றிக் குறிப்பிடப்பட்டுள்ளது. (அவையனைத்துமே உண்ணத்தகுந்த விலங்குகள் என்று சாஸ்திரங் களால் அங்கீகரிக்கப்பட்டவையல்ல!) பல்வேறு நோய்களுக்கு மருந்தாக குறைந்தது இருபத்தெட்டு விலங்குகளின் இறைச்சியைக் குறிப்பிட்டு **சரக சம்கிதம்** ஒரு பட்டியல் தந்துள்ளது.[75] நூற்று அறுபத் தெட்டு இறைச்சி வகைகளை, அவற்றின் மருத்துவக் குணங்களைக் குறிப்பிட்டு **சுஷ்ருதா சம்கிதம்** வகைப்படுத்தியுள்ளது.[76] ஆனால், வாக்பதரின் **அஷ்டாங்க ஹிர்தயத்**தில் பல்வேறு இறைச்சி உணவு களைக் குறித்த குறிப்புகள் ஒப்பீட்டளவில் குறைவாகவே உள்ளன. பண்டைய இந்திய மருத்துவ நூல்களில் குறிப்பிடப்பட்டிருக்கும் இறைச்சி வகைகளைப் பார்க்கும்போது, பண்டைய விலங்கினங் களைப் பற்றி அந்நூலாசிரியர்கள் விரிவாக அறிந்திருந்தனர் என்பது தெரிய வருகிறது. சாஸ்திர நூலாசிரியர்களால் உண்ணத்தகுந்தவை என்று அறிவிக்கப்பட்ட அனைத்து விலங்குகளையும் தங்கள் பட்டியலில் அவர்கள் சேர்த்திருக்கிறார்கள். வெள்ளாடு, முயல், மயில், முதலை, ரோஹிதா மீன், ஆமை, மான், கிளி, கௌதாரி ஆகிய வற்றின் இறைச்சிகள் சிறந்தவையாகக் கருதப்பட்டன.

மருத்துவக் குணம் கொண்ட இறைச்சி வகைகள் என்று பண்டைய மருத்துவ நூல்களால் பரிந்துரைக்கப்பட்ட விலங்குகள், பறவைகள் குறித்த பட்டியல் மிக நீளமானது. [77] எனினும் இந்த நூல்கள் அகிம்சையின் முக்கியத்துவத்தை உயர்த்திப் பிடிக்கின்றன. சரகரின் கருத்துப்படி "நீண்ட ஆயுளுக்கு மிகச் சிறந்த வழி அகிம்சையே....". ஆனால், சரகருக்கும் சரி, அவருக்குப் பின் வந்த இந்திய மருத்துவ நூலாசிரியர்களுக்கும் சரி, அகிம்சை மிகுந்த அக்கறைக்குரிய விஷயமாக இருக்கவில்லை. சுஷ்ருதரையும், அவருக்குப் பின்வந்த மற்ற மருத்துவ வல்லுநர்களையும் போலவே சரகரும் மருத்துவக் கலையின் தேவைக்கேற்ப, பல்வேறு நோய்களால் அவதிப்படும் நோயாளிகளுக்கு மிக விரிவான அளவில் பல்வேறு இறைச்சி வகைகளையும், இறைச்சிச் சாறுகளையும் பரிந்துரை செய்துள்ளார். பசுக்களைக் கொல்வதில் புகழ்பெற்றவன் என்று பிற்காலப் புராணங்களில் குறிப்பிடப்பட்டுள்ள [78] பிரஷாதரன் (மநுவின் எண்ணற்ற வாரிசுகளில் இவனும் ஒருவன்) ஒரு வேள்வியின்போது கொல்லப்பட்ட பசுக்களின் இறைச்சியை உண்டதிலிருந்துதான் வயிற்றுப்போக்கு நோயே உருவானதாக இவர் அய்யமின்றிக் குறிப்

பிட்டுள்ளார். கால்நடை இறைச்சிகளிலேயே மிகச் சுகாதாரக் கேடானது எருதின் இறைச்சிதான் என்று சொல்லுமளவுக்கு இவர் சென்று விடுகிறார்.[79] விட்டு விட்டு வரும் காய்ச்சலுக்கு மாதுளம் பழச்சாறில் ஊறவைக்கப்பட்ட மாட்டிறைச்சிக் கஞ்சியை சரகர் தயக்கமில்லாமல் பரிந்துரை செய்கிறார்.[80] மூச்சுத்திணறல், மூக் கடைப்பு, அவ்வப்போது வரும் காய்ச்சல் ஆகிய நோய்களுக்கு மாட்டிறைச்சி மருந்தாக அமையும் என மிகத் தெளிவாக விவரிக்கிறார்.[81] இதைப் போலவே, சுஷ்ருதரும் "மூச்சுத் திணறல், மூக்கடைப்பு, இருமல், தொடர்ச்சியான காய்ச்சல், ஓயாத பசி போன்ற நோய்களுக்கு மாட்டிறைச்சி நல்ல மருந்து என்பது மெய்ப்பிக்கப்பட்ட ஒன்று" என்று சொல்லியிருப்பதோடு, மேலும் ஒரு படி சென்று "புனித மானது"[82] என்றும், சுவையானது என்றும் அதை வர்ணித்துள்ளார். எருது இறைச்சி மீது ஏக்கம் கொண்டிருந்த கர்ப்பிணிப் பெண்களைப் பற்றி இவர் பேசுகிறார். இந்த ஏக்கம் கருவிலிருக்கும் குழந்தையின் துடிப்புக்கும், ஆற்றலுக்கும் ஒரு அறிகுறியாகும்.[83] பல நூற்றாண்டு களுக்குப் பின்னர், வாக்பதர் (ஏழாம் நூற்றாண்டு) இதேதொனியில் மாட்டிறைச்சின் நோய் தீர்க்கும் ஆற்றல்கள் குறித்துப் பேசுகிறார்.[84] மாட்டிறைச்சின் மருத்துவக் குணங்கள் பற்றிய புகழ்பாடும் குறிப்பு கள் பிற்காலத்திலும் தொடர்கின்றன.[85] மாட்டிறைச்சின் நோய் நீக்கும் கலை குறித்த சுஷ்ருதரின் நினைவுகளை ஹலாயுதர் (பத்தாம் நூற்றாண்டு) பாதுகாத்து வைத்துள்ளார்.[86]

பசு இயற்கையாகவே புனிதமானது, மரியாதைக்குரியது என்ற கருத்தையோ, மாட்டிறைச்சியை உண்ணக்கூடாது என்ற கருத்தையோ மேற்கண்ட மருத்துவ நூல்கள் மறைமுகமாகக்கூடக் குறிப்பிட வில்லை. ஆபத்தான சூழ்நிலைகள் குறித்து மருத்துவ நூல்கள் பேசி யுள்ளதால், ஆபத்து காலங்களுக்கென்று சில விதிமுறைகளை சாஸ்திர நூல்கள் உருவாக்கியிருப்பது போல, இவையும் நோய்த் தடுப்பு ஆற்றல், நோய் தீர்க்கும் ஆற்றல்களுக்கேற்ப இறைச்சி உணவுகளைப் பரிந்துரை செய்திருக்கலாம் என்று ஒருவர் வாதிடக்கூடும்.[87] ஆனால், இந்த வாதத்தை ஏற்றுக்கொள்ள முடியாது. பண்டைய இந்திய மருத்துவ நூல்கள் உணவுப் பட்டியலில் சைவ உணவு வகைகளுக்கு உரிய இடத்தைத் தந்துள்ளன. அசைவ உணவு முறையோடு சைவ உணவு முறையும் நடைமுறையிலிருந்து வந்தது. மருத்துவர்களின் பரிந்துரை, நோயாளிகளின் விருப்பம் ஆகியவற்றைச் சார்ந்து உணவு பரிந்துரை செய்யப்பட்டது. எந்தவொரு இறைச்சி உணவும் தடை செய்யப்பட்டிருக்குமானால், மருத்துவ நூல்கள் அந்த உணவு குறித்து உயர்வாகப் பேசியிருக்க வாய்ப்பில்லை.

வான சாஸ்திர நூல்கள் இந்தக் கருத்தை வலுப்படுத்துகின்றன. எடுத்துக்காட்டாக, இறைச்சி உணவு பொதுவான நடைமுறையாக இருந்ததோடு யானை, எருமை, செம்மறியாடு, பன்றி, பசு அல்லது காளை, முயல், மான், பல்லி, மீன் ஆகிய விலங்குகளின் இறைச்சியும்

உண்ணப்பட்டு வந்தது என்ற கருத்தை வராகிமிரர் (ஆறாம் நூற்றாண்டு) நமக்குத் தருகிறார்.[88] "எருமை, காளை, ஆண்பூனை, வெள்ளாடு, மான் ஆகிய விலங்குகளின் இறைச்சியையும், மீனையும் சடங்கு முறைப்படி உண்ணும்படி," ஒரு மன்னனுக்குப் பரிந்துரையும் செய்கிறார்.[89] நடைமுறையில் அவர் ஆலோசனை எவ்வளவு தூரம் பின்பற்றப்பட்டிருக்கும் என்பதை உறுதியாகக் கூறமுடியாது. பல நூற்றாண்டுகளுக்குப் பிறகு சாளுக்கிய மன்னன் சோமேஸ்வரனின் (பன்னிரெண்டாம் நூற்றாண்டு) **மானசோலாஸா** என்ற நூல் அரச வாழ்க்கையின் பல்வேறு அம்சங்கள் குறித்து விவாதித்துள்ளது. அந் நூலில் பல்வேறு இறைச்சி உணவுகள் பரிந்துரைக்கப்பட்டுள்ளன. அதில் பன்றி இறைச்சி, மீன்[90] ஆகியவற்றின் மீது மன்னன் காட்டிய ஆர்வம் சுட்டிக்காட்டப்பட்டிருக்கிறது; ஆனால், உண்ணத்தகாத உணவுப் பட்டியலில் மாட்டிறைச்சி சேர்க்கப்படவில்லை.[91] இது ஒரு புறமிருக்க, பசு உள்ளிட்டு கால்நடைகள் இயற்கையாகவே புனித மானவை என்ற கருத்துக்கு எதிராகக் கணிசமான ஆதாரங்கள் இருக்கின்றன.

கவிஞர்கள், நாடக ஆசிரியர்கள், தத்துவ அறிஞர்கள் வேதகால நடைமுறையை ஆதரிக்கிறார்கள்

கால்நடைகள் உள்ளிட்டு விலங்குகளைக் கொல்ல சாஸ்திர நூல்கள் அனுமதித்தன என்பது அய்யத்திற்கு அப்பாற்பட்ட ஒன்று. உணவுக்காகக் கால்நடைகள் உள்பட விலங்குகளைக் கொன்று வந்த நடைமுறையானது பிற்காலம் வரை தொடர்ந்து வந்திருப்பதற்கு சமயச்சார்பற்ற இலக்கியங்கள் ஆதாரங்களாக முன் நிற்கின்றன. காளி தாசரின் **மேகதூதம்** நூலிலிருந்து தொடங்குவோம். கலை நேர்த்தியான நூற்றுக்கும் மேற்பட்ட பத்திகளைக் கொண்ட உணர்ச்சிப்பாடல் வகையைச் சேர்ந்தது இது. அலாகா மலையில் பிரிவுத் துயரத்தால் வாடிக்கொண்டிருக்கும் தன் மனைவிக்கு காதல் ஏக்கத்தால் தவித்துக் கொண்டிருந்த கணவன் யட்சன், மேகத்தைத் தூது அனுப்புவதுதான் இதன் கரு. இரத்தம் ஆறாகப் பெருக்கெடுத்தோடும் அளவிற்கு ஏராளமான பசுக்களைக் கொன்ற ரந்தி தேவரை வணங்கும்படி தன் மேகத் தூதர்களை யட்சன் கேட்டுக்கொள்கிறான். இது வெளிப்படை யாகவே மகாபாரதக் கருத்தோடு பொருந்திப் போகிறது.[92] **மகாவீர சரிதம்** என்ற நூலில் ராமனின் குழந்தைப் பருவ வாழ்க்கையைப் பற்றிப் பேசவரும் நூலாசிரியர் பவபூதி (கி.பி. 700) ஒரு காட்சியை விவரிக்கிறார். இளம் பசுவைக் கொன்று மன்னன் ஜனகன் தந்த உபசரிப்பை ஏற்றுக்கொள்ளும்படி கோபத்திலிருந்த பரசுராமனிடம்

வசிஷ்டர் வேண்டிக்கொள்வதுதான் அந்தக் காட்சி.[93] வால்மீகியின் குடிசையில் "பழுப்புநிற இளம் கன்றின்" விருந்தை தான் உண்டதாக வசிஷ்டரே சொல்வதாக **உத்தரராம சரிதம்** என்ற நூலில் குறிப்பிடப் பட்டுள்ளது. புனித சாஸ்திரத்தின்படி **ஸ்ரோட்ரியன்** விருந்தாளியாக வந்தால் இளம் கன்றை அல்லது காளையை அல்லது வெள்ளாட்டை அவனுக்கு விருந்தாகப் படைக்க வேண்டியது குடும்பத் தலைவரின் கடமை என்று வால்மீகியின் பிற்காலச் சீடர் ஒருவர் குறிப்பிட்டுள் ளார். (samamso madhuparka ityamnayam bahumanyamanah srotriyayabhyagataya vatsatarim mahoksam va mahajam va nirvapanti grhamedhinah)[94] ஸ்ரோட்ரியனுக்கு எருது அல்லது வெள்ளாட்டு விருந்து தரவேண்டும் என்ற பழைய நடைமுறையை சதாநந்தர் ராவணனுக்கு பணிவடக்கத் தோடு எடுத்துக் கூறியதாக ராஜசேகரரின் (பத்தாம் நூற்றாண்டு) **பாலராமாயண**த்தில் காணப்படுகிறது.[95] இருப்பினும், நாகரீகமடை யாத மக்கள் மத்தியில் பன்றி இறைச்சி உண்ணும் பழக்கம் இருந்ததாக **காவ்ய மீமாம்சத்தில்** ஒரு கவிஞர் குறிப்பிட்டுள்ளார்.[96] சுவையான மீன்கறி, மான் இறைச்சிச் சாறு, பறவைகள், வெள்ளாட்டின் இறைச்சி[97] ஆகியன பரிமாறப்பட்ட திருமண விருந்து ஒன்றைப்பற்றி செவ்வியல் கால நீண்ட மகாகாவியங்களில் ஒன்றான ஹர்சரின் **நைஷத சரிதம்** (பன்னிரெண்டாம் நூற்றாண்டு) விரிவாக விவாதித்துள்ளது. பசு வதை குறித்து சுவையான இரண்டு குறிப்புகளையும் அந்நூல் தந்துள்ளது. தமயந்தியின் சுயம்வர நிகழ்ச்சியில் கலந்து கொள்ளத் தவறியதால், அழகான அப்பெண்ணைக் கரம்பிடிக்கும் வாய்ப்பை இழந்த காளி ஆத்திரத்தால், நளனை பழி வாங்கும் நோக்கோடு அவன் தலைநகரை அழிக்கப் புறப்படுவதாக இந்நூலில் பதினேழாவது காண்டத்தில் ஒரு பதிவு காணப்படுகிறது. ஆனால், அந்த இடம் ஒரு கோயில் என்பதை யும், வேத மரபுப்படி வேள்விகள் நடத்தப்படும் இடம் என்பதையும் அவன் அறிந்தான். வேள்வியில் பலி தருவதற்காக நிறுத்தப்பட்டிருந்த ஒரு பசுவைப் பார்த்ததும் உற்சாகமடைந்த காளி, அதைப் பிடிக்க விரைந்து சென்றதாகவும், ஆனால், சோம வேள்வி சம்பந்தப்பட்ட ஒரு சமயச்சடங்குக்காக அந்தப் பசு அர்ப்பணிக்கப்பட்டிருந்ததால் அது அவனைத் துரத்தியடித்து விட்டதாகவும் ஓரிடத்தில் சொல்லப் பட்டுள்ளது.[98] கொல்லப்படவிருந்த ஒரு பசுவைப் பார்த்ததும் மகிழ்ச்சியோடு ஓடிய காளி, அது விருந்தாளிகளுக்காகக் கொல்லப் பட இருக்கிறது என்பதைத் தெரிந்ததும் திரும்பி விடுவதாக வேறொரு இடத்தில் சொல்லப்பட்டுள்ளது.[99] பன்றி இறைச்சியையும், மீனையும் விரும்பி உண்டு வந்த மன்னன் சோமேஸ்வரரின் அருஞ்சுவை ஆர்வம், மாட்டிறைச்சி உண்டு வந்த முகம்மது கோரி மீது மன்னன் ஜெயாநகன் காட்டிய வெறுப்பு ஆகிய விஷயங்கள் மாட்டிறைச்சிமீது காட்டப்பட்டு வந்த ஈடுபாடு குறித்த மேற்சொன்ன விஷயங்களோடு பொருந்திப் போகவில்லை.[100] தொடக்ககால மருத்துவ நூல்கள் அசைவ உணவு மரபை உறுதியாக ஆதரித்து வந்தன. அத்துடன் சில குறிப்பிட்ட

நிகழ்ச்சிகளின்போது கால்நடைகள் கொல்லப்பட்டது குறித்துப் பல தெளிவான ஆதாரங்களையும் தந்துள்ளன. மேலே சுட்டிக்காட்டப் பட்டுள்ள சம்பவங்கள் குறித்த பாடல்களுக்கு எழுதப்பட்ட உரை விளக்கங்கள் இதற்கு ஆதாரங்களாக இருக்கின்றன. மேலே குறிப் பிட்டுள்ள முக்கியமான பாடற்பகுதியின் மொழியாக்கமும், நைசேடி யத்திற்கு சாண்டு பண்டிதர் (பதிமூன்றாம் நூற்றாண்டு) எழுதிய உரையும் ஒரே கருத்துடையவையாக இருக்கின்றன.[101] நரஹரியும் (பதினான்காம் நூற்றாண்டு) மல்லி நாதரும் (பதினான்கு - பதினைந் தாம் நூற்றாண்டு) பசுவை கொல்வதுதான் மேலே சொல்லியுள்ள பாடற்பகுதியின் பொருள் என்றே புரிந்துள்ளனர்.[102] விருந்தினர்களைக் கௌரவிக்கும் ஒரு பகுதியாகவே பசு கொல்லப்படுகிறது என்பதே நைசேடிய செய்யுளின் (XVII. 197) பொருள் என்று மல்லிநாதர் விளக்கம் தருகிறார்.[103] காளிதாசரின் ஈரடிச் செய்யுளுக்கு விளக்கம் தர வந்த இவர், ரந்திதேவர் தினந்தோறும் பெரும் எண்ணிக்கையில் பசுக் களைக் கொன்று வந்ததையும், அவற்றின் இரத்தம் கர்மான்வதி ஆறாகப் பெருக்கெடுத்தோடியதையும் விவரிக்கும் மகாபாரதக் கதையை நினைவுபடுத்துகிறார்.[104] உத்தரராமசரிதத்தில் தாண்டாயன னுக்கும், சௌதாடகிக்கும் நடந்த உரையாடலுக்கு விளக்கம் தர வந்த ஞானசியாமர் (பதினெட்டாம் நூற்றாண்டின் தொடக்க காலத்தைச் சேர்ந்தவர்) விருந்தினர்களைக் கௌரவிப்பதற்காகப் பசுக்களைக் கொல்லும் நடைமுறை தொன்று தொட்டு இருந்து வருகிறது என்று குறிப்பிட்டுள்ளார்.[105]

உயர்சாதி மக்கள் பொதுவாக பசுக்களைக் கொன்று வந்தார்களா, இல்லையா என்பதல்ல பிரச்னை; சமயச்சார்பற்ற நூல்களின் முக்கியப் பாடல்களுக்கு விளக்கம் தர வந்த உரையாசிரியர்கள், பசுவைக் கொல்வது குறித்த பண்டைய நடைமுறையை நன்றாக அறிந்து வைத்திருந்தார்கள் என்பதும், எந்தக் குற்றவுணர்வும் இல்லாமல் குறைந்தபட்சம் பதினெட்டாம் நூற்றாண்டு வரையிலாவது அந்த நினைவுகளைக் காப்பாற்றி வந்திருக்கிறார்கள் என்பதும்தான் முக்கிய மான விஷயங்களாகும். வேறு வார்த்தைகளில் சொல்வதானால், பசுக் களைக் கொல்லாமல் இருப்பதோ, இறைச்சி உணவு உண்ணாமல் இருப்பதோ பார்ப்பனர்களின் அல்லது பார்ப்பனியச் சமூக அமைப் பின் சமூக அடையாளங்களாக இருந்திருக்க முடியாது.

மத்தியகாலத்தின் தொடக்கக் கட்டத்தைச் சேர்ந்த தத்துவ அறிஞர்கள் மற்றும் தர்க்க அறிஞர்கள் சிலரின் ஆதரவை அசைவ உணவு பெற்றிருந்தது. "வேதகாலச் சடங்கு முறைகளைக் கொண்ட சமயமானது விரைவாக கடந்த காலத்தின் எச்சமாகிக் கொண்டிருந் தாலும், மீமாம்சகர்கள், ஸ்மார்த்தர்கள், நியாய வைசேடிகர்கள் ஆகியோரால் வேதத்தின் அதிகாரம் தொடர்ந்து மறு உறுதிப்படுத்தப் பட்டு வந்தது."[106] குமாரில பட்டர்[107] (கி.பி.650 - 750) வேதச் சடங்கின் வன்முறையை நியாயப்படுத்தினார். விலங்குகளை உயிர்ப்பலி தருவது

பாவம் என்ற கருத்தை வேதாந்த தத்துவ அறிஞர் சங்கரர்[108] (எட்டாம் நூற்றாண்டு) நிராகரிக்கிறார். வைஷ்ணவ தத்துவ அறிஞர் மத்வர்[109] (பன்னிரெண்டாம் நூற்றாண்டு) வேத முறைப்படி விலங்குகளைப் பலியிடும் நடைமுறையைக் கண்டிக்கப்பட வேண்டிய ஒன்றாகக் கருத வில்லை.

பசுக்களைக் கொன்று வந்த சடங்கு முறையை இவையனைத்தும் நீடிக்கச் செய்ததா என்று உறுதியாகச் சொல்வது கடினமே. எனினும் இறைச்சி உணவு மரபை தர்மசாஸ்திர நூல்கள் தொடர்ந்து ஆதரித்து வந்தன. **வேள்வி, சிரார்த்தம், மதுபர்கம்** ஆகிய சடங்கு நிகழ்ச்சிகளின் போதும், உயிருக்கு ஆபத்தான வேளையிலும் பார்ப்பனர்கள் இறைச்சி உண்பதை பதினேழாம் நூற்றாண்டைச் சேர்ந்தவரும், ஸ்மிருதிகளுக்கு உரையெழுதிய தர்க்க அறிஞருமான விஸ்வநாத நியாய - பஞ்சாணனன் உறுதியாக ஆதரித்தார். பௌத்த சீடர்களைப் போல, இறைச்சி உணவைக் கண்டித்த தென்னிந்தியப் பார்ப்பனர் களை இவர் ஏளனம் செய்தார்.[110] இந்தியத் தத்துவ மரபில் மீமாம் சகமும், நியாயவாதமும் ஒரு வித்தியாசமான சிந்தனை மரபைப் பிரதி நிதித்துவப்படுத்தியிருந்தாலும்கூட, பாரம்பரியமாக கால்நடைகள் உள்பட விலங்குகளை உயிர்ப்பலி தந்துவந்த வேதகால வேள்விகளை இவை ஆதரித்ததால் அசைவ உணவுப் பழக்கத்திற்கு ஒரு தத்துவ அடித்தளம் கிடைத்தது. ஸ்மிருதிகளும் இதைத் தெளிவாக ஆதரித் திருந்தன. சமகால வாழ்வின் அனைத்துத் தளங்களிலும் ஸ்மிருதிகள் வகித்து வந்த செல்வாக்கு அய்யத்திற்கு அப்பாற்பட்ட ஒன்று. கடைசி யாக வந்த **ஷங்காஸ்மிருதியானது** உண்ணக்கூடிய பறவைகள், நீர்வாழ் உயிரினங்கள், இதர விலங்குகள் குறித்த ஒரு பட்டியலை[111] தந்திருக்கிறது என்பதும், காண்டாமிருகம், குழி முயல் போன்ற விலங்குகள் எமனுக்குப் பிடித்தமானவை என்று சொல்லுமளவுக்குச் சென்றிருக்கிறது என்பதும் வியப்பானவையல்ல.[112]

4. கலியுகத்தில் பசு: மாட்டிறைச்சி உணவு குறித்த நினைவுகள்

உயர்சாதியினர் மத்தியிலும்கூட, இறைச்சி உணவு தொடர்ந்து ஒரு முக்கிய இடம் பெற்று வந்த ஒரு சூழலில் தர்ம சாஸ்திரங்கள் கி.பி. முதலாம் ஆயிரம் ஆண்டின் நடுப்பகுதியிலிருந்து பசு வதையைக் கண்டனம் செய்து வந்தது உண்மைதான். மத்தியகாலத் தின் தொடக்கக் கட்டத்தில் விவசாயத்தில் ஏற்பட்ட பிரம்மாண்டமான விரிவாக்கமும், வணிகத்தில் ஏற்பட்ட சுணக்கமும் கிராமப்புறச் சமூகத்தில் ஒரு மாற்றத்தை ஏற்படுத்தியிருந்தன. பசுவைக் கொல்வது தொடர்பாக பார்ப்பனர்களின் அணுகுமுறையில் ஏற்பட்ட மேற்கண்ட மாற்றத்தை இந்தப் பின்னணியில் வைத்தே பார்க்கவேண்டும். இது வரையிலும் வைசியர்களின் தனிப்பட்ட தொழிலாகப் பார்க்கப்பட்டு வந்த விவசாயம், அப்போதிலிருந்து அவர்களுக்கு மட்டுமே கட்டுப் பட்ட ஒன்றாக இருக்கவில்லை. ஏழைகளும், நிலங்களைக் கைகளில் வைத்திருந்த மேட்டுக்குடி புரோகிதர்களும் இத்தொழில் தங்கு தடை யின்றி அனுமதிக்கப்பட்டார்கள்.[1] புரோகிதர்களுக்கு நிலம் தானம் தரப்பட்டு வந்த நடைமுறை பரவலாக பழக்கத்திலிருந்த காரணத்தி னால் மேட்டுக்குடி புரோகித வர்க்கத்தாரின் எண்ணிக்கை அதிகரிக்கத் தொடங்கியது. இது விவசாயச் சமூகத்தில் பண்புரீதியான மாற்றத்துக்கு வழி வகுத்தது. விவசாயமும், கால்நடை வளர்ப்பும் ஒரு முக்கியப் பங்கு வகிக்கத் தொடங்கின.[2] நிலமும், கால்நடைகள் போன்ற விவசாய வளங்களும் தானமாகத் தரப்பட்டு வந்த ஒரு புதிய செயல் போக்கானது மேற்சொன்ன மாற்றங்களுக்கும், புராணச் சமயத்தால் வேதச் சடங்குகள் அப்புறப்படுத்தப்பட்டதற்கும் ஆதாரமாய் அமைந்தது. இதன் காரணமாக சாஸ்திர ஆசிரியர்கள் பசு வதையைத் தடுக்க வேண்டிய அவசியத்துக்குள்ளானார்கள்.[3]

ஒரு சமூக நெருக்கடியின் காரணமாகவும், விளைவாகவும் இருந்திருக்கக் கூடிய மேற்சொன்ன மாற்றங்கள் **கலியுகம்** என்ற கருத்தாக்கத்தில் இரத்தினச் சுருக்கமாகப் பதிக்கப்பட்டுள்ளன. மகாகாவியத்திலும், தொடக்ககாலப் புராணங்களிலும்[4] இது முதன் முதலாக விவரிக்கப்பட்டு, பிற்காலப் புராணங்களில் விரிவாகப் பேசப்பட்டிருக்கிறது. கலியுகத்தின் தீமைகள் பற்றிய குறிப்புகளை புராணங்களில் அடிக்கடி பார்க்க முடிந்தாலும், மத்திய காலத்தின் தொடக்கத்தில் வெளியிடப்பட்ட நிலப்பட்டயங்களில் தான் முதன் முதலாகக் கலியுகம் பற்றி குறிப்பிடப்பட்டிருந்தது. தர்மத்தை நிலைநாட்டவும், கலியின் தீமையான தாக்கங்கள்ள விரட்டி

யடிக்கவும் தானம் தந்த மன்னர்கள் இந்தப் பட்டயங்களில் அடிக்கடிப் புகழப்பட்டிருந்தார்கள். உணவு விதிமுறைகள் உள்ளிட்டு தொடக்க காலச் சமூக விதிமுறைகளை தர்ம சாஸ்திரங்களும், சட்டத் தொகுப்பு நூல்களும் திருத்தியமைக்கத் தொடங்கியதில் வியப்படைய என்ன இருக்கிறது. கலியுகத்தில் **(கலிவர்ஜியா)** கைவிடப்பட வேண்டிய பழக்கவழக்கங்கள் குறித்து மத்தியகால சாஸ்திர அறிஞர்கள் பேசத் தொடங்கினார்கள். கால்நடைகள் கொல்லப்படுவதும் அதில் ஒன்றாக இருந்தது.[5] இப்போது இந்தப் பழக்கம் வெறுக்கத்தக்க ஒன்றாகக் கருதப்பட்டது. சமய நூல்களில் **கலிவர்ஜியா** என்று மீண்டும், மீண்டும் பேசப்பட்டிருக்கும் இந்தக் கண்டனமானது பசுக்களுக்கு சிறப்பு அந்தஸ்தையும், குறைந்தபட்சம் பார்ப்பனர்களின் உணவு முறையிலிருந்தாவது மாட்டிறைச்சியை விலக்கி வைப்பதையும் நோக்கமாகக் கொண்டிருந்தது. பசுவைக் கொல்பவன் தீண்டத்த காதவன் (antyaja) என்றும்; அவனுடன் பேசுவதுகூடப் பாவம் என்றும் **வியாசஸ்மிருதி** தெளிவாகக் கூறுகிறது.[6] மாட்டிறைச்சி உண்பதும் தீண்டாமைக்கான காரணங்களில் ஒன்றானது இப்படித்தான். மத்திய காலத்தின் தொடக்கக் கட்டத்திலிருந்துதான் இப்போக்கு தொடங்கியது.

கலியுகத்துக்குரியது என்று நம்பப்படுகின்ற பராசரரின் தர்ம சாஸ்திரமானது இதே தொனியில்தான் பேசுகிறது. மாட்டிறைச்சி உண்ட அல்லது சண்டாளனின் கைகளில் உணவு வாங்கி உண்ட பார்ப்பனன் **கிரகச்சாரசாண்ட்ராயனா** என்ற பரிகாரத்தைச் செய்ய கடமைப்பட்டவனாவான்[7] என்றும்; பசுவைக் கொன்று, அந்தத் தவறை மறைத்தவன் கொடிய நரகத்திற்கே செல்வான்[8] என்றும் பராசரர் சொல்கிறார். ஆகவே, இந்தக் குற்றத்திற்கு பராசரர் விசேச மான பரிகாரங்களை வகுத்துத் தந்திருக்கிறார்.[9] மிலேச்சர்கள், சண்டாளர்கள், தஸ்யூக்களின் கட்டாயத்தின் பேரில் ஒரு பார்ப்பனன் பசுவைக் கொல்லவேண்டிய நிலை ஏற்பட்டால் அதற்கு அவன் பரிகாரம் செய்தே ஆகவேண்டும் என்று தேவலரின் தர்ம சாஸ்திரம் வலியுறுத்திக் கூறுகிறது.[10] பசு வதை மீதான கண்டனத்தை மத்திய காலத்தின் தொடக்ககட்டத்தைச் சேர்ந்த சாஸ்திர நூல்களில் ஏராளமான இடங்களில் பார்க்க முடிகிறது.[11] அன்றையச் சமகாலக் கதைகளிலும் இது எதிரொலித்தது.[12] பசுவைக் கொன்றவனை தொழுநோயாளி (kusthi govadhakari) என்று ஒரு சாஸ்திர நூல் வர்ணிக்கிறது.[13] மாட்டி றைச்சியை "மிகக் கேவலமாகச் சபிக்கப்பட்ட அல்லது வெறுக்கத்தக்க உணவு" என்று வேறொரு சாஸ்திர நூல் வர்ணிக்கிறது.[14] விபத்திலோ, நோயிலோ ஒரு பசு இறந்து போனால் அதில் பாவம் ஏதுமில்லை என்பது சில சாஸ்திர ஆசிரியர்களின் கருத்தாகும்.[15] ஆனால், அந்தப் பசுவின் இறைச்சியை உண்ணலாமா, வேண்டாமா என்ற விஷயத்தில் பொதுவாக தர்ம சாஸ்திரங்கள் மௌனம் காக்கின்றன. இறந்த இளம் கன்றின் இறைச்சியை உண்டால் அதற்கு பதினைந்துநாள் பரிகாரம் ஒன்றை **சங்கஸ்மிருதி** பரிந்துரைக்கிறது.[16] இருப்பினும், "இயற்கை

மரணம் அடைந்த பசுக்களின் இறைச்சியை உண்ணலாம்," என்று ஜனசங்கத்தின் (இன்று இக்கட்சியின் பெயர் பா. ஜ. க) தத்துவத் தலைவர் ஒருவர் தயக்கமின்றி அனுமதி தருகிறார்.[17]

பசு வதைக்குப் பார்ப்பனர்கள் காட்டி வந்த எதிர்ப்பானது ஒரு வேளை கோயில்களுக்கருகில் பசுக் காப்பகங்களை நிறுவுவதை ஊக்கப்படுத்தியிருக்க வேண்டும். பல்வேறு கல்வெட்டுப் பதிவுகளி லிருந்து இந்தக் கருத்தை ஊகமாகப் பெற முடிகிறது. ஒரு சித்தண்ணர் ஒரு கோஷாசாலை (கோஷ்தா - பசு காப்பகம்?) தானமாகத் தந்ததாக ஒரு கல்வெட்டு (கி.பி. 883 - 4) பதிவு செய்துள்ளது.[18] சோழ மன்னன் மூன்றாம் குலோத்துங்கனால் (கி.பி. 1179 - 1216) அமைக்கப்பட்ட ஒரு கோசாலைக்கு (குலோத்துங்கன் - திரு - கோசாலை) பல்லவ மன்னன் பெருஞ்சிங்கன் பசுக்களைத் தானம் செய்ததாக அவன் ஆட்சியில் மூன்றாம் ஆண்டின் போது வெளியான ஆணை ஒன்று குறிப்பிட் டுள்ளது.[19] திருவனந்தபுரத்தில் பத்மநாபசுவாமி கோயில் வளாகத்தில் ஒரு பசுக் காப்பகம் கட்டப்பட்டது பற்றிப் பேசியுள்ள ஒரு கல்வெட்டு (கி.பி. 1374 - 5) பசுக் காப்பகத்துக்கும், கோயிலுக்குமுள்ள தெளிவான தொடர்புக்கு ஆதாரமாக விளங்குகிறது.[20] பசு கொல்லப்படுவதை பார்ப்பனர்கள் நிராகரித்ததற்கும், பசுக் காப்பகங்கள் நிறுவப்பட்ட தற்கும் இடையேயான உறவை ஆய்வு செய்வது பயனுள்ள பணியாக இருக்கும். [21] தாந்தீரிகச் சமயப்பிரிவைச் சேர்ந்தவர்கள் மத்தியில் மாட்டிறைச்சி உணவு விலக்கப்பட்ட ஒன்றாக இருந்திருப்பதற்கான வாய்ப்பில்லை. அவர்களின் நூல்கள் தனியே ஆய்வு செய்யப்பட வேண்டும். [22]

கால்நடைகள் கொல்லப்பட்டது குறித்த நினைவுகள்

எட்டாம் நூற்றாண்டிலிருந்து பத்தொன்பதாம் நூற்றாண்டு வரையிலான காலகட்டத்தைச் சேர்ந்த உரை நூல்களிலும், தொகுப்பு நூல்களிலும் சைவ உணவுக் கோட்பாடு குறித்து ஒரு தெளிவான தொடர்ச்சியைப் பார்க்க முடியவில்லை.[23] இறைச்சி உணவு அனுமதிக் கப்பட்டிருந்ததற்கும், அடிக்கடி அது விரும்பி உண்ணப்பட்டதற்கும் இவை கணிசமான ஆதாரங்களைத் தருகின்றன. மேற்சொன்ன இலக்கியங்கள் பொதுவாக கலிகாலத்தில் பசு வதையைக் கண்டித்து வந்த போதிலும், பண்டைய நடைமுறையின் நினைவுகளை அவை காப்பாற்றி வந்ததோடு சில நேரங்களில் அதற்கு அங்கீகாரமும் தந்திருந்தன. மநுவின் ஒரு கட்டளைக்கு (III. 119) விளக்கம் தர வந்த மேதாதிதி **அய்த்தரேய பிராமணத்**திலிருந்து (III.4) ஒரு பாடலை மேற் கோளாகக் காட்டுகிறார். அரசனுக்கு மரியாதை தரும் பொருட்டோ, மரியாதைக்குரிய ஒரு நபரைக் கௌரவிக்கும் பொருட்டோ ஒரு

காளையை அல்லது எருதைக் கொல்லலாம் என்பதுதான் அந்தப் பாடலின் கருத்தாகும்.[24] மநு சாஸ்திரத்தின் மீது ஒரு விரிவான விளக்கத்தை முன்வைத்துள்ள இவர் (V. 26, 27) விசேசமான சூழ்நிலை களில் இறைச்சி உண்ணலாம் என்று கூறுகிறார்; சடங்கு நிகழ்ச்சிகளின் போது மாட்டிறைச்சி (govyaja mamsam) உண்பதற்கு அனுமதி தருமளவிற்கே சென்று விடுகிறார்.[25] **மதுபர்கம்** குறித்து யாக்ஞவல் கியர் எழுதிய பாடலுக்கு **விஷ்வ ரூபர்** (ஒன்பதாம் நூற்றாண்டு) எழுதிய உரை விளக்கத்தில், விருந்தினர்களைக் கௌரவிப்பதற்காக காளையைக் கொல்வதை ஏறத்தாழ ஆதரித்திருக்கிறார்.[26] யாக்ஞவல் கியர் பயன்படுத்திய **உபகல்பேயத்** (upakalpayet) என்ற சொல்லுக்கு விஞ்ஞானேஸ்வர் (கி.பி. 1100) பின்வருமாறு விளக்கம் தருகிறார்: "உங்களுக்காக, உங்கள் திருப்திக்காக" நாங்கள் இதைக் காணிக்கை தருகிறோம், காணிக்கையாக அல்ல; கொல்வதற்காகவும் அல்ல (...na tu danaya vyapadanaya va) அதாவது "இவையனைத்தும் உங்களைக் கௌரவிக்கவே" (sarvam etad bhavadiyam) என்று விருந்தினரிடம் சொல்லி காளையை ஒருவர் படையல் தரவேண்டும். "வேதமறிந்த ஒவ்வொரு பார்ப்பனனுக்கும் ஒரு காளையைத் தர முடியாது" என்பதால் (prati srotriyam uksasambhavat...) இப்படிக் கூறப்பட்டது.[27] கால்நடைகளின் மீதான புனித நம்பிக்கையால் அல்ல; மாறாக சடங்குக்கான செலவுதான் இம்மாதிரியான விளக்கத்தின் பின்னணி யாக இருந்திருக்கும்போல் தெரிகிறது. மரியாதைக்குரிய புரோகி தருக்கு, ஒரு பெரிய எருதையோ, வெள்ளாட்டையோ பலியிடுவது அல்லது மித்ரனுக்கும், வருணனுக்கும் பசுவைப் பலியிடுவது போன்ற சடங்கு முறைகளுக்கு எதிராக எழுந்த பெருங்கண்டனங்களை விஞ்ஞானேஸ்வரர் வேறொரு இடத்தில் முக்கிய விஷயமாக எடுத்துக்கொள்கிறார்.[28] கௌதமரின் ஒரு அறிவிப்பு குறித்து விளக்கம் தரவந்த ஹராதத்தர் (பன்னிரெண்டாம் நூற்றாண்டு) இதற்கு முன்னர் மேதாதிதி மேற்கோளாகக் காட்டிய அதே பாடலை **அய்த்தரேய பிராமணத்**திலிருந்து எடுத்தாண்டுள்ளார். **கிருத்யாகல்பதரு** (பன்னி ரெண்டாம் நூற்றாண்டு) என்ற தன் நூலில் யாக்ஞவல்கியரின் முக்கிய மான பாடல் ஒன்றுக்கும், வசிஷ்டரின் கருத்துக்கும் விளக்கம் தரவந்த லட்சுமிதரர் பண்டைய காலங்களில் வேதமறிந்த பார்ப்பனனுக்காக பசுவைக் கொன்று விருந்து தரவேண்டியது குடும்பத் தலைவனின் கடமை என்றும்; ஆனால், கலியுகத்தில் அப்படி இல்லை என்றும் குறிப்பிட்டுள்ளார்.[29] கலியுகத்தில் திருமண நிகழ்ச்சிகளின் போது இரு பிறப்பாளர்கள் பசுக்களை வதை செய்வதைத் தடை செய்யும் பாடல் ஒன்றை தன் கருத்துக்கு ஆதரவாக **பிரம்மபுராணத்**திலிருந்து லட்சுமிதரர் மேற்கோளாகக் காட்டியிருக்கிறார்.[30] மத்தியகால சாஸ்திர ஆசிரியர்கள் பலரைப் போலல்லாமல், லட்சுமிதரர் சிரார்த்தத்தின் போது இறைச்சி உண்ணும் பழைய விதிமுறையை ஏற்றுக்கொள் கிறார். சிரார்த்தத்தின் போது தரப்பட்ட இறைச்சி உணவை உண்ண

மறுத்த ஒரு துறவியை வசிஷ்டர் கண்டித்திருந்ததையும் இவர் எடுத்துக்காட்டுகிறார்.[31] "விசேசமான பலன்கள் (பல விஷேஷார்த்தம்) கிடைக்கும் என்று பரிந்துரைக்கப்பட்ட பொருட்களான பசுவின் இறைச்சி, எருமையின் இறைச்சி போன்றவற்றை அந்த விசேசப் பலன்களை விரும்பும் நபர்கள் மட்டுமே உண்ண முடியும்.... பரிந்துரைக்கப்பட்ட உணவுப் பொருட்கள் இல்லாத சூழலில், பரிந்துரைக்கப்படாத அல்லது நிராகரிக்கப்படாத எருமை இறைச்சி யையும் அதைப் போன்ற வேறு இறைச்சிகளையும் பயன்படுத்தப் படலாம்."[32] பல நூற்றாண்டுகள் கழித்து மித்ரா மிஸ்ரா (கி.பி. 1610 - 40) இதே கருத்தை ஊசலாட்டமின்றி முன்வைப்பதை நாம் காண்கிறோம். விருந்தினர்களை வரவேற்கும் பின்னணியை வைத்துப் பார்க்கும்போது யாக்ஞவல்கியர் பயன்படுத்திய **உபகல்பேயத்** (upakalpayet) என்ற சொல்லை உணவு "சமைக்க வேண்டும்" (pacet) என்றே இவர் பொருள் கொள்கிறார். தன் கருத்துக்கு ஆதரவாக ஸ்ருதியிலிருந்து ஒரு பாடலை மேற்கோள் காட்டுகிறார்.[33]

மேற்சொன்ன கருத்துகளிலிருந்து மாறுபட்ட விதத்தில் அல்பேருணி (கி.பி. 1017 - 30) கருத்துச் சொல்லியுள்ளார். பசு உள்பட மற்ற விலங்குகளையும், பறவைகளையும் (குதிரை, கோவேறு கழுதை, கழுதை, ஒட்டகம், யானை, வளர்ப்புக் கோழி, காக்கை, கிளி, குயில்) பார்ப்பனர்கள் உண்ணக்கூடாது என்று குறிப்பிட்டுள்ள இவர் அதேவேளையில், செம்மாறியாடு, வெள்ளாடு, சிறுமான், முயல், காண்டாமிருகம், எருமை போன்ற மற்ற விலங்குகளையும் மீனையும், "மனிதனுக்கு வெறுப்புத்தராத அல்லது கேடு தராத" பறவைகளையும் உண்ணலாம் என்று அனுமதி தருகிறார்.[34] பண்டைய காலங்களில் பார்ப்பனர்கள் மத்தியில் இறைச்சி உண்ணும் பழக்கம் இருந்தது என்று நமக்குச் சொல்லும் இவர், இந்தப் பழக்கம் மறைந்து போனதற்கு அவரிடம் முன்வைக்கப்பட்ட வேறுபட்ட விளக்கங்களில் திருப்தி கொள்ளவில்லை.[35] எது எப்படியிருந்த போதிலும், அல்பேருணி தந்துள்ள தகவல்கள் பசு கொல்லப்பட்டு, அதன் இறைச்சி உண்ணப்பட்டு வந்த பண்டைய பழக்கத்தின் நினைவுகளை வெளிப்படையாகக் காப்பாற்றி வருவதாக இருக்கிறது. இவ்வாறாக, பார்ப்பனிய வட்டத் தில் அசைவ உணவு வகைகள் தொடர்ந்து இடம் பெற்று வந்த அதேநேரத்தில், பசுக்கள் கொல்லப்படுவதை தடுத்து வந்த உரைநூல் களும், சமய நூல்களும் அதை (பசுக்கள் கொல்லப்படுவது) பண்டைய நடைமுறை என்று பேசி வந்தன. பசுக்கள் கொல்லப்படுவதை தெளி வாகத் தடை செய்திருந்த புராண, ஸ்மிருதி பாடல்களை அபரார்கர் (பன்னிரெண்டாம் நூற்றாண்டு) மேற்கோள் காட்டுகிறார்.[36] **மார்க் கண்டேய புராணத்தில்** வரும் ஒரு பாடல் வரியை அடிப்படையாகக் கொண்டு விருந்தினருக்கு பசுவுக்குப் பதிலாக ஒரு தங்கப் பாத்திரத்தை தானம் தர இவர் பரிந்துரை செய்கிறார். பிருகுவின் கருத்துப்படி, கலியுகத்தில் எந்தவொரு விலங்கையும் உயிர்ப்பலி தரக்கூடாதென்றும்

அறிவிக்கிறார்.[37] இருப்பினும், எருமை, வெள்ளாடு, ஆட்டுக்கடா, ரூரூமான், சாதாரண மான், புள்ளி மான் ஆகிய விலங்குகளின் இறைச்சி உண்ணத்தகுந்தவை என்று சொல்கின்ற ஒரு பாடற்பகுதியை சங்காவி லிருந்து இவர் எடுத்துக்காட்டுகிறார். [38] கலியுகத்தில் பசுக்களை வதை செய்யும் சடங்குகளுக்குத் தடை விதிக்கும் [39] ஒரு பாடற்பகுதியை கிரது விலிருந்து (Kratu) தேவண்ண பட்டர் (பதிமூன்றாம் நூற்றாண்டு) மேற்கோள் காட்டுகிறார். இதற்குப் புராணங்களிலிருந்து ஆதாரங்களை யும் தருகிறார். [40] இதேபோன்று ஹேமாத்திரியும் (கி.பி. 1260 - 70) சிரார்த்தத்தின்போது பசுவைக் கொல்வதையோ, அதன் இறைச்சியை விருந்தில் பரிமாறுவதையோ அங்கீகரிக்க மறுக்கிறார். [41] **கோஷவம், மதுபர்கம்** போன்ற சடங்குகளின்போது பசுக்களைக் கொல்வதை அனுமதிக்கும் இவர், கலியுகத்தில் மற்ற நிகழ்ச்சிகளின் போது இதைச் செய்தால் அதைக் கொடூரமான செயல் என்று கண்டிக்கிறார்.[42] இவ்வாறாக, இவர் நிலைபாடு முரண்பாடானதாக இருக்கிறது. இவர் காலத்துக்குச் சற்று பின்னர், சந்தேஸ்வரர் (கி. பி. 1310 - 60) வெள்ளாடு, ஆட்டுக்கடா, எருமை, மான், காண்டாமிருகம், பெரிய காட்டுப்பன்றி[43] (பசு குறித்து இங்கு பேசப்படவில்லை) ஆகிய விலங்குகளின் இறைச்சியை உண்ண அனுமதி தந்த ஒரு பாடற்பகுதியை ஹரிதா விடமிருந்து எடுத்து தன் **கிரகஸ்தரத்னாகரம்** என்ற நூலில் கையாண்டுள்ளார். **மதுபர்கச்** சடங்கின்போது மாட்டிறைச்சி உண்ண வேண்டியது அவசியமான கடமை என்று சொல்லும் ஆஸ்வால் யானாவின் பாடற்பகுதியை தன்னுடைய **பிரயோகபாரிஜாதம்** என்ற நூலில் நரசிம்மர் (21360 - 1435) எடுத்தாண்டுள்ளார். ஆனால், அதே வேளையில், பசு வதை என்ற சடங்கில்லாமல் கலியுகத்தில் விருந்தினரை உபசரிக்க வேண்டும் என்று சொல்கின்ற ஒரு பகுதியை **ஆதித்ய புராணத்தி**லிருந்து இவர் எடுத்தாண்டுள்ளார். [44] கமலாகர பட்டர் தன்னுடைய **நிர்ணயசிந்து** (கி.பி. 1612) என்ற நூலில் விஞ்ஞானேஸ்வரரின் கருத்தை அப்படியே குறிப்பிடுகிறார். மித்ரனுக்கும், வருணனுக்கும் பசுவைப் பலி தரலாம் என்ற விதிமுறை இருந்தபோதிலும், மலட்டுப் பசுவையோ "முதல் ஈற்றுக்குப் பிறகு கருத்தரிக்காத பசுவையோ" பலி தரலாம் என்பது நேர்மையான கட்டளையாக இருந்தபோதிலும், இம்மாதிரியான உயிர்ப்பலிகள் பொதுமக்கள் உணர்வுக்கு எதிராக இருப்பதால் அவற்றைச் செய்யக்கூடாது என்று வலுவற்ற ஆதாரத்தை முன்வைத்துப் பேசுகிறார். [45] பசு வதையை நிராகரிக்கும் குறிப்புகளை மத்தியகால உரையாசிரியர்களின் நூல்களில் ஏராளமாகப் பார்க்க முடிகிறது; இருப்பினும், இவர்களில் பெரும்பாலோர், சடங்குகளின் போது விலங்குகள் கொல்லப்படுவதை (வளர்ப்பு விலங்குகளையும் சேர்த்துத்தான்) வெறுப்போடு பார்க்கவில்லை. [46] பராசரஸ்மிருதிக்கு மத்வாச்சாரியர் எழுதிய உரைநூலான **பராசரமாதவியா** (பதினான்காம்

நூற்றாண்டு), மதனபாலரின் **மதனபாரிஜாதம்** (பதினைந்தாம் நூற்றாண்டின் பிற்பகுதி), ரகுநந்தனரின் **உத்வாகதத்வம்** (பதினாறாம் நூற்றாண்டு), நீலகண்டரின் **சமயமயூகம்** (பதினேழாம் நூற்றாண்டு), மித்ராமிஸ்ராவின் **சமயபிரகாசம்** (பதினேழாம் நூற்றாண்டின் தொடக்ககாலம்), கமலாகரபட்டரின் **நிர்ணயசிந்து** (1612) போன்ற நூல்கள் பசு வதையை ஏற்றுக்கொள்ளவில்லை.[47] இந்த உணர்வு பார்ப்பனிய வட்டத்தில் உண்மையில் வலுவாக இருந்திருக்கும் போல் தெரிகிறது. மூலாஸ்தானத்தின் (மூல்தான்) யவனர்களிடம் பசு வதையைக் கைவிடும்படி வற்புறுத்தியதற்காக நீலகண்டரின் மூத்த சகோதரரான தாமோதரர் பாராட்டப்படுகிறார்.[48]

மத்தியகாலங்களில் பசு வதையை நிராகரித்து திரும்பத் திரும்ப இடம் பெற்றுள்ள குறிப்புகள், இந்தப் பழக்கம் அன்று பரவலாக நடைமுறையிலிருந்திருக்கிறது என்பதையே மறைமுகமாகச் சுட்டிக் காட்டுகின்றன. மத்தியகால தர்ம சாஸ்திர ஆசிரியர்கள் இந்த உண்மையை ஒப்புக்கொண்டிருக்கிறார்கள். கால்நடைகளை பலி தந்தும், அவற்றின் இறைச்சிகளை உண்டும் வந்த பண்டைய நடைமுறையைப் பார்ப்பனர்கள் மறந்ததாகத் தெரியவில்லை என்ற போதிலும், **கலிவர்ஜியா** என்ற முறையில் பசு வதை மீதான கண்டனம் உறுதியான கருத்தாக இடம் பெற்று விட்டது. மிகமிகச் சமீபத்தில் - அதாவது இருபதாம் நூற்றாண்டின் தொடக்கத்தில் - மிதிலையைச் சேர்ந்த பார்ப்பனரான மகாமகாபோத்யாயா மதன உபாத்யாயர் கடந்த காலத்தில் சடங்கு நிகழ்ச்சிகளின் போது பசுக் களும், எருமைகளும் கொல்லப்பட்டு வந்ததை எடுத்துக்காட்டும் விதமாக பல்வேறு பாடல்களைப் பண்டைய நூல்களிலிருந்து எடுத்துக் காட்டியிருக்கிறார். நேபாளத்தில் அவர் காலத்தில் எருமை இறைச்சி உண்டு வந்த பழக்கத்தையும் அவர் சுட்டிக்காட்டுகிறார். ஏனைய தர்மசாஸ்திர ஆசிரியர்களைப்போலவே, இவரும் கலியுகத்தில் பசு வதை கூடாது என்கிறார்.[49] பசு வதைக்குத் தர்ம சாஸ்திரங்கள் தடை விதித்திருந்த போதிலும், பசுக்கள் பலி தரப்பட்டு வந்த நிகழ்ச்சிகள் குறித்த தகவல்கள் அண்மைக்காலம் வரை பதிவு செய்யப்பட்டுள்ளன. பசுக்களையும், எருமைகளையும் கொன்று வந்த பழக்கம் மெர்வாரா வைச் சேர்ந்த (ராஜஸ்தான்) டாட்கார்க் பகுதியில் 1874 வரை நடைமுறையில் இருந்து வந்தது. மாட்டிறைச்சி உண்பதில்லை என்ற ஒரு உடன்பாட்டுக்கு அப்பகுதியைச் சேர்ந்த ராவட்டுகள் வந்த பின்னர் தான் இது கைவிடப்பட்டது.[50] வேள்விகளுக்காகவும், சடங்குகளுக் காகவும் பசுக்கள் கொல்லப்படுவது நமது காலத்தில் வழக்கொழிந்து போனது. இறைச்சிக்காக பசுக்கள் கொல்லப்படுவது வெறுப்போடு பார்க்கப்படுகிறது. இருப்பினும், கிழட்டுப் பசுக்களை இறைச்சி வியாபாரிகளுக்கும், கசாப்புக் கடைகளுக்கும் விற்கும் போது பார்ப்பனர்களுக்கோ, மற்ற சாதியினருக்கோ மனச்சாட்சி உறுத்துவ தில்லை.

இறைச்சி உணவாக உண்ணப்பட்டு வந்த மற்றொரு விலங்கான எருமை, பாரங்களை இழுப்பதிலும், பால் பொருட்களைத் தருவதிலும், இறைச்சி உற்பத்தியிலும் பசுவைக் காட்டிலும் பெரும் பயனைத் தந்து வந்த போதிலும், வதை செய்யப்படுவதிலிருந்து விதிவிலக்குப் பெறத் தவறிவிட்டது. இன்று இந்தியாவில் பெரும்பாலான உயர் சாதியினர் பொதுவாக இதன் இறைச்சியை உண்பதில்லையென்ற போதிலும், பல்வேறு இடங்களில் இன்றும்கூட எருமைகள் உயிர்ப் பலி தரப்பட்டு வருகின்றன. எடுத்துக்காட்டாக, தென்னிந்தியாவில் சேலம் மாவட்டம் அத்தனூரம்மன் கோயிலில் இருபதாம் நூற்றாண்டின் மத்தியக்காலம் வரையிலும்கூட நூற்றுக்கணக்கான எருமைகள் பலி தரப்பட்டு வந்தன. இந்து அறநிலையத்துறை நூற்றுக்கணக்கான அம்மன் கோயில்களை தன் நிர்வாகத்தின்கீழ் கொண்டு வந்த பின்னர்தான் இந்தப் பழக்கம் கைவிடப்பட்டது.⁵¹ ஒவ்வொரு ஆண்டும் சித்திரை மாதத்தில் நடக்கும் திருவிழாவின்போது செஞ்சியில் மூன்று முக்கியப் பெண் தெய்வங்களுக்கு எருமைகள் தொடர்ந்து பலி தரப்படுகின்றன.⁵² ஒரிசாவில் சோனிபூர், பாத் ஆகிய இடங்களில் **தும்பல்ஸ் / துமல்ஸ்** என்ற பிரிவினர் 1970 வரையிலும் எருமைகளை பலி தந்து வந்தார்கள்.⁵³ பீகாரின் வடகிழக்குப் பகுதியில் பங்கோன் மகிஷி கிராமத்தில் எருமை பலி தரப்படும் சடங்கு இன்றும் பிரபலமாக இருந்து வருகிறது. கௌகாத்தியை (அசாம்) சேர்ந்த காமாக்கியா கோயிலிலும், கல்கத்தா காளிகோயிலிலும் எருமைகள் பலி தரப்பட்டு வருகின்றன. காளிகோயிலில் இருக்கும் வதைக்கூடம் காளியின் கோயில் என்றே பிரச்சாரம் செய்யப்பட்டு வருவதால் அதை எளிதாக நம்பிக்கொள்ளும் பக்தர்கள் கடவுளின் பிரசாதம் போல நினைத்து அங்கிருந்து இறைச்சி வாங்கிச் செல்கிறார்கள். எருமை பலி தரப்படும் சடங்கானது பல்வேறு இடங்களில் தொடர்ந்து வருவதற்கு ஒரு பகுதிக் காரணமாக தர்மசாஸ்திரங்களைச் சொல்ல முடியும். ஏனெனில், எருமை இறைச்சி உணவுக்கு அவை அங்கீகாரம் தந்துள்ளன. இருப்பினும், எருமையைக் கொல்லும் சடங்கிலும், அதன் இறைச்சியை உண்பதிலும் பார்ப்பனர்களின் நேரடிப் பங்கெடுப்பு ஒவ்வொரு இடத்திலும் ஒவ்வொரு விதமாக இருக்கக்கூடும்.⁵⁴ பார்ப்பனியச் சமூகத்துக்கு வெளியே, ஏராளமான பழங்குடி மக்கள் மத்தியில் கால்நடைகளைக் கொன்று அவற்றின் இறைச்சியை உண்டு வரும் வழக்கம் தொடர்ந்து இடம் பெற்று வருகிறது. எடுத்துக் காட்டாக அய்தராபாத்தைச் சேர்ந்த **திரே** பிரிவினர் விருந்து நிகழ்ச்சிகளில் வெளிப்படையாகவே மாட்டிறைச்சி உண்டு வருகிறார்கள்.⁵⁵ கிழக்கு இந்தியாவைச் சேர்ந்த பழங்குடியினர் **மித்தான்** என்றழைக்கப்படும் ஒரு கால்நடையை (இந்தக் கால்நடை வகை காயல் என்றும் அழைக்கப்படுகிறது) பலி தந்து அதன் இறைச்சியை விரும்பி உண்டு வருகிறார்கள்.⁵⁶

சாஸ்திரங்களால் அங்கீகரிக்கப்பட்ட பண்டைய மரபுகளின்

மிச்ச சொச்சங்களாக இத்தகைய நடைமுறைகள் எந்தளவுக்குக் கருதப் பட்டன என்பதைக் கூறுவது மிகவும் கடினம். சில பழங்குடி மக்களின் மத்தியில் மாட்டிறைச்சியானது மதிக்கத்தக்க உணவாகவும், பொது வான உணவாகவும் இருந்து வந்தது. ஆனால், பார்ப்பனியக் கருத்து கள்தான் அவர்களுடைய அணுகுமுறையை மாற்றிவிட்டது என்று நம்புவதற்கு இடமிருக்கிறது.[57] எடுத்துக்காட்டாக, ஒரிசாவைச் சேர்ந்த சாரோஸ் பழங்குடியினர் முன்னர் பசுக்களையும், காளைகளையும் பலி தந்து, அதன் இறைச்சியை உண்டு வந்திருக்கிறார்கள். ஆனால், பார்ப் பனியத் தாக்கத்தின் காரணமாக 1950 களில் இந்த வழக்கத்தைக் கைவிட்டு விட்டார்கள். இந்தியாவில் பொதுவாக ஏற்பட்டு வந்த கலாச்சார மாற்றத்தைச் சுட்டிக்காட்டுவதாக இது இருக்கக்கூடும்.[58]

5. புதிரான பாவமும் பசு பற்றிய புதிரும்

சாஸ்திர, சமய நூல்கள் மற்ற கால்நடைகளைக் காட்டிலும் பசுவுக்கு ஒரு உயரிய அந்தஸ்தைத் தந்துள்ளன. கலியுகத்தில் அது கொல்லப்படக்கூடாது என்றும் சொல்கின்றன. சமூகத்தில் மேலோங்கியிருந்த ஒரு பழக்கத்தைத் தடுத்து நிறுத்துவது இவற்றின் நோக்கமாக இருந்திருக்கக்கூடும். வேதங்களும், பிராமணங்களும், உபநிடதங்களும் கால்நடைகள் கொல்லப்படுவதை குற்றமாகவோ, ஒழுக்கக்கேடான செயலாகவோ வகைப்படுத்தாமல் இருந்த ஒரு நிலையில், சமய நூல்கள் அதை (பசு வதை அல்லது எருது வதை) குற்றச் செயலாகப் பட்டியலிட்டதற்கான ஒரு பகுதி காரணத்தை இது விளக்குவதாக இருக்கக்கூடும்.[1] ஏழு குற்றங்களைப் பற்றிப் பேசும் ரிக்வேதப் பாடலொன்றை (X.5.6) யாஷ்கா விளக்குகிறார். அதில் கால்நடைகள் கொல்லப்படுவது சேர்க்கப்படவில்லை. இதைப் போலவே, பிராமணங்களும், உபநிடதங்களும் பசு வதையை ஒரு குற்றமாகக் குறிப்பிடவில்லை. பார்ப்பனனைக் கொலை செய்வது, (பிரம்மஹத்யம்) திருட்டு, மது அருந்துவது (சுராபானம்), குருவின் மனைவியுடன் உடலுறவு கொள்வது (குருவங்க நாஹம), இம்மாதிரி யான குற்றங்களைச் செய்த நபர்களிடம் நட்பு வைத்திருப்பது ஆகியவை பெரும் குற்றங்கள் (மகா பாதகங்கள்) என்று பட்டியலிட்டி ருந்தன. எனினும் பசுவுக்கு உயரிய அந்தஸ்து தரப்பட்டிருந்தது என்று சொல்லப்படும் இந்தக் காலப்பகுதியில் பசு வதை பெரும் குற்றங் களின் பட்டியலில் சேர்க்கப்படவில்லை.[2] ஏறத்தாழ எல்லா சாஸ்திர ஆசிரியர்களும் பசு வதையை ஒரு சிறு குற்றமாகவே (உபபாதகம்) கருதினார்கள். முதன்முதலில் தர்மசாஸ்திரங்களே[3] இதைச் சிறு குற்றம் எனக் குறிப்பிட்டிருந்தன. ஆனால் ஸ்மிருதிகளும், உரைநூல் களும்தான் இந்தக் கருத்தைத் திரும்பத் திரும்ப வலியுறுத்தின. இதற்குப் பரிகாரமாகச் சில நெறிமுறைகளை வகுத்திருந்தன. சடங்கு களின் போது கால்நடைகள் கொல்லப்படுவதை மநுவும்,[4] யாக்ஞ வல்கியரும்[5] அங்கீகரித்திருந்த போதிலும், பசுவைக் கொன்றவனுக்கு விரிவான பரிகாரங்களையும் வகுத்துத் தந்திருந்தார்கள். கௌரவிக்கப் படவேண்டிய விருந்தாளி என்ற பொருளில் பாணினியால் பயன் படுத்தப்பட்ட **கோக்னா** (goghna) என்ற சொல் இப்போது பசுவை வதை செய்த கொலையாளியைக் குறிக்கும் வசைச் சொல்லாக மாற்றம் பெற்றது. இது முரண்பாடானதாகத் தோன்றினாலும் இப்போதும்கூட, சாஸ்திர ஆசிரியர்கள் பசு வதையை ஒரு பெரும் குற்றமாக (மகாபாதகம்) பார்க்கவில்லை.

மநுவில் தொடங்கி அவருக்குப் பின்வந்த சாஸ்திர ஆசிரியர்கள்

அனைவருமே பசு வதையைப் பொதுவாக சிறிய குற்றம் என்றே விவரித்திருந்தார்கள்; ஆனால், இதற்காக ஒரு சீரான தண்டனையை அவர்கள் வகுத்தளிக்கவில்லை. மத்தியகாலத்தின் தொடக்க காலத்தைச் சேர்ந்த பராசரர், **பிரஜாபத்தியம்** (Prajapatya) என்ற பரிகாரத்தைப் பரிந்துரை செய்கிறார்.[6] பசுவைக் கொன்ற கொலையாளி பார்ப்பன ருக்கு விருந்து தந்தால் அந்தக் குற்றத்திலிருந்து தப்பித்துக் கொள்ளலாம் என்று இவர் நமக்கு உறுதி தருகிறார்.[7] பசுவைக் கொன்றவன் பசுவின் அய்ந்து பொருட்களை மட்டுமே (பஞ்சகவ்யம்)[8] சாப்பிட்டு இருபத்தைந்து நாட்கள் விரதம் இருக்கவேண்டும்; பின்னர் மொட்டையடித்து உச்சி குடுமி முடிந்து, பசுத்தோல் அணிந்து பசுக்களின் பின்னால் நடந்து சென்று பசுத் தொழுவத்தில் அமர்ந்து ஒரு பசுவைத் தானம் செய்ய வேண்டும் என்று **சங்காலிகிதஸ்மிருதி** என்ற பிற்கால சாஸ்திர நூல் ஒன்று விவரித்துள்ளது.[9] பசு வதைக்கு பரிந்துரைக்கப்பட்ட பரிகாரங்கள் கொல்லப்பட்ட பசுவின் உரிமை யாளரின் சாதிக்கேற்ப மாறுபட்டுள்ளதையும் சில ஆய்வுகள் சுட்டிக் காட்டியுள்ளன. முக்கியமாக பிற்கால சாஸ்திர நூல்களிலும், சமய நூல்களிலும் இப்போக்கு காணப்படுகிறது.[10] பார்ப்பனர் - அல்லாத வருக்குச் சொந்தமான பசுவைக காட்டிலும், பார்ப்பனருக்குச் சொந்தமான பசுவைக் கொன்றவன் பெரும் குற்றம் செய்தவனாவான். உண்மையில், பிற்காலங்களில் வந்த உரைநூல்கள்தான் பார்ப்பனரின் பசுவுக்கு ஒரு உயரிய அந்தஸ்தைத் தந்திருந்தன. யாக்ஞவல்கியத்துக்கு (III. 263) விளக்கம் தரவந்த விஞ்ஞானேஸ்வரர் (கி.பி. 1100) இந்தப் பிரச்னையை எழுப்புகிறார். நாரதரின் கருத்துப்படி பார்ப்பனருக்குச் சொந்தமான பொருட்கள் மேன்மையானவை என்பதால், பார்ப்பன ருக்குச் சொந்தமான பசுவைக் கொன்றால் அதற்குக் கடுமையான தண்டனை தரவேண்டியது அவசியம் என்ற வாதத்தின் மூலம் இவர் இதற்குப் பதில் தந்துள்ளார்.[11] பதினேழாம் நூற்றாண்டின் தொடக்க காலத்தைச் சேர்ந்த மித்ரமிஸ்ராவும்கூட இந்தக் கருத்தை ஆதரிக்கிறார்.[12] வேத காலத்தில் பார்ப்பனருக்கு பசுக்கள் தட்சணையாகத் தரப்பட்டு வந்ததால் அந்தப் பசுக்களுக்கு ஒரு குறிப்பிட்ட அளவு மரியாதை தரப்பட்டிருக்கலாம் என்ற கருத்தை இவை நினைவுபடுத்துகின்றன. எனினும், பசு வதையை - கொல்லப்பட்ட பசு பார்ப்பனருக்குச் சொந்த மானதாக இருந்தாலும்கூட - ஒரு பெரும் குற்றமாக தர்மசாஸ்திர நூல்கள் கருதவில்லை. மாறாக, சில சாஸ்திர நூல்கள் இச்செயலை ஒரு சிறு தவறாகவே கருதின. ஒருவர் பல் துலக்குவது போல, உப்பையோ, மண்ணையோ அள்ளி வாயில் போட்டுக்கொள்வது போல,[13] அஷ்டாஷல்லியிருந்து (astasalli ?) கையால் அள்ளி நீரைக் குடிப்பது போலத்தான்[14] மாட்டிறைச்சி உண்பதும் என்று மத்திய காலத்தைச் சேர்ந்த அத்ரி ஒப்பிடுகிறார். தேவண்ணபட்டரால் (பதி மூன்றாம் நூற்றாண்டின் தொடக்கம்)[15] மேற்கோள் காட்டப்பட்டுள்ள சாதாபதர், விருத்தாவசிஷ்டர் போன்ற மத்தியகால சாஸ்திர

ஆசிரியர்களும் ஏறத்தாழ இதே கருத்தையே வெளிப்படுத்தியுள்ளனர். இவ்வாறாக, பசு வதை விஷயத்தில் பார்ப்பனிய வட்டத்துக்குள்ளே கூட பல வகையான அணுகுமுறைகள் இருந்து வந்தன. கலியுகத்தில் பசு வதைக்குத் தடை விதிக்கப்பட்டபோதிலும், பெரும் குற்றங்களில் வகைப்படுத்த வேண்டிய அளவுக்கு இந்தக் குற்றம் தீவிரமாக எடுத்துக்கொள்ளப்படவில்லை.

பரிகாரம் என்ற புதிர்

விலங்குகளின் இறைச்சியை உணவாக உண்ணும் பழக்கம் நம் காலத்திலும் தொடர்ந்து இருந்து வருகிறது. பசுக்களைக் கொன்று வந்த பண்டைய மரபின் நினைவுகள் நம் மக்களின் மனதில் சமீபகாலம் வரை நீடித்து வந்தது. பதினெட்டாம், பத்தொன்பதாம் நூற்றாண்டுகளைச் சேர்ந்த சமய நூல்களிலும், தர்மசாஸ்திரங்கள் மீதான உரைநூல்களிலும், சில பண்டைய சமஸ்கிருத இலக்கியப் படைப்புகளிலும் இந்த நினைவுகள் பிரதிபலிக்கப்பட்டிருந்தன. இந்த உண்மைகளை யாராலும் மறுக்க முடியாது. மிகத் தொடக்கக் காலத்தி லேயே பார்ப்பனியச் சமூகத்தில் பசு தூய்மைப்படுத்தும் பங்கு* வகித்து வந்தது என்பதும் இதற்கு இணையான உண்மையாகும்.

மிகமிகத் தொடக்க காலத்திலேயே - அதாவது ரிக்வேத காலத் திலேயே - சடங்குகளிலும், விசேச நிகழ்ச்சிகளிலும் பசும் பாலும், பால் பொருட்களும் பயன்படுத்தப்பட்டிருக்கும் போல் தெரிகிறது.[16] "விருப்பமான பொருட்களைத் தருவது" அல்லது "பால் போன்ற விருப்பமான பொருட்களைத் தருவது" அல்லது "ஒருவர் விரும்பி யதைத் தருவது" போன்ற பொருளில் **காமாதுக** என்ற சொல் பசுவைக் குறிக்க **அதர்வ வேதத்திலும், தைத்தீரிய சம்கிதத்திலும், சதபத பிராமணத்திலும்** பயன்படுத்தப்பட்டுள்ளது. பெரும் வளத்தை அள்ளித் தந்த ஒன்றாக அந்த விலங்கைப் பார்த்து வந்த போக்கையே இது மறைமுகமாகச் சுட்டிக்காட்டுகிறது.[17] நவீன காலத்தில் பசுவுக்குத் தரப்பட்டிருந்த புனித அந்தஸ்து, வேத காலத்துக்குப் பிந்தைய காலத்தில் தரப்படவில்லையென்ற போதிலும், பசுவின் பொருட்கள் தூய்மைப்படுத்தும் பங்கு ஆற்றியிருந்தன என்பதற்குத் தெளிவான ஆதாரங்களை அந்த இலக்கியங்களில் பார்க்க முடிகிறது. சடங்குகளில் பசும் பாலும், பால் பொருட்களும் பயன்பட்டு வந்ததற்கான எழுத்துப் பூர்வ ஆதாரங்கள் தவிர, தூய்மைப்படுத்துவதற்கோ, பாவங்களைப் போக்கிக்கொள்ளும் பரிகாரமாகவோ பசுவின் மற்ற பொருட்கள்

---

* மனிதர்களின் குற்றங்களையும், பாவங்களையும் போக்கி, அவர்களைத் தூய்மைப்படுத்துவதற்கான சடங்கில் பசுவும், அதன் பொருட்களும் பயன் படுத்தப்பட்டதையே ஆசிரியர் இங்கு குறிப்பிடுகிறார். (மொ-ர்).

பயன்படுத்தப்பட்டது பற்றி நாம் இப்போது பார்க்கலாம். எடுத்துக் காட்டாக, பசுவின் சாணத்தால் பலி பீடம் பூசிமெழுகப்பட்டது.[18] மனிதனைத் தூய்மைப்படுத்த பசுவின் நெய் பயன்படுத்தப்பட்டது.[19] பசு நடந்து சென்றால், அந்த இடம் தூய்மையடையும்,[20] பசுவின் முன்னால் வைத்து வணங்கப்பட்ட பார்லி அரிசியில் கஞ்சி காய்ச்சிக் குடித்தால் அது நல்ல பலனைத் தரும்[21] என்பது பௌதாயனரின் கருத்தாகும். பௌதாயனர் மாட்டுத் தொழுவங்களை புனித இடங்களாகப் பார்க்கிறார்.[22] அசுத்தங்களைத் துடைத்தெறியும் ஒரு திறனான பொருள் பசுவின் சாணம்.[23] பசுவின் சாணம் பட்டாலே போதும், அது மனிதனைத் தூய்மைப்படுத்தி விடும் என்கிறார் இவர்.[24] உலோகப் பாத்திரங்களில் பசுவின் சாணத்தை பூசினாலோ அதன் மூத்திரத்தில் கழுவினாலே அது சுத்தமாகிவிடும்.[25] பசுவின் சாணம், மூத்திரம், பால், தயிர், நெய் ஆகிய இவை அய்ந்தும் சடங்குகளிலும், வேள்விகளிலும் பயன்படுத்தப்பட்டு வந்ததால், வேதகாலத்திலிருந்தே அவை முக்கியத்துவம் பெறத் தொடங்கி விட்டதுபோல் தெரிகிறது. இருப்பினும், பௌதாயனரின் தர்ம சூத்திரத்தில்தான்[26] **பஞ்சகவ்யம்** என்ற சொல் முதன்முதலில் குறிப்பிடப்பட்டிருக்கிறது. அதற்குப் பின்னர் பல்வேறு நூல்களிலும் தொடர்ச்சியாக இச்சொல் பயன் படுத்தப்பட்டுள்ளது.[27] பசுவுக்கும், அதன் பொருட்களுக்கும் இருப்ப தாகக் கூறப்படும் தூய்மைப்படுத்தும் திறன்கள் பற்றிய குறிப்புகள் பின்னர் வந்த காலங்களில் மிக அதிக அளவில் காணப்படுகின்றன. தூய்மைப்படுத்தும் சடங்குகளில் பயன்படுத்தப்படும் பசு தொடர்பான பொருட்களின் - அதாவது பஞ்சகவ்யத்தின் (சில நேரங்களில் இது பிரம்ம குர்ஹா[28] என்றும் அழைக்கப்பட்டது) திறன்கள் பற்றிய குறிப்புகளை **வசிஷ்ட தர்மசூத்திரத்**தில் பார்க்க முடிகிறது. உணவு, ஊர்தி, கட்டில், ஆசனம், மலர்கள், கிழங்குகள், பழங்கள் போன்ற பொருட்களைத் திருடிய குற்றத்திற்குப் பரிகாரமாக பஞ்சகவ்யத்தை விழுங்கும்படி மநு பரிந்துரைக்கிறார்.[29] **சம்தாபனாகிராச்சாரம்** என்ற பிராயச்சித்தத்திற்காக பசுவின் அய்ந்து பொருட்களையும், **குஷா** (Kusa) என்ற புல்லிலிருந்து வடிக்கப்பட்ட கஷாயத்தையும் குடிக்கும்படி மநு பரிந்துரைத்துள்ளார்.[30] ஏறத்தாழ மநுவின் காலத்தில் வாழ்ந்தவரான விஷ்ணு பஞ்சகவ்யம் குறித்து அடிக்கடி குறிப்பிட்டுள்ளார்.[31] பசுவின் மூத்திரம் அல்லது பித்தநீரிலிருந்து தயாரிக்கப்பட்ட[32] **கோரோஷனம்**[33] என்ற மஞ்சள் சாயப்பொருளை இவர் கூடுதலாகச் சேர்த்திருந்தார். பசுவிடமிருந்து கிடைக்கும் பொருட்கள் தூய்மைப்படுத்தும் ஆற்றல் கொண்டவை என்று யாக்ஞவல்கியர் குறிப்பிடுகிறார்.[34] எட்டு புனிதப் பொருள்களில் பசுவையும் ஒன்றாக நாரதர் குறிப்பிடுகிறார்.[35] சாஸ்திர நூல்கள் - குறிப்பாக பிற்கால சாஸ்திர நூல்கள்[36] - பஞ்சகவ்யத்தை எப்படித் தயாரிப்பது என்பதற்கு பல்வேறு விதிமுறைகளைக் கூறியுள்ள போதிலும், தூய்மைப்படுத்துதல், பாவத்திற்குப் பரிகாரம் ஆகியவற்றில் அதன் பங்களிப்பு குறித்து ஒரே கருத்துக் கொண்டவை

யாக உள்ளன. இருப்பினும், தாழ்த்தப்பட்ட சாதிகள் இதைப் பயன் படுத்த சில சாஸ்திர ஆசிரியர்கள் அனுமதிப்பதில்லை. சூத்திரன் பஞ்சகவ்யத்தைக் குடித்தால் அவன் நரகத்திற்குத்தான் செல்வான் என்று விஷ்ணு தெளிவாகச் சொல்கிறார்.[37] அத்ரி[38] என்ற சாஸ்திர ஆசிரியர் மத்தியகாலத்தில் இதே கருத்தை மீண்டும் வலியுறுத்து கிறார். சூத்திரர்களும், பெண்களும் வேத மந்திரங்கள் ஓதாமல் இதை (பஞ்சகவ்யம்) குடிக்கலாம் என்பது தேவலர்[39] பராசரர்[40] ஆகியோரின் கருத்தாகும். விஷ்ணுவின் சாஸ்திர நூல் மீது உரை எழுத வந்த பதினேழாம் நூற்றாண்டு உரையாசிரியரான நந்தபண்டிதர் பெயர் தெரியாத ஸ்மிருதி ஒன்றை மேற்கோளாகக் காட்டி சூத்திரர்களையும், பெண்களையும் விலக்கி வைக்கும் கருத்தை நியாயப்படுத்துகிறார்.[41] பஞ்சகவ்யத்தை பல்வேறு சாதிகள் பயன்படுத்துவது குறித்து பல் வேறு விதமான கருத்துகள் நிலவி வந்தன. தீவிரமான ஏற்றதாழ்வுகள் நிலவி வந்த சமூக அமைப்புக்கும், தூய்மைப்படுத்துதல் என்ற கருத்தாக்கத்திற்கும் இடையிலான உறவை இது சுட்டிக்காட்டுகிறது. தூய்மைப்படுத்துவதற்கும், பரிகாரங்களுக்கும் பஞ்சகவ்யம் இன்றி யமையாதது என்பதை தர்ம சாஸ்திரங்கள் ஏகமனதாக ஏற்றுக்கொள் கின்றன. சடங்குகளில் பஞ்சகவ்யத்துக்கு ஒரு முக்கிய இடம் தந்துள்ளன.

சரகர், சுஷ்ருதர், வாக்பதர் ஆகியோர் எழுதிய பண்டைய மருத்துவ நூல்களில் பசுவின் அய்ந்து பொருட்களை (பஞ்சகவ்யம்) பற்றிய குறிப்புகளையும் **கோரோஷனம்** என்ற ஆறாவது பொருளைப் பற்றிய குறிப்புகளையும் பார்க்க முடிகிறது. கடுமையான காய்ச்சலின் போது மற்ற மருந்துப் பொருட்களோடு பஞ்சகவ்யத்தையும் உட் கொள்ளும்படி சரகர் பரிந்துரைக்கிறார்.[42] காய்ச்சலின் போதும், மற்ற உடல்தொல்லைகளின்போதும் பஞ்சகவ்யகர்த்தாவையும்,[43] மகா பஞ்ச கவ்யகர்த்தாவையும்[44] பயன்படுத்தும்படி ஆலோசனையும் வழங்கு கிறார். பசுவின் மூத்திரம்[45] **கோரோஷனம்**[46] ஆகியவற்றின் குணப் படுத்தும் ஆற்றல்கள் குறித்தும் இவர் பேசியுள்ளார். வாக்பதர் ஏழாவது நூற்றாண்டில் இது குறித்து விரிவாக விளக்கியுள்ளார்.[47] இவ்வாறெல்லாம் பல நூல்களிலும் குறிப்பிடப்பட்டிருந்த போதிலும் கூட, பஞ்சகவ்யத்தில் இருப்பதாக அனுமானிக்கப்பட்ட அதன் மருத்துவக் குணங்களின் விளைவாகவே தூய்மைப்படுத்தும் சடங்குப் பொருளாக அது முக்கியத்துவம் பெற்றது என்றுகூட வாதிட முடியும்.

பஞ்சகவ்யத்துக்குத் தரப்பட்ட நவீனகால மாற்றுதான் **பஞ்சாமிர் தம்** என்று சில ஆய்வாளர்கள் முன்வைத்துள்ள கருத்துகள் அய்யத்துக் குரியவையாக இருக்கின்றன.[48] பால், தயிர், நெய், சர்க்கரை, தேன் ஆகிய பொருட்களால் செய்யப்பட்ட பஞ்சாமிர்தம் கடவுள் சிலை யைக் குளிப்பாட்டப் பயன்படுத்தப்படுகிறது.[49] மிஞ்சிய பஞ்சாமிர்தம் கடவுளுக்குப் படைக்கப்படுகின்றது. பூஜை என்கிற வழிபாட்டு முறை மூலமாக வேள்விகள் படிப்படியாகக் கைவிடப்பட்ட வந்த கிறிஸ்து

சகாப்தத்தின் தொடக்க நூற்றாண்டுகளைச் சேர்ந்த **பௌதாயனகிர கசேச சூத்திரத்தில்**[50] தான் இது பற்றிய முதல் குறிப்புகளைப் பார்க்க முடிகிறது. பிற்கால நூல்களில் பஞ்சாமிர்தம் பற்றிய குறிப்புகள் அடிக்கடி இடம் பெற்றுள்ளதையும் ஆய்வாளர்கள் சுட்டிக் காட்டியுள்ளனர்.[51] இந்த வாதங்களை வைத்துப் பார்க்கும் போது பஞ்சாமிர்தம் என்ற கருத்துக்கும், பஞ்சகவ்யம் என்ற கருத்துக்கும் இடையே எந்தத் தொடர்பும் இருப்பதாகத் தெரியவில்லை. இந்த இரண்டில் எந்த ஒன்றையும் மற்றொன்றுக்கு மாற்றாக எடுத்துக் கொள்ளமுடியாது.

பஞ்சகவ்யம் என்ற கருத்தாக்கத்தின் வரலாறு என்னவாக இருந்தபோதிலும் சரி, சூத்திரர்களும், பெண்களும் இதைப் பயன் படுத்தக்கூடாது என்று சில சாஸ்திர நூல்கள் சொல்லியிருந்த போதிலும் சரி, தூய்மைப்படுத்தும் சடங்குகளிலும், பரிகாரச் சடங்கு களிலும் அது தொடர்ந்து ஒரு முக்கியப் பாத்திரம் வகித்து வந்தது என்பதில் எந்த அய்யமுமில்லை. பசுவின் புனிதத்தை மறுக்கும் ஆதாரங்களையும் தர்ம சாஸ்திரங்களில் போதுமான அளவில் பார்க்க முடிகிறது. பசு முகர்ந்து பார்த்த உணவின் மீது சிறிது மண்ணைப் போட்டால் அது சுத்தமாகும் என்று மநு கூறுகிறார்.[52] இதையே விஷ்ணு மீண்டும் வலியுறுத்துகிறார்.[53] பசுவின் பின்பக்கம் சுத்த மானது[54] என்று சொல்வதன்மூலம் வசிஷ்டர் இந்தக் கருத்தை மறை முகமாக ஆதரிக்கிறார். பசு முகர்ந்து பார்த்த உணவு தூய்மைப் படுத்தப்பட வேண்டும் என்பதுதான் யாக்ஞவல்கியரின் கருத்தாகும்.[55] வெள்ளாடு, குதிரை ஆகியவற்றின் வாய் தூய்மையானவையாகும்; ஆனால் பசுவின் வாயும், மனிதனின் மலமும் தூய்மையானவை அல்ல என்றும் இவர் குறிப்பிட்டுள்ளார்.[56] பசுவின் வாய்பட்ட அல்லது காகத்தின் தீட்டுப்பட்ட அல்லது சூத்திரன் உண்ட வெண் கலப் பாத்திரத்தைத் தூய்மைப்படுத்த பத்து நாட்கள் அதை சாம்பலில் தேய்க்க வேண்டும்.[57] என்று பிற்கால சாஸ்திர ஆசிரியரான அங்கிராசர் தெளிவாக வலியுறுத்தியுள்ளார். இதே கருத்தை பராசரரும்,[58] வியாசரும்[59] மீண்டும் வலியுறுத்துகின்றனர். பசுவின் வாயைத் தவிர அதன் மற்ற உறுப்புகள் அனைத்தும் தூய்மையானவை என்று சொல்லு மளவுக்கு சங்கா சென்று விடுகிறார்.[60] பசுவின் வாய் அசுத்தமானது என்று தர்மசாஸ்திரத்தில் கண்டுள்ள கருத்து தொடக்ககால மருத்துவ உரைநூல்களிலும், அதற்குப் பின்னர் வந்த நூல்களிலும் பிரதிபலித்துள் ளது. மநு சாஸ்திரத்தின் ஒரு முக்கியப் பகுதிக்கு விளக்கம் தர வந்த மேதாதிதி (கி.பி.900) பசுவின் வாய் தவிர[61] அதன் மற்ற உறுப்புகள் அனைத்தும் புனிதமானவை என்ற கருத்தை மீண்டும் வலியுறுத்தி யுள்ளார். உணவுப் பொருட்களை பசு முகர்ந்து பார்த்தால் அவற்றைச் தூய்மைப்படுத்த வேண்டும் என்று விஞ்ஞானேஸ்வரரும் (கி.பி.1100) மித்ரமிஸ்ராவும் (பதினேழாம் நூற்றாண்டு) குறிப்பிட்டுள்ளனர்.[62] மற்ற வளர்ப்பு விலங்குகளைப் போலவே, பசுவும் தாவர வகைகளை

மட்டுமே உண்பதாக இருந்த போதிலும் அதன் வாய் தூய்மையானது என்று எந்தவொரு சாஸ்திர ஆசிரியரும் சொல்லவில்லை.

ஆகவே, பசுவின் வாய் அசுத்தமானது என்ற கருத்து வேதகாலத் துக்குப் பிந்தைய காலகட்டத்தில் தோற்றம் பெற்று, அனைத்து சாஸ்திர நூல்களிலும் இடம் பெற்றிருக்கவேண்டும் என்றே தோன்றுகிறது. கடவுள் விஷ்ணு குறித்த ஒரு பிரபலமான புராணத்தில் இந்தக் கருத்தின் எதிரொலியைக் காண முடிகிறது. காமதேனுவின் வாய் அசுத்தமடையட்டும்; அதன் வால் என்றென்றும் புனிதமாக இருக்கட்டும் என்று விஷ்ணு சாபமிடுவதாக அப்புராணத்தில் சொல்லப்பட்டுள்ளது.⁶³ இது பார்ப்பனியக் கட்டுக்கதையாக இருக்கலாம்; ஆனால், தர்ம சாஸ்திரங்களால் முன்வைக்கப்பட்ட எந்த தர்க்க அடிப்படையும் இல்லாத மேற்சொன்ன கருத்துக்கு தர்க்க அடிப்படையைத் தரும் நோக்கம் இதற்கு இருந்திருக்கிறது. ஹரித்வார் புனிதக் குளத்தில் குளித்துக்கொண்டிருந்த பக்தர்களைப் பிடித்திருந்த பேய்களை விரட்டுவதற்காக பார்ப்பனர் ஒருவர் ஒரு காட்டுப் பசுவின் வாலை அவர்கள் முன்னால் ஆட்டியதாகப் பத்தொன்பதாவது நூற்றாண்டின் பிற்பகுதியைச் சேர்ந்த ஒரு கதை விவரிக்கிறது.⁶⁴ விலங்கைக் கொல்லாமல் அதன் வாலை எப்படிப் பெற முடியும்? இது கற்பனைக்கும் எட்டாததல்லவா? மேற்கண்ட கருத்துக்களை வைத்துப் பார்க்கும் போது பசு தரும் பொருட்கள் தூய்மையானவை என்ற கருத்தும், அதன் வாய் அசுத்தமானது என்ற கருத்தும் சேர்ந்தே இருந்து வந்திருக்கும் போல் தோன்றுகிறது. பசு குறித்த தர்ம சாஸ்திரத்தின் சித்தரிப்பில் ஆழமாக வேரூன்றியுள்ள இந்த முரண்பாட்டிற்குத் தீர்வு காண்பது எளிதானல்ல.

6. 'புனிதப் பசு:' ஒரு ஏமாற்று வித்தை [தொகுப்புரை]

ரிக்வேதம் தொடங்கி பெரும்பாலும் பார்ப்பனிய ஆசிரியர்களால் எழுதப்பட்ட எழுத்துப்பூர்வ ஆதாரங்கள் குறித்த நமது ஆய்விலிருந்து பல்வேறு செய்திகள் வெளிப்படுகின்றன. வெளியிலிருந்து இந்தியாவுக்குள் குடிபெயர்ந்த ஆரியர்கள் தங்களுடன் குறிப்பிட்டக் கலாச்சாரக் கூறுகளையும் கொண்டு வந்தார்கள் என்ற விஷயம் முதலாவதாக நமக்குத் தெளிவாகத் தெரிய வருகிறது. இந்தியத் துணைக் கண்டத்திற்குள் அவர்கள் குடிபெயர்ந்த பின்னால் பல நூற்றாண்டுகள் வரை மேய்ச்சல் தொழில், நாடோடி வாழ்க்கை, விலங்குகளை உயிர்ப்பலி தந்து வந்த வேள்விகள் போன்றவை அவர்கள் வாழ்க்கையின் சிறப்பம்சங்களாக இருந்து வந்தன. அதற்குப் பின்னர் நிலையான விவசாயம் அவர்கள் வாழ்க்கையின் முக்கிய அம்சமாக மாறியது. விலங்குகள் பலி தரப்பட்ட வேள்விகள் மிக மிகச் சாதாரணமான நடைமுறையாக இருந்தன. இதில் **அஸ்வமேதம், ராஜசூயம்** ஆகியன புகழ்பெற்ற மிக முக்கிய வேள்விகளாக இருந்தன. தொடக்ககால ஆரியர்களால் முக்கியச் செல்வமாகக் கருதப்பட்டு வந்த கால்நடைகள் உள்ளிட்டு வேறு விலங்குகளும் பலி தரப்பட்ட சடங்குகளில் மேற்சொன்ன வேள்விகள் மிக முக்கியமானவையாக இருந்தன. கால்நடை வரம் கேட்டு தங்கள் தெய்வங்களை வழிபட்ட இவர்கள் அத்தெய்வங்களைச் சாந்தப்படுத்த அந்தக் கால்நடைகளையே பலி தந்ததில் வியப்பேதுமில்லை. உணவு விஷயத்தில் வேதகாலக் கடவுள்கள் மத்தியில் பெரும் வேறுபாடு ஏதுமில்லை. பால், வெண்ணெய், பார்லி, எருது, வெள்ளாடு, செம்மறியாடு போன்றவை அவர்களின் வழக்கமான உணவாக இருந்தன. இருப்பினும் சில கடவுள்கள் சில விசேசமான உணவு வகைகளை விரும்பின என்று தெரிகிறது. காளை இந்திரனுக்குப் பிடித்த உணவாக இருந்தது. இந்திரனைப் போல அக்னி பெருங்குடிகாரனாக இல்லையென்றபோதிலும் குதிரை, காளை, பசு ஆகியவற்றின் இறைச்சியை அவன் பெரிதும் விரும்பி வந்தான். சாலைகளின் காவலனான, பல்லில்லாத புஷன் தனக்குப் படைக்கப்பட்ட இறைச்சி எதுவாக இருந்தாலும் சாப்பிட்டான். போதை தந்த பானத்தின் பெயர் சோமா. ஆனால் அது ஒரு முக்கியக் கடவுளின் பெயரும்கூட. இத்தெய்வத்துக்கு விலங்குகளை (கால்நடைகள் உள்ளிட்டு) பலி தருவது பெரும்பாலான ரிக்வேத வேள்விகளில் ஒரு முக்கிய அம்சமாக இருந்தது. மருத்கள், அஸ்வின்கள் போன்ற தெய்வங்களுக்கும் பசுக்கள் பலி தரப்பட்டன.

வேதங்களில் குறிப்பிடப்பட்டுள்ள 250 விலங்குகளில் குறைந்தது 50 விலங்குகளாவது வேள்விகளுக்குத் தகுதியானவையாக இருந்தன. அதாவது தெய்வம், மனிதன் ஆகிய இருவரின் நுகர்வுக்கும் பொது வானவையாக இருந்தன என்பதையே இது சுட்டிக்காட்டுகிறது. "பசு மிக நல்ல உணவு" என்று **தைத்திரிய பிராமணம்** தெளிவாகச் சொல் கிறது. இளம் பசுவின் இறைச்சி விஷயத்தில் யாக்ஞவல்கியர் காட்டி வந்த பிடிவாதம் அனைவரும் அறிந்த ஒன்றுதான். பார்ப்பனர்களின் பசுக்கள் கொல்லப்பட்டிருக்க மாட்டா என்று நம்புவதற்குக் காரணம் இருந்தாலும்கூட, இயற்கையாகவே பசு புனிதமானது என்ற கருத்துக்கு எந்தவொரு ஆதாரத்தையும் வேத காலத்திலோ, அதற்குப் பின்னரோ காண முடியவில்லை.

இதைத் தொடர்ந்து வந்த பார்ப்பனிய நூல்கள் (உதாரணமாக கிரக சூத்திரங்கள், தர்மசூத்திரங்கள் போன்றவை) மாட்டிறைச்சி உண்ணப்பட்டதற்குத் தெளிவான ஆதாரங்களைத் தருகின்றன. வீட்டுச் சடங்குகளிலும், விவசாயம் போன்ற மற்ற செயல்களோடு சம்பந்தப் பட்ட சடங்குகளிலும் பசுக்கள் கொல்லப்பட்டு வந்தன. சடங்கு முறைப்படியான விருந்தினர் வரவேற்பு நிகழ்ச்சியில் (சிலநேரங் களில் இது **அர்கியம்** என்றும் பொதுவாக **மதுபர்கம்** என்றும் அழைக்கப்பட்டு வந்தது) தயிர் கலந்த உணவோடு பசு அல்லது காளையின் இறைச்சியும் பரிமாறப்பட்டது. **மதுபர்கம்** விருந்தில் இறைச்சி கட்டாயமாக இடம் பெறவேண்டும் என்று கட்டளையிடும் அளவுக்குக்கூட சாஸ்திர ஆசிரியர்கள் சென்று விட்டார்கள். பின்னால் வந்த பல்வேறு சாஸ்திர ஆசிரியர்களும் ஏறத்தாழ இந்தக் கட்ட ளையை அப்படியே பின்பற்றினார்கள். பூணூல் அணியும் சடங்கு ஒன்று அவ்வளவு புனிதமானதல்ல; காரணம், அச்சடங்கின்போது ஸ்நாதகன் (snataka) பசுத்தோலை மேலாடையாக அணிவது அவசிய மானதாக இருந்தது.

இறந்தோர் வழிபாட்டில் விலங்குகளைப் பலியிடுவது ஒரு முக்கிய அங்கமாக இருந்ததை வேதநூல்களில் பார்க்க முடிகிறது. பிணத்தின்மீது பசுவின் கொழுப்பு பூசப்பட்டது; இறந்த மனிதன் சொர்க்கத்துக்குச் சவாரி செய்ய அவனுடன் ஒரு காளையும் எரிக்கப் பட்டது. குறிப்பிட்ட காலத்துக்குப் பின் பார்ப்பனர்களுக்கு விருந்து தருவதும் ஈமச்சடங்குகளில் ஒரு அம்சமாக இருந்தது. பசு அல்லது எருதின் இறைச்சி இறந்தவருக்கு அவ்வப்போது படையலாகத் தரப் பட்டது. சாஸ்திர நூல்களில் காணப்படும் பரிந்துரைகளைப் பார்க்கும் போது, படையல் தரப்படும் விலங்கைப் பொருத்தே முன்னோரின் ஆன்மத் திருப்தியின் அளவு அடங்கியிருப்பது தெரிய வருகிறது. பசுவின் இறைச்சி குறைந்தபட்சம் ஒரு ஆண்டுக்கே முன்னோர்களை திருப்திப்படுத்துவதாக இருந்தது! சடங்குகளில் பசு உள்பட பல விலங்க்கள் கொல்லப்பட்டது குறித்து வேதகால நூல்களும், அதற்குப் பிந்தைய நூல்களும் அடிக்கடி குறிப்பிட்டுள்ளன. வேள்விகளுக்கும்

வேள்விப் பொருள்களுக்கும் இடையே ஒரு உறவு இருந்தது. வேள்விச் சடங்குகளின் போது மட்டும்தான் பலவகை இறைச்சி உணவுகள் உண்ணப்பட்டு வந்தன என்று இதற்குப் பொருள் கொள்ள முடியாது. சடங்குகள் இல்லாத நேரங்களிலும் கால்நடைகள் (உணவுக்காக) கொல்லப்பட்டிருக்கின்றன என்ற உண்மையை தொல்லியல் ஆதாரங்களிலிருந்து அனுமானிக்க முடிகிறது. மாட்டிறைச்சியும், மற்ற விலங்குகளின் இறைச்சியும் மக்களின் உணவுக் கலாச்சாரத்தில் ஒரு அங்கமாக இருந்து வந்திருக்கிறது என்பதையும், உண்ணப்பட்டு வந்த இறைச்சிகள் அனைத்தும் சடங்குகளின்போது பலி தரப்பட்ட விலங்கு களின் இறைச்சியாக இருக்கவில்லை என்பதையும் இது எடுத்துக் காட்டுகிறது.

உபநிடதச் சிந்தனைகளிலும், இலக்கியங்களிலும்தான் முதன் முதலாக அகிம்சைக் கருத்துத் தோன்றியிருக்கும் போல் தெரிகிறது. மாட்டிறைச்சி மீதும், மற்ற இறைச்சி உணவுகள் மீதும் பௌத்த, சமண நூல்களில் ஒரு வெறுப்பைப் பார்க்க முடியவில்லை என்ற போதிலும், உயிர்ப்பலி தந்து வந்த வேத வேள்விகளினால் நற்கதி அடையலாம் என்ற கருத்தை கௌதம புத்தரும், மகாவீரரும் கடுமையாக எதிர்த்து வந்தார்கள். அகிம்சை இலட்சியத்தை புத்தர் ஆதரித்தார் என்பது உண்மை என்ற போதிலும், பன்றி இறைச்சி உண்ட பின்பு அவர் இறந்ததாகச் சொல்லப்படுகிறது. விலங்குகள் மீது அசோகர் காட்டி வந்த கருணையை மறுத்துவிட முடியாது என்ற போதிலும், மௌரியர் காலத்திலும் உணவுக்காக விலங்குகள் கொல்லப்பட்டு வந்தன என்ற விஷயத்தை கௌடில்யரின் அர்த்தசாஸ்திரத்திலிருந்து தெரிந்துகொள்ள முடிகிறது. வதை செய்யக்கூடாத விலங்குகள் குறித்து அசோகர் தந்துள்ள பட்டியலில் பசு இடம் பெறவில்லை என்பது குறிப்பிடத் தக்கது. இந்தியாவிலிருந்த பௌத்தர்களும், வெளிநாடுகளைச் சேர்ந்த பௌத்தர்களும் மாட்டிறைச்சி உள்பட பல்வேறு வகை இறைச்சி களைச் சமீபகாலம் வரையிலும்கூட தொடர்ந்து உண்டு வந்தார்கள். இதனால் அடிக்கடி சமணர்களிடம் இரக்கமற்ற விமர்சனத்தை எதிர் கொண்டார்கள். லாகுலில் பௌத்தர்கள் மாட்டிறைச்சி உண்டு வருகிறார்கள் (இரகசியமாகத்தான்). திபெத்தில் பசு, செம்மறியாடு, பன்றி, சடையெருமை போன்ற விலங்குகளின் இறைச்சியை உண்ணுகிறார்கள்.

பௌத்தத்தைப் போல சமணமும், விலங்குகள் பலி தரப்பட்ட வேள்விகளினால் நற்கதி அடையலாம் என்ற கருத்தை கேள்விக் குள்ளாக்கியது. கொல்லாமை என்ற இலட்சியத்தை சமணம் உற்சாகத் தோடு தன் கையில் எடுத்துக் கொண்டது. ஆனால், வேதகாலத்திலும், அதற்குப் பிந்தைய காலத்திலும் இறைச்சி உணவு வழக்கமான உணவாக இருந்தது. சமண சமய நிறுவனர்களில் ஒருவரான மகா வீரரும்கூட வளர்ப்புப் பறவைகளின் இறைச்சியை உண்டதாகச் சொல்லப்படுகிறது. ஒருவேளை தொடக்ககாலச் சமணர்கள் கறாரான

சைவ உணவுக்காரர்களாக இல்லாமல் இருந்திருக்கலாம். சாதாரண மக்கள் தந்த இறைச்சியை அல்லது மீனை துறவிகள் மறுக்கவில்லை என்று எட்டாம் நூற்றாண்டைச் சேர்ந்த பெரும் சமண தர்க்க அறிஞர் ஒருவர் சொல்லியுள்ளார். இவ்வாறெல்லாம் இருந்தபோதிலும், சமணர்கள் மத்தியில் இறைச்சி உணவுக்கு வலுவான தடை விதிக்கப்பட்டிருந்தது. சமண சமய நூல்களும், சமண இலக்கியங்களும் இதற்கு ஏராளமான ஆதாரங்களைத் தந்துள்ளன. சமணர்களின் இறுக்கமான அணுகுமுறை சமணத் தத்துவத்தின் அடிப்படைக் கோட்பாடுகளில் ஆழமாக வேரூன்றியிருந்தது. குறைந்தபட்சம் கோட்பாட்டுத் தளத்திலாவது எல்லா உயிரினங்களையும் அது பாரபட்சமில்லாமல் மதித்து வந்தது. சமணக் கோட்பாடு பசுவுக்கு எந்தவொரு சிறப்பு அந்தஸ்தையும் தரவில்லை. இவ்வாறாக, பௌத்தமும், பெரிய அளவில் சமணமும் அகிம்சைக் கோட்பாட்டின் வளர்ச்சிக்குப் பங்களித்திருந்தன. ஆனால், இந்த இரண்டுமே தனிப்பட்ட முறையில் புனிதப்பசு என்ற கருத்தாக்கத்தை வளர்த்தெடுக்க வில்லை என்று தோன்றுகிறது.

அகிம்சைக்கு உபநிடதங்களும், பௌத்தமும், சமணமும் தந்து வந்த ஆதரவையும் மீறி மௌரியருக்குப் பிந்தைய காலத்தில் சடங்கு முறைகளும், கால்நடைகள் உள்பட விலங்குகள் ஆங்காங்கே கொல்லப் பட்டு வந்த நடைமுறையும் நீடித்து வந்தது. அகிம்சையின் நற்பண்பை மநு (கி.மு. 200 - கி.பி. 200) மேன்மைப்படுத்திப் பேசியிருந்த போதிலும், உண்ணத்தகுந்த விலங்குகளின் இறைச்சி குறித்த பட்டியலைத் தந்துள்ளார். உணவுக்காக ஒட்டகத்தைக் கொல்லக்கூடாது என்று விதிவிலக்குத் தரும் இவர் அந்தச் சலுகையைப் பசுவுக்குத் தரவில்லை. இதற்கு மாறாக வேதச் சடங்கு முறைப்படி விலங்கு களைக் கொன்றால் அது கொலையாக எடுத்துக்கொள்ளப்படாது என்று சொல்கிறார். இவ்வாறாக, சடங்குகளின்போது கால்நடைகள் கொல்லப் படுவதற்கு அங்கீகாரம் தந்தார். மேலும், **மதுபர்கம், சிரார்த்தம்** ஆகிய நிகழ்ச்சிகளின்போது இறைச்சி உண்ணும்படி பரிந்துரைக்கிறார். சடங்குகளின்போது கால்நடைகள் கொல்லப்படுவதையும், மாட்டி றைச்சி உண்ணப்படுவதையும், மநு நியாயப்படுத்தினார் என்று யாராவது விளக்கம் அளித்தால் அது உண்மையாகவே இருக்கும். மநு செய்ததைத்தான் பின்னால் வந்த உரையாசிரியர்களும் செய்தார்கள்.

யாக்ஞவல்கியரின் (கி.பி. 100 - 300) சாஸ்திர நூலை இனி பார்க்கலாம். உண்ணத்தகுந்த விலங்குகளின் இறைச்சியையும், மீனையும் பட்டியலிடுகின்ற இவர் வேதமறிந்த பார்ப்பனனை பெரிய எருது அல்லது வெள்ளாடு, சுவையான உணவு, இனிமையான வார்த்தைகளோடு வரவேற்க வேண்டும் என்றும் குறிப்பிட்டுள்ளார். இறைச்சி உண்பதும், உணவுக்காகக் கால்நடைகள் கொல்லப்படுவதும் இயல்பான வழக்கமாக குப்தர் காலத்திலும், அதற்குப் பின்னரும் நீடித்து வந்திருக்கிறது என்பதற்குப் போதுமான ஆதாரங்களைப்

புராணங்களிலும், காவியங்களிலும் பார்க்க முடிகிறது. ஈமச்சடங்கின் போது பார்ப்பனர்களுக்கு மாட்டிறைச்சி விருந்து தரப்பட்டதற்கான ஆதாரங்களைப் பல்வேறு புராணங்களில் பார்க்க முடிகிறது. விருந்தினர்களைக் கௌரவிப்பதற்காகப் பசு பலி தரப்படுவதை சில புராணங்கள் தடை செய்கின்றன. துர்கா பூஜை, நவராத்திரி அல்லது தசராவின்போது பெண் தெய்வங்களுக்கு எருமைகளைப் பலி தரும்படி சில புராணங்கள் பரிந்துரை செய்கின்றன.

காவியங்கள் வெளிப்படுத்தும் ஆதாரங்கள் மிகச் சுவையானதாக இருக்கின்றன. மகாபாரதத்தில் பெரும்பாலான பாத்திரங்கள் இறைச்சி உண்பவர்களாக இருக்கிறார்கள். காயல், சம்பாரா, எருமை உள்பட பல்வேறு விலங்குகளின் இறைச்சிகளை யுதிர்ஷ்டர் தருவார் என்று ஜெயத்ரதனுக்கும், அவன் பரிவாரங்களுக்கும் திரௌபதி வாக்குறுதி தருகிறாள். வனவாசம் சென்றபோது இறைச்சி உணவால்தான் பாண்டவர்கள் உயிர் பிழைத்ததாகத் தெரிகிறது. ரந்திதேவரின் புகழ் பாடும் குறிப்புகளையும் மகாபாரதத்தில் பார்க்க முடிகிறது. அவரின் சமையலறையில் தினந்தோறும் இரண்டாயிரம் பசுக்கள் கொல்லப் பட்டு வந்தன; தானியங்களோடு, இறைச்சியும் பார்ப்பனர்களுக்குத் தரப்பட்டு வந்தன. வேள்விகளுக்காகவும், உணவுக்காகவும் பசு உள்பட விலங்குகள் கொல்லப்பட்டு வந்ததைப் பற்றிய குறிப்புகளை வால்மீகி இராமாயணத்தில் அடிக்கடி பார்க்கலாம். உண்ணத் தகுந்தவை என்று தர்ம சாஸ்திரங்களால் அறிவிக்கப்பட்ட விலங்கு களைப் பெரும் எண்ணிக்கையில் பலி தந்த ஒரு பெரிய வேள்வியை தசரதன் நடத்திய பின்னால்தான் இராமன் பிறந்தான். இராமன் தன் சபதத்தை நிறைவேற்றி முடித்தால் ஆயிரம் பசுக்களையும், நூறு ஜாடி மதுவையும் தானம் தருவதாக யமுனை ஆற்றைக் கடக்கும்போது சீதை உறுதி தருகிறாள். மான் இறைச்சி மீது சீதை கொண்டிருந்த பெருவிருப்பத்தின் காரணமாக அவள் கணவன் மான்வேடத்திலிருந்த மாரீசனைக் கொல்லவும் துணிகிறான். இராமனைக் கௌரவிப்பதற் காக பரத்வாஜர் ஒரு கொழுத்த கன்றைப் பலி தருகிறார்.

தொடக்ககால இந்திய மருத்துவ நூல்களில் அசைவ உணவுப் பழக்கவழக்கங்களுக்கு ஒரு முக்கிய இடம் தரப்பட்டுள்ளது. இந்த நூல்களும், மநு, யாக்ஞவல்கியரின் சாஸ்திர நூல்களும், தொடக்க காலப் புராணங்களும், இரண்டு காவியங்களும் ஏறத்தாழ ஒரே காலகட்டத்தில் எழுதப்பட்டவைதாம். மீன்கள், விலங்குகள் குறித்து சரகர், சுஷ்ருதர், வாக்பதர் ஆகியோர் தரும் பட்டியல் கவனத்தை ஈர்ப்பதாக இருக்கிறது. மாட்டிறைச்சின் மருத்துவக் குணங்கள் பற்றி இந்த மூவருமே பேசுகின்றனர். தொடக்ககால இந்திய சமயச் சார்பற்ற இலக்கியங்களில் தொடங்கி, பிற்காலம் வரையிலும் மாட்டிறைச்சி உண்ணும் மரபின் தொடர்ச்சியைக் காண முடிகிறது. குப்தர் காலத்தில் தன் சமையலறையில் ஒவ்வொரு நாளும் கணக்கற்ற பசுக்களைக் கொன்று வந்த ரந்திதேவர் குறித்து காளிதாசர்

மறைமுகமாகக் குறிப்பிட்டுள்ளார். இரண்டு நூற்றாண்டுகள் கழித்து பவபூதி விருந்தினர் வரவேற்பு குறித்து இரண்டு நிகழ்ச்சிகளைக் குறிப்பிட்டுள்ளார். பின்னர், சிறீஹர்சர், ஒரு பகட்டான திருமண விருந்தில் சுவையான பல்வகை இறைச்சி உணவுகள் பரிமாறப்பட்ட தையும், பசுக்கள் கொல்லப்பட்ட சுவையான வேறு இரண்டு நிகழ்ச்சி களையும் குறிப்பிட்டுள்ளார். இருப்பினும், மற்ற இறைச்சிகளைக் காட்டிலும், பன்றி இறைச்சிக்கு இதே காலத்தைச் சேர்ந்த சோமேஸ் வரர் தெளிவாக முன்னுரிமை தருகிறார். மாட்டிறைச்சி குறித்து இவர் எந்த இடத்திலும் பேசவில்லை.

மேலே சொல்லப்பட்டுள்ள ஆதாரங்கள் எண்ணிக்கையில் குறைவாக இருந்தாலும், உணவுக்காகப் பசுக்கள் கொல்லப்பட்டு வந்த பண்டைய நடைமுறை பன்னிரெண்டாம் நூற்றாண்டு வரை நீடித்து வந்ததை எடுத்துக்காட்டுகின்றன. பார்ப்பனிய நூலாசிரியர்கள் இது குறித்த நினைவுகளை மிக அண்மைக்காலம் வரையிலும் காப்பாற்றி வந்திருக்கிறார்கள் என்பதற்கு காவியங்களுக்கான உரை நூல்களிலும், தொடக்ககால தர்மசாஸ்திர நூல்களிலும் கணிசமான ஆதாரங்களைக் காண முடிகிறது. சமயச்சார்பற்ற இலக்கியங்களுக்கு உரையெழுதிய உரையாசிரியர்களில் குஜராத்தைச் சேர்ந்த சாந்து பண்டிதரும், ஆந்திரப்பிரதேசம் தெலுங்கானாவைச் சேர்ந்த நரஹரியும், விஜயநகரப் பேரரசர் இரண்டாம் தேவராயரின் நெருங்கிய நண்பரான மல்லி நாதரும், பண்டைய காலங்களில் சடங்குகளுக்காகவும், உணவுக் காகவும் பசுக்கள் கொல்லப்பட்டு வந்ததை தெளிவாக எடுத்துக்காட்டி யிருக்கிறார்கள். பதினெட்டாம் நூற்றாண்டில் தஞ்சை மன்னரிடம் அமைச்சராகப் பணியாற்றி வந்த ஞானசியாமர், விருந்தினர்களைக் கௌரவிப்பதற்காக பசுக்களைக் கொல்வது பண்டைய விதி முறை யாக இருந்தது என்று குறிப்பிடுகிறார்.

இதைப் போலவே, தர்மசாஸ்திரங்களுக்கு உரையெழுதிய உரை யாசிரியர்களும், சமய நூலாசிரியர்களும் மாட்டிறைச்சி உண்டு வந்த பண்டைய நடைமுறையை உயிரோட்டமாகப் பதிவு செய்திருந்தார்கள். சில விசேசமான சூழல்களின்போது மாட்டிறைச்சி உண்பதை அனுமதிக்கும் அளவுக்குக்கூடச் சிலர் சென்றிருந்தார்கள். எடுத்துக் காட்டாக, காஷ்மீர் பார்ப்பனராக இருக்கக்கூடும் என்று நம்பப்படு கின்ற மேதாதிதி மன்னனையோ, மரியாதை தரப்பட வேண்டிய விருந்தாளியையோ கௌரவப்படுத்த காளையோ, எருதோ கொல்லப் பட்டது என்று சொல்கிறார். சடங்குகளின் போது மாட்டிறைச்சி உண்ண மிகத் தெளிவாக அனுமதி தருகிறார். பல்வேறு உரையாசிரி யர்களும் இந்தக் கருத்துக்கு (சில நேரங்களில் மறைமுகமாக) ஆதரவு தந்துள்ளது தெரிய வருகிறது. மால்வாவைச் சேர்ந்த விஸ்வரூபர் (இவர் சங்கரரின் சீடராகவே இருக்கக்கூடும்) நவீன கர்நாடகத்தில் கல்யாணா பகுதிக்கு பக்கத்தில் வசித்து வந்த விஞ்ஞானேஸ்வரர், ஹராதத்தர் (இவரும் ஒரு தென்னிந்தியரே) காஹத்வாலா மன்னர் ஹேமாத்திரி

யின் அமைச்சரான லட்சுமிதரர், தேவகிரி யாதவர்களின் அமைச்சரான நரசிம்ஹா, கோபாகலாவைச் சேர்ந்த (குவாலியர்) மித்ரா மிஸ்ரா போன்றவர்களும் விசேச நிகழ்ச்சிகளின்போது பசுக்கள் கொல்லப் படும் நடைமுறையை ஆதரித்திருந்தார்கள். பசு வதைக்கு எதிராக தர்மசாஸ்திர உரையாசிரியர்கள் கருத்துச் சொல்லியிருந்த போதிலும், இது பண்டைய நடைமுறை என்பதை அவர்கள் பொதுவாக ஒப்புக் கொண்டிருந்தார்கள். கலி யுகத்தில் இதைத் தவிர்க்க வேண்டும் என்று தான் குறிப்பிட்டிருந்தார்கள்.

மாட்டிறைச்சி உண்ணும் பழக்கம் தொடர்ந்து பின்பற்றப்பட்டு வந்தது என்பதையே மேற்சொன்ன ஆதாரங்கள் வெளிப்படுத்தி யுள்ளன. இருப்பினும், கி.பி. முதலாம் ஆயிரம் ஆண்டின் நடுப்பகுதி யின் போது தர்மசாஸ்திர நூலாசிரியர்கள் இப்பழக்கத்தைக் கண்டிக்கத் தொடங்கினார்கள். காரணம், அந்தக் காலப்பகுதியில் நிலப்பிரபுத்துவ உறவுகள் படிப்படியாக வளர்ச்சியடைந்து கொண்டிருந்தன. அதன் விளைவாக ஒரு பெரும் சமூக - கலாச்சாரம் மாற்றம் ஏற்பட்டது. மாறுதல் நிகழ்ந்து கொண்டிருந்த இந்தக் காலகட்டம் **கலியுகம்** என்று முதன்முதலாக காவியத்திலும், புராணங்களிலும் குறிப்பிடப்பட்டிருந் தது. இந்தக் காலகட்டம் சமூக விதிமுறைகளிலும், பழக்கவழக்கங்களி லும் ஏராளமான மாற்றங்களைக் கண்டது. பெரும்பாலான பண்டைய நடைமுறைகள் கலியுகத்தில் தடை செய்யப்பட்டுள்ளதாக இப்போது பார்ப்பனியச் சமய நூல்கள் பேசத் தொடங்கி விட்டன. காலம் செல்லச் செல்லக் கலியுகத்தில் தடை செய்யப்பட்ட பழக்கவழக்கங்களின் பட்டியல் அதிகரித்துக் கொண்டே சென்றாலும், அக்கால கட்டத்தைச் சேர்ந்த பெரும்பாலான நூல்கள் கலியுகத்தில் பசு வதைக்குத் தடை விதிக்கப்பட்டிருந்ததைக் குறிப்பிட்டுள்ளன. மத்தியகாலத்தைச் சேர்ந்த சில சாஸ்திர ஆசிரியர்கள் பசுவைக் கொன்றவனை தீண்டத்தகாத வனாகவே பார்த்தனர். அவனோடு பேசுவதுகூடப் பாவமாகக் கருதப் பட்டது. இருப்பினும், ஒரு சில சாஸ்திர ஆசிரியர்கள் இதை (பசு வதையை) சிறு குற்றமாகவே பார்த்தனர் என்பது சுவையான செய்தி யாகும்.

ஏறத்தாழ அனைத்து சாஸ்திர நூல்களும் பசு வதையை பெரும் குற்றமாக (மகாபாதகம்) பார்க்காமல், சிறு குற்றமாகவே (உபபாதகம்) பார்த்தன என்பதும் ஆர்வத்தைத் தூண்டும் ஒரு விஷயமாகும். திட்ட மிட்டு பசுவைக் கொன்றதற்கும், அதேவேளையில் அறியாமல் அல்லது கவனக்குறைவாக பசுவைக் கொன்றதற்கும் பரிகாரங்களை வகுத்துத் தந்ததன் மூலம் எளிதான தப்பிக்கும் வழி முறைகளையும் ஸ்மிருதிகள் காட்டியிருந்தன. கால்நடைகளைக் கொன்று வந்த நடைமுறை வழக்கத்திற்கு மாறான நடைமுறையாக இருந்திருக்க முடியாது என்பதையும், மாட்டிறைச்சி உண்ணும் பழக்கத்தைக் கைவிட வைப்பதற்காகப் பரிகார நடைமுறைகள் பரிந்துரைக்கப் பட்டன என்பதையும் இது சுட்டிக்காட்டுகிறது. தர்மசாஸ்திரக்

கட்டளைகள் எவ்வளவு தூரம் நடைமுறைப்படுத்தப்பட்டன என்பது உறுதியாகத் தெரியவில்லை. ஒரு சிலர் கள்ளத்தனமாக மாட்டிறைச்சியை உண்டிருக்கவும் வாய்ப்புண்டு. அமெரிக்காவில் தங்கியிருந்த போது சுவாமி விவேகானந்தர் மாட்டிறைச்சி உண்டார் என்று பத்தொன்பதாம் நூற்றாண்டில்கூட ஒரு குற்றச்சாட்டு முன்வைக்கப்பட்டது. எனினும் விவேகானந்தர் தனது செயலை உறுதியாக நியாயப்படுத்தினார்.[1] "உடல்நலம் குன்றியிருக்கும் நேரத்தில் மருத்துவர் மாட்டிறைச்சிச் சாறைப் பரிந்துரைக்கும்போது அதற்குத் தயக்கம் காட்டாத அல்லது அது குறித்து கேள்வியெழுப்பாத"[2] வைதீக இந்துக்களின் பாசாங்குத்தனம் குறித்து மகாத்மா காந்தி பேசியிருக்கிறார். இன்றும்கூட, கேரளாவில் 72 சாதிகள் - இவர்கள் அனைவருமே தீண்டத்தகாதவர்கள் அல்லர் - அதிகச் செலவு பிடிக்கும் ஆட்டிறைச்சிக்குப் பதிலாக மாட்டிறைச்சிக்கே முன்னுரிமை தந்து வருகின்றனர். மாட்டிறைச்சி உண்பதைக் குறைத்துக் கொள்ளும்படி இந்துத்துவா சக்திகள் இவர்களை நிர்ப்பந்திக்கின்றன.[3]

மத்தியகாலத்தின் தொடக்கத்தின் போது, பசு வதையும், மாட்டிறைச்சி உண்ணும் நடைமுறையும் குற்றமாகவும், அசுத்தமாகவும் கருதப்பட்டு வந்தபோதிலும், இதற்கு முன்னதாகவே பசுவும், அதன் பொருட்களும் (பால், தயிர், நெய், சாணம், மூத்திரம்) அல்லது அப்பொருட்களின் கலவையான பஞ்சகவ்யமும் தூய்மைப்படுத்தும் பங்கு வகிக்கத் தொடங்கின. சடங்குகளில் பாலும், பால்பொருட்களும் பயன்படுத்தப்பட்டதை வேதநூல்கள் உறுதி செய்கின்றன. ஆனால் **பௌதாயன தர்ம சூத்திரத்தில்**தான் முதன்முறையாக பஞ்சகவ்யம் என்ற சொல் இடம் பெற்றுள்ளது. மநு, விஷ்ணு, வசிஷ்டர், யாக்ஞவல்கியர் போன்றவர்களும், அத்ரி, தேவலர், பராசரர் போன்ற பிற்கால தர்ம சாஸ்திர ஆசிரியர்களும், தூய்மைப்படுத்தலுக்கும், பரிகாரங்களுக்கும் பசுவின் அய்ந்து பொருட்களின் கலவையைப் பயன்படுத்தும்படி குறிப்பிட்டுள்ளார்கள். தூய்மைப்படுத்தும் சடங்குகளில் பஞ்சகவ்யத்தின் பங்கு குறித்த ஏராளமான குறிப்புகளை மத்தியகாலத்தைச் சேர்ந்த உரைநூல்களிலும், சமய நூல்களிலும் பார்க்கலாம். சரகர், சுஷ்ருதர், வாக்பதர் போன்றோரின் மருத்துவ நூல்களும் மாட்டிறைச்சியின் மருத்துவப் பயன்கள் குறித்துப் பேசுகின்றன என்பது ஆர்வத்தைத் தூண்டும் ஒரு செய்தியாகும். பஞ்சகவ்யம் தூய்மையானது என்ற கருத்துதான் இவையனைத்திற்கும் பின்புலமாக இருக்கிறது. இருப்பினும், பெண்களும், தாழ்த்தப்பட்ட சாதியினரும் இதை (பஞ்சகவ்யம்) பயன்படுத்தக்கூடாது எனப் பல்வேறு சாஸ்திர நூல்கள் தடை விதித்துள்ளன. பஞ்சகவ்யத்தை பருகும் சூத்திரன் நரகத்திற்கே செல்வான் என்று நம்மிடம் சொல்லப்படுகிறது.

தூய்மைப்படுத்தும் சடங்குகளில் பசுவின் பங்கு குறித்து அடிக்கடி குறிப்பிட்டுள்ள அதே சாஸ்திர நூல்கள் அந்த விலங்கின்

தீட்டு பற்றியும், அசுத்தம் பற்றியும் குறிப்பிட்டுள்ளன. பசுவால் முகர்ந்து பார்க்கப்பட்ட உணவைத் தூய்மைப்படுத்த வேண்டும் என்பது மநுவின் கருத்தாகும். தொடக்ககால சாஸ்திர ஆசிரியர்களான விஷ்ணு, யாக்ஞவல்கியர் போன்றோரும் இதே கருத்தை வெளிப் படுத்தியுள்ளனர். வெள்ளாடு, குதிரை ஆகிய விலங்குகளின் வாய் தூய்மையானது; ஆனால், பசுவின் வாய் அசுத்தமானது என்று யாக்ஞவல்கியர் சொல்கிறார். பசுவின் வாய் அசுத்தமானது என்ற கருத்தை பிற்காலத்தைச் சேர்ந்த அங்கிரஷர், பராசரர், வியாசர் போன றோரின் சாஸ்திர நூல்கள் ஆதரித்துள்ளன. பசுவின் வாயைத் தவிர, அதன் உறுப்புகள் அனைத்தும் தூய்மையானவை என்று சாஸ்திர ஆசிரியர் சங்கா தெளிவாகச் சொல்கிறார். பசுவின் வாய் அசுத்தமானது என்ற கருத்தை தர்ம சாஸ்திரங்கள் குறித்த பல்வேறு உரைநூல்கள் உறுதிப்படுத்துகின்றன. தூய்மைப்படுத்தும் சடங்குகளில் பசுவின் பங்கு குறித்த கருத்துக்கு எதிரானதாகவே இவ்விஷயங்கள் அனைத்தும் இருக்கின்றன.

இந்திய நூல்கள் - குறிப்பாக பார்ப்பனிய - தர்ம சாஸ்திர நூல்கள் - முன்வைத்துள்ள பசு குறித்த படிமமானது பல நூற்றாண்டுகளில் பலவிதமான வடிவங்களை எடுத்துள்ளது என்பதைச் சொல்லத் தேவையில்லை. ஆயிரமாண்டு வரலாற்றில் பசு குறித்த தகவல்கள் முழுக்க முரண்பாடுகள் கொண்டதாகவே இருந்திருக்கின்றன. இத்தகவல்கள் சமூகத்தில் நிலவி வரும் உணவுப் பழக்கவழக்கங் களோடு ஒத்துப் போவதாகவும் இல்லை. அது கொல்லப்பட்டிருக் கிறது; ஆனால், அது கொலையாகக் கருதப்படவில்லை. அது கொல்லப்படாத தருணங்களிலும்கூட, அதன் இறைச்சி உண்ணப் பட்டு வந்த பண்டைய நடைமுறை பற்றிய நினைவுகள் பார்ப்பனர் களுக்குத் திருப்தியளிக்கக் கூடியவையாக இருந்திருக்கின்றன. சாணம், மூத்திரம் உள்பட அது சம்பந்தப்பட்ட அய்ந்து பொருட்கள் தூய்மை யானவையாகக் கருதப்பட்டு வந்தன. ஆனால், அதன் வாய் தூய்மை யானதாகக் கருதப்படவில்லை. இருப்பினும், இம்மாதிரியான முரண் பாடான அணுகுமுறைகளின் ஊடாகப் போராடியதன் விளைவாகவே இந்தியப் பசு புனித அந்தஸ்தைப் பெற்றிருக்கிறது.

ஆனால், பசுவின் புனிதத்தன்மை என்பது ஒரு ஏமாற்று வித்தையே. காரணம், பசுத் தெய்வமோ, அதன் பெயரில் ஒரு கோயிலோ இருந்ததில்லை.[4] உண்மையில் இந்து மதத்திற்கு 'ஒற்றை அடையாளம்' என்று ஒன்றில்லை. எனினும் நவீன காலங்களில் இத்தகைய ஒற்றை அடையாளத்தை இந்துத்துவச் சக்திகள் முன் வைக்கின்றன. பசுவிற்குப் புனிதம் கற்பிக்கும் அணுகுமுறையை இத்தகைய போக்கின் ஒரு அம்சமாகவே நாம் மதிப்பிடவேண்டும்.

குறிப்புகள்:

அறிமுகம்

1. **அரிஜன்**, 15, செப்டம்பர், 1940. "ஆங்கிலேயர்கள், முஸ்லீம்கள் ஆகிய இருவரையும் எதிர்த்து காந்தி நடத்திய போராட்டத்தில் பசுப் பாதுகாப்பு என்பது ஒரு முக்கிய அரசியல் ஆயுதமாக இருந்தது" என்று மார்வின் ஹாரிஸ் கருத்துத் தெரிவித்துள்ளார். (**இந்தியப் புனிதப் பசுவின் கலாச்சாரச் சூழல் குறித்த ஆய்வு**, கரன்ட் ஆந்த்ரோபோலஜி, 7 (1966) பக்கம். 58) "காந்தியின் நிர்மாணத் திட்டத்தில் தீண்டாமை ஒழிப்புக்கு என்ன இடம் தரப்பட்டிருந்ததோ, அதேஇடம்தான் பசுப் பாதுகாப்புக்கும் தரப்பட்டிருந்தது" என்று என். கே. போஸ் இதற்கு உடனடியாகப் பதில் தந்திருந்தார். (அதே நூல், பக்கம். 60.)

2. **பசுவுக்கு எப்படி பணிவிடை செய்வது**, மகாத்மா காந்தி, நவஜீவன், ஆமதாபாத், 1954, பக்கம். 85 - 86.

3. **இந்தியாவில் பசுப் பாதுகாப்பு**, எல். எல். சுந்தரராம், தென்னிந்திய மனிதநேயச் சங்கம், சென்னை, 1927, பக்கம். 122 - 123, 179 - 180.

4. **சிவ திக்விஜயம்**, சுந்தரராமின் மேற்சொன்ன நூலில் கையாளப்பட்டுள்ள மேற்கோள், பக்கம். 191.

5. இந்தியாவின் சமயப் பிரிவுகளையும், அதன் மூடநம்பிக்கை களையும் கண்டனம் செய்திருந்த ராஜா ராம் மோகன்ராய் (1772 - 1833) பசுப் பாதுகாப்பு இயக்கம் தொடங்கப்படுவதற்கு முன்னமே, மாட்டிறைச்சி உண்பதை ஆதரித்து ஒரு சிறு ஆய்வுக் கட்டுரை எழுதியுள்ளதாகத் தெரிகிறது. **பசு வதைக்கும், அதன் இறைச்சியை உண்பதற்கும் ஆதரவாக இந்து சாஸ்திரங்கள்** என்பது அக்கட்டுரையின் தலைப்பு. ஆர். கே. தாஸ்குப்தா எழுதிய **இந்தியாவின் ஆன்மா** I என்ற கட்டுரையைப் பார்க்க, **ஸ்டேட்ஸ்மேன்**, 15, மார்ச், 2001.

6. டேவிட் லட்டன் அவர்களால் தொகுக்கப்பட்ட Making India Hindu என்ற நூலில் சந்திரியா பி. பிரிடேக்கால் எழுதிய Contesting in Public: Colonial Legacies and Contemporary Communalism, என்ற கட்டுரையைப் பார்க்க, ஆக்ஸ்போர்ட் யுனிவர் சிட்டி பிரஸ், தில்லி, 1966, பக்கம். 217.

7. டேவின் லட்டன் தொகுத்த அதே நூலில் சந்திரியா பிரிடேக், எழுதிய Collective Action and Community: Public Arena and the Emergence of Communalism in North India, (அத்தியாயம் 6) என்ற கட்டுரையைப் பார்க்க, ரணஜித் குகா தொகுத்த Subaltern Studies,

(தொகுப்பு - II) என்ற நூலில் (ஆக்ஸ்போர்ட் யுனிவர்சிட்டி பிரஸ், தில்லி, 1983) ஞான பாண்டே எழுதிய Rallying round the Cow (பக்கம் 60 - 129) என்ற கட்டுரையைப் பார்க்கவும்

8. புனிதப் பசு என்ற சிக்கலான பிரச்னையின் மீதும், இந்தியாவில் கால்நடைகள் மீதான நிர்வாகம் என்ற பிரச்னையின் மீதும் நடந்த விவாதத்தில் பல்வேறு ஆய்வாளர்கள் பங்கெடுத்திருந்தார்கள். 1960 களிலும், 70 களிலும் நடந்த விவாதத்தின் போக்கு குறித்துப் பின்வரும் கட்டுரைகளிலிருந்து ஒரு கருத்தைப் பெற முடிகிறது. **இந்தியப் புனிதப் பசுவின் கலாச்சாரச் சூழல் குறித்த ஆய்வு,** மார்வின் ஹாரிஸ், கரண்ட் ஆந்த்ரோபோலஜி, 7, (1966) பக்கம் 51 - 66; An approach to the Sacred Cow of India, ஆல்ன் ஹெஸ்டன், கரண்ட் ஆந்த்ரோபோலஜி 12, (1971) பக்கம். 191 - 200; Comment on: An Approach to the Sacred of India ஜான் டபிள்யு. பென்னட், மேற்சொன்ன அதே இதழ், பக்கம் 197; More an India's Sacred Cattle , கோரி அஜ்ஷி, கரன்ட் ஆந்த்ரோபோலஜி, 15, (1974) பக்கம் 317 - 324; Cow Dung Models, வி.எம். தாந்தேகர் எக்கனாமிக் அன் பொலிடிக்கல் வீக்லி, 4 (1969) பக்கம். 1267 - 9; India's Sacred Cattle and Cultural Ecology, அதே இதழ், பக்கம் 1559 - 67; Sacred Caltle and More Sacred Production, அதே இதழ், 5, (1970) பக்கம். 527, 529 - 31; **இந்தியாவின் புனிதப் பசு: கோட்பாடுகளும், அனுபவ முடிவுகளும்,** கே.என். ராஜ், அதே இதழ், 6, (1971) பக்கம் 717 - 22; செமினார் எண்: 93 (மே, 1967).

9. **ஜம்மு & காஷ்மீர் எல்லைகள்: ஒரு புவியியல் விளக்கம்** பிரடெரிக் ட்ரூ, எட்வேர்டு ஸ்டேன்போர்ட், லண்டன், 1875, பக்கம். 428; **இந்துகூஷ் பழங்குடியினர்,** ஜே. பிட்டுல்ப், கல்கத்தா, 1880, பக்கம் 37, 112 - 13; **இம்பீரியல் கெஜட்டர் ஆப் இந்தியா, மாகாண வரிசைகள்: காஷ்மீர் & ஜம்மு ,** கல்கத்தா, 1909, பக்கம். 108, மேலதிக விவரங்களுக்கும், விவாதத்துக்கும் பார்க்க Questions in the Sacred - Cow Controversy, பிரடெரிக் ஜே. சைமன், கரண்ட் ஆந்த்ரோபோலஜி, 20, (1970) பக்கம். 468.

10. **டைம்ஸ் ஆப் இண்டியா,** 28 , மே, 1999, பக்கம். 12.

11. **பிரண்ட்லைன்,** 13 ஏப்ரல், 2001, பக்கம். 97.

12. **அடையாள நெருக்கடி,** ராஜேஷ் ராமச்சந்திரன், இந்துஸ்தான் டைம்ஸ், 7 மே, 2000.

13. **வடஇந்தியாவில் மக்கள் சமயமும், நாட்டார் வழக்காறும்,** டபிள்யூ. குரூக், இரண்டு தொகுதிகள், நான்காம் பதிப்பு, முன்சிராம் மனோகரியல், தில்லி, 1978.

14. **இந்தியாவில் பசுவுக்கு அளிக்கப்படும் மரியாதை,** டபிள்யூ. குரூக், போல்க்லோர், XXIII, (1912) பக்கம் 275 - 306.

15. சுந்தரராம் மேற்சொன்ன நூல் பக்கம். 8.

16. **வரலாற்றில் பசு,** ஹெச். டி. சங்காலியா, செமினார், 93 (1967).

17. **பண்டைய இந்தியாவில் பசு கொல்லப்பட்டதா?,** கொஸ்ட்

75, (1972) பக்கம். 83 - 87. கீதா பிரஸ்ஸால் (கோரக்பூர், தேதி குறிப்பிடப் படவில்லை) வெளியிடப்பட்ட **பண்டைய இந்தியாவில் மாட்டிறைச்சி** என்ற நூலின்மீது எழுதப்பட்ட ஆய்வுக் கட்டுரை.

18. தெளிவான விவரங்களுக்குப் பார்க்க **ராஜேந்திரலால் மித்ரா: 150 ஆம் ஆண்டு சொற்பொழிவுகள்,** ஆசியாட்டிக் சொசைட்டி, கல்கத்தா, 1978.

19. வில்லியம் குரூக்கின் செயல்பாடுகள் மீதான சுருக்கமான குறிப்புகளுக்கு தொகுப்பாசிரியரின் முன்னுரையைப் பார்க்கவும்: **வட இந்திய விவசாயிகள் வாழ்க்கை,** தொகுப்பாசிரியர், ஷாகித் அமீன், மறுபதிப்பு, ஆகஸ்போர்ட் யுனிவர்சிட்டி பிரஸ், தில்லி, 1989.

அத்தியாயம் 1

1. ஆரியப் பிரச்னை குறித்துப் பேசுகின்ற இலக்கியங்களைக் குறிப்பிட வேண்டிய அவசியமில்லை; அது சாத்தியமுமில்லை. ஆனால், பின்வரும் அண்மைக்கால நூல்களைப் படித்தால் அது பயனுள்ளதாக இருக்கக்கூடும்: அய். எம். டயாக்னோவ், **இந்தோ - அய்ரோப்பிய மொழி பேசுபவர்களின் உண்மையான பிறப்பிடம் குறித்து,** ஜேர்னல் ஆப் இந்தோ - அய்ரோப்பியன் ஸ்டடீஸ், XIII (1985), பக்கம் 92 - 174; காலின் ரென்ப்ரீ, **தொல்லியலும், மொழியும்: இந்தோ - அய்ரோப்பியரின் தோற்றுவாய் குறித்த புதிர்,** பென்குயின், ஹர்மான்ட்ஸ்வொர்த், 1989; ஜே.பி. மல்லோரி, **இந்தோ - அய்ரோப்பியரின் மொழி, தொல்லியல், தொன்மம் ஆகியவற்றைத் தேடி,** தேம்ஸ் & ஹட்சன், லண்டன், 1991; ஏ. ஹெச். டேனி, வி.எம். மேஷன் (தொகுப்பாசிரியர்கள்) **மத்திய ஆசிய நாகரீகங்களின் வரலாறு** - I, யுனெஸ்கோ வெளியீடு, பாரிஸ், 1992; ரொமீலா தாப்பர், **ஆரிய இனம், அதன் அரசியல் குறித்த கோட்பாடு,** டிரேன்ஸ் ஏக்சன்ஸ் ஆப் இன்டர்நேஷனல் கான்பரன்ஸ் ஆப் ஈஸ்டர்ன் ஸ்டடீஸ் XL (1995) பக்கம். 41-66; ஜார்ஜ் எட்டோஷி, (தொகுப்பாசிரியர்) **பண்டைய தென்னாசியாவின் இந்தோ - ஆரியர்கள்,** முன்சிராம் மனோகர்லால், தில்லி, 1997; தாமஸ் ஆர். டிராட்மேன், **ஆரியர்களும், பிரிட்டிஷ் இந்தியாவும்,** விஸ்தார் பப்ளிகேஷன்ஸ், தில்லி, 1997; ஆர். எஸ். சர்மா, **ஆரியர்களை எதிர்நோக்கி,** ஓரியண்ட் லாங்மேன், சென்னை 1994; அதே நூலாசிரியர், **ஆரியர்களின் இந்திய வருகை,** மனோகர், தில்லி, 1999; ராஜேஷ் கோச்சார், **வேதகால மக்கள்: வரலாறும், நிலவியலும்,** ஓரியண்ட் லாங்மேன், தில்லி, 1999.

2. ப்ரூஸ் லிங்கன், **புரோகிதர்கள், சத்திரியர்கள், பசு,** கலிபோர்னியா யுனிவர்சிட்டி பிரஸ், பெர்க்லி, லாஸ் ஏஞ்சல்ஸ், 1982, பக்கம். 65 - 66.

3. மல்லோரி மேற்சொன்ன நூல் பக்கம். 228 - 9. "முன்னாள்

சோவியத்தின் மத்தியஆசியப் பகுதியில் கண்டுபிடிக்கப்பட்ட பல தொல்லியல் கலாச்சார ஆதாரங்கள் உயிர்ப்பலி, ஈமச்சடங்குகள், குடியிருப்பு மாதிரிகள், பொருளாதார நடவடிக்கைகள் போன்ற விஷயங்களில் விரிவான அளவில் வேத, அவெஸ்தன் கலாச்சார ஆதாரங்களோடு ஒத்துப்போகிறது." ஆர். எஸ். சர்மா, **ஆரியர்களை எதிர்நோக்கி,** *1995*, பக்கம். *64*.

4. ஆர். எஸ். சர்மா, **பண்டைய இந்தியாவில் பொருளாயத கலாச்சாரமும், சமூக உருவாக்கமும்,** மேக்மில்லன், தில்லி, *1983*, பக்கம். *24*.

5. தோரிஸ் சீனிவாசன், **ரிக்வேதத்தில் பசு குறித்த கருத்தாக்கம்,** மோதிலால் பனார்ஷிதாஸ், தில்லி, *1979*, பக்கம். *1*.

6. ரிக்வேதம், II. 41.7 ; VI. 45.21; VII. 27.5, 77.5, 94.9; IX. 41.4, 61.3. 7. ரிக்வேதம், IV. 47.4; V. 63.5; VI. 31.31, 47.20, 59.7; VIII. 24.2; IX. 76.2.

8. ரிக்வேதம், VIII. 53.8; IX. 97.15.

9. ரிக்வேதம், VII. 23.3; VIII. 17.15; அதர்வன வேதம், V. 20.11.

10. ரிக்வேதம், VI. 50.11; VII . 35. 14; X. 53.5.

11.ஆர். எஸ். சர்மா, **ஆரியர்களை எதிர்நோக்கி,** பக்கம். *42*. பிரிட்ஸ் ஸ்டால் கருத்துப்படி (**அக்னி: அக்னி குண்டம் என்ற வேதச் சடங்கு** -I, ஆசியன் ஹியூமானிட்டீஸ் பிரஸ், பெர்க்லி, *1983*, பக்கம், *49*) "பலி தரப்பட்ட அந்த விலங்கு பசு (Pasu) என்று அழைக்கப்பட்டாலும், பொதுவாக அது வெள்ளாடுதான்." இது ஓரளவுக்கு உண்மையாகவே இருக்கக்கூடும். காரணம், பிற்கால வேத நூல்களில் பலி தரப்படும் விலங்குகளில் வெள்ளாடும் குறிப்பிடப்பட்டிருக்கிறது. (எடுத்துக்காட்டு, பரத்வாஜரின் சிரார்த்த சூத்திரம், VII. *9.7*; ஹரன்யசிஷியின் சிரார்த்த சூத்திரம் *4.4*. காட்யாயானரின் சிரார்த்த சூத்திரம் VI. *3.18*).

12. **ஜெண்ட் அவெஸ்தா,** சேக்கர்டு புக்ஸ் ஆப் ஈஸ்ட், XXIII. Pt.2 பக்கம் *62 - 3*, *79*; அதே இதழ், IV பக்கம் *232 - 3*.

13. ரிக்வேதத்தில் அதிகமான பாடல்களில் போற்றப்பட்டுள்ள இந்திரன், அவெஸ்தாவில் இரண்டே முறை குறிப்பிடப்பட்டுள்ளான். அதுவும் பேயாகவே குறிப்பிடப்பட்டிருக்கிறான்; தெய்வமாக அல்ல. விருத்திரகன் (விருத்திரனைக் கொன்றவன்) என்ற வேதப்பட்டப் பெயரால் ரிக்வேதத்தில் எழுபது முறை இந்திரன் குறிப்பிடப்பட்டிருக்கிறான். பின்னர் இது விருத்திராக்னா என மருவியது. அவெஸ்தாவில் அடர் என்றிருந்தது இங்கு அக்னியாக மாறியது. இங்கிருந்த சோமன் அங்கு ஹவோமாவாக மாறினான். அவெஸ்திய ஈரான் தெய்வங்களுக்கும், வேதகாலத் தெய்வங்களுக்கும் இடையில் காணப்படும் ஒற்றுமைகள் குறித்து பல ஆய்வாளர்கள் விவாதித்துள்ளனர். எடுத்துக்காட்டுக்குப் பின்வரும் நூல்களைப் பார்க்கவும்: ஏ. ஏ. மேக்டோனல், **வேதப்**

புராணங்கள், ஸ்டிராஸ்பர்க், *1897*, இந்திய மறுபதிப்பு, இன்டாலிஜிகல் புக்ஸ் அவுஸ், வாரணாசி, *1963;* ஏ.பி. கீத், **வேதம் மற்றும் உபநிடதங் களின் சமயமும், தத்துவமும்,** ஹார்வார்ட் ஓரியண்டல் சீரியஸ் *31*, கேம்பிரிட்ஜ், மசாசு சூஸஸ்ட்ஸ், *1925*, இந்திய மறுபதிப்பு, மோதிலால் பனார ஸ்சிதாஸ் *1970;* லூசிஸ் ரெனோ, **வேத இந்தியா,** இந்திய மறு பதிப்பு, இன்டாலஜிக்கல் புக்ஸ் அவுஸ், வாரணாசி, *1971*.

14. uksano hi me pancadasa sakam picanti vimsatim, ரிக்வேதம், X. 86. 14 ab.

15. pacanti te vrsabham atsi, ரிக்வேதம், X. 28. 3c.

16. ama te tumram vrsabham pacani, ரிக்வேதம், X. 27. 2c.

17. pacca chatam mahisan indra tubhyam, ரிக்வேதம், VI. 17. 11b.

18. sabha sabkye apacat tuyam agnir asya kratva mahisa trisatani, ரிக்வேதம், V. 29. 7 ab.

19. Yadi pravrddha satpate sahasram mahisan aghah, ரிக்வேதம், VII. 12.8 ab.

20. ஏ.பி. கீத், மேற்சொன்ன நூல், பக்கம். *154*.

21. மேக்டோனல், மேற்சொன்ன நூல், பக்கம் *88 - 100;* கீத் மேற் சொன்ன நூல், பக்கம். *154 - 62*. காவியங்களிலும், புராணங்களிலும் அக்னி, "பழிபாவங்களுக்கு அஞ்சாத காமுகனாகவும், அதேவேளையில், வேள்வித் தீயாகவும்," வர்ணிக்கப்பட்டுள்ளான். பார்க்க, டபுள்யூ. டி. ஓ. பிளா கெர்டி, **சிவ புராணத்தில் துறவறமும், காமமும்,** ஆக்ஸ்போர்ட் யுனிவர் சிட்டி பிரஸ், லண்டன், *1973*, பக்கம். *91;* பிரிட்ஸ் ஸ்டால், மேற்சொன்ன நூல், பக்கம் *75 - 76*.

22. uksannaya vasannaya somaprasthaya vedhase / stomair vidhemagnaye, ரிக்வேதம், VIII. 43. 11. பி.வி. கானேவின், தர்ம சாஸ்திரங் களின் வரலாறு என்ற நூலில் (தொகுப்பு - II) மேற்கோள் காட்டப் பட்டுள்ளது.

23. ஹேரிபால்க், zur Tierzucht im alten Indien, இந்தோ - ஈரானியன் ஜேர்னல், *24*, *(1982)* பக்கம். *176*.

24. மலட்டுப் பசுக்கள் மட்டுமே பலி தரப்பட்டிருக்கும் என்று டோரிஸ் சீனிவாசன் கருதுகிறார் (மேற்சொன்ன நூல், பக்கம். *58 - 60*). பல ஆய்வாளர்களும் இதே கருத்தையே கொண்டிருக்கிறார்கள். ஆனால், ஸ்டீபனி டபுள்யு. ஜேமிசன் இந்தக் கருத்தை மறுக்கிறார். ஹெச். பால்க்கின் கருத்தோடு இவர் ஒத்துப் போகிறார். கருத்தரித்த ஆனால் கன்று ஈனாத பசுதான் வசு என்பது பால்க்கின் கருத்தாகும். The Ravenous Hyenas and the Wounded Sun, கார்னெல் யுனிவர்சிட்டி பிரஸ், இதாகா, லண்டன், *1991*, பக்கம். *258 - 9*.

25. Yasminnasvasa rsabhasa uksno vasamesa avasrstasa ahatah, ரிக்வேதம், X. 91. 14 ab. ரஜினிகாந்த் சாஸ்திரி, Hindu Jati ka utthan aur

Patan, இதாப் மகால், அலகாபாத், 1988, பக்கம் 101 - 2.

26. ajo bhagas tapasa tam tapasva tam te socis tapatu tam te arcih, ரிக்வேதம் X. 16.7ah ; agner varma pari gobhir vyavasya sam prornusva pivasa medasa ca, ரிக்வேதம் X. 16. 7 ab. கீத், மேற்சொன்ன நூல், பக்கம். 419.

27. சோமனின் பிறப்பு குறித்தும், அவன் குணங்கள் குறித்தும் நிலவி வரும் மாறுபாடான கருத்துகளைக் காண மேக்டோனலின் நூலைப் பார்க்கவும், பக்கம். 102 - 114. சோமா தாவரத்தின் தாவரவியல் வகைப்பாடு குறித்து முடிவுறாத, ஆனால் உயிரோட்டமான விவாதம் நடந்து வருகிறது. போதை தரும் அல்லது மயக்கம் தரும் பல்வேறு தாவரங்களை சோமா தாவரமென்று ஆய்வாளர்கள் அடையாளம் காட்டுகிறார்கள். மர்ஜியானாவில் (தென்கிழக்கு துர்க்மெனிஸ்தான்) உள்ள டோகோலாக் - 21 கோயில் வளாகத்தில் உள்ள பாத்திரங்களில் காணப்படும் போதைச் செடியின் கிளைகள் சோமா தாவரக்கிளைகளாக இருக்கலாம் என்று சமீபகாலத் தொல்லியல் ஆய்வு முடிவுகள் காட்டுகின்றன. ஆர். எஸ். சர்மா, **ஆரியர்களை எதிர்நோக்கி,** பக்கம். 51; ஹேரிபால்க், Soma I & II, BSOAS, 52 (1989) பக்கம் 77 - 90; ஜி. எர்டோஷி தொகுத்த **பண்டைய தென்னாசி யாவைச் சேர்ந்த இந்தோ - ஆரியர்கள்** என்ற நூலில் இடம் பெற்றுள்ள அஸ்கோ பர்போலாவின், **ஆரியப்பிரச்னையும், சோமபானமும்: எழுத்து-மொழியியல், தொல்லியல் ஆதாரங்கள்,** என்ற கட்டுரையையும், ஹாரி நைபெர்க்கின், The Problem of the Aryans and the Soma: The Botanical Evidence, என்ற கட்டுரையையும் பார்க்கவும்.

28. லூசிஸ் ரெனோ, மேற்சொன்ன நூல், பக்கம். 104.

29. ஏ.பி. கீத், மேற்சொன்ன நூல், பக்கம். 327.

30. அதேநூல், பக்கம், 87. முழுமையான மது விலக்கு என்பது வேதக் கடவுள்கள் அறியாத ஒரு விஷயமாகும். பெருங்குடியால் தொந்தி பெருத்த இந்திரன் விருத்திரனைக் கொல்வதற்கு முன் மூன்று இலட்சம் சோமபானம் குடித்ததாகச் சொல்லப்படுகிறது. சோமபானம் விஷயத்தில் இந்திரனின் அதீதமான பலவீனத்துக்கு மேக்டோனலின் நூலில் கணிச மான ஆதாரங்களைப் பார்க்கலாம்.

31. ஜி.யு. தைட், **பிராமணங்களில் உயிர்ப்பலி,** பூனா யுனிவர்சிட்டி, பூனா, 1975, அத்தியாயம் VI. பயிர் வளம் பெருக்குவதற்காக நடத்தப்பட்டு வந்த பிரபலமான (ஆரியர்கள் - அல்லாத?) சில சடங்குகளுக்கு பிராமணங் கள் உயரிய அந்தஸ்து தந்து அவற்றை வேத வேள்வி முறைகளோடு இணைத்து விட்டது என தைட் ஒரு கருத்தை முன்வைக்கிறார்.

32. ஆர். எஸ். சர்மா, **பொருளாயத கலாச்சாரம்,** பக்கம். 119. ஏ.பி. கீத், மேற்சொன்ன நூல் பக்கம். 324 - 6.

33. லூசிஸ் ரெனோ, மேற்சொன்ன நூல், பக்கம். 102, ஆக்ஞேயா சடங்கு குறித்து காதக சம்கிதத்தில் (8.7 90. 10) காணப்பட்டுள்ள ஒரு பாடலை ஜே.சி. ஹீஸ்டர்மேன் மொழிபெயர்த்துள்ளார். அது

பின்வருமாறு; "அவர்கள் ஒரு பசுவைக் கொன்று, அதில் தங்களுக்குரியப் பங்கைப் பெறுவதற்குத் தாயம் விளையாடினார்கள். பின் அங்கு கூடியிருந்த அனைவருக்கும் அந்த இறைச்சியைப் பரிமாறினார்கள்." The Broken World of Sacrifice, சிகாகோ யுனிவர்சிட்டி பிரஸ், சிகாகோ, 1993, பக்கம். 194, 283.

34. கானே, மேற்சொன்ன நூல். II , பக்கம்: 990.

35. ரிக்வேதம், I 192, 163 ஆகிய பகுதிகளில்தான் முதன்முதலாக குதிரைப் பலி குறித்து விரிவான தகவல்களைப் பார்க்க முடிகிறது.

36. ரெனோ, மேற்சொன்ன நூல், பக்கம். 109.

37. தைத்தீரிய சம்கிதம், V. 6. 11 - 20. tasmadastadasino rohito dhumrarohita ityadibhiranuvakairuktah pratyanuvaka mstadasasanbkya militva gotyadhikasatasankhyabah pasava alabdhanyah. தைத்தீரிய பிராமணம் மீது ஷாயனரின் உரை நூல், IV. 9.1.1. ஆர். எல். மித்ராவின் நூலில் காட்டப்பட்டுள்ள மேற்கோள்; ஒப்பீட்டுக்குப் பார்க்கவும் தைத்தீரிய சம்கிதம், III. 8 - 9, சதபத பிராமணத்தில் காணப்படும் பல்வேறு பத்திகள், XIII, தைத்தீரிய சம்கிதம், V; தைத்தீரிய பிராமணம், III .

38. ராஜசூயம், வாஜபேயம் வேள்விகளில் கோசவா சடங்கு (gosava) ஒன்றிணைந்த ஒரு பகுதியென ஆர். எல். மித்ரா சுட்டிக்காட்டு கிறார். கோசவா என்பது பசுவதை வேள்வியில் ஒரு வகையாகும். மகாபாரதத்தின் கருத்துப்படி (3.30.17) கலியுகத்தில் இச்சடங்கைச் செய்யக்கூடாது. வி.எஸ். ஆப்தே, **தற்கால சமஸ்கிருத - ஆங்கில அகராதி,** சொயாடோ, 1998. தைத்தீரிய பிராமணத்தின் (II. 7.9) கருத்துப்படி ஸ்வராஜ்யாவை (Svarajya) விரும்புவர்கள் இந்த வேள்வியைக் கண்டிப்பாக நடத்த வேண்டும். கோசவா சடங்கு முடிந்து ஒரு ஆண்டு வரையிலும் இச்சடங்கை நடத்தியவர் பசுவிரதனைப் போல - அதாவது பசுவைப் போல - நடந்து வரவேண்டும். பசுவைப் போலவே நீர் அருந்த வேண்டும். பசுவைப் போலவே புல் மேயவேண்டும். தன் தாயுடன் உடலுறவு கூட வைத்துக்கொள்ள வேண்டும் என்று ஆபஷ்தம்ப தர்ம சூத்திரம் சொல்கிறது: tenestva samvatsaram pasuvrato bhavati / upavahayodakam pivettrnani. cacchimdyat / upa mataramiyadupa svasaramupa sangotram, மேற்சொல்லியுள்ள கானேவின் நூலில் மேற்கோளாகக் காட்டப்பட்டுள்ளது, தொகுதி II, பக்கம் 1213, 2644 ; தைட்டின் நூலையும் பார்க்க, பக்கம். 97 - 100.

30. தைட், மேற்சொன்ன நூல், பக்கம். 77.

40. எல். ரெனோ, மேற்சொன்ன நூல், பக்கம், 105; கானே, மேற் சொன்ன நூல், தொகுதி II, பக்கம் 1158. மித்ரனுக்கும், வருணனுக்கும் பசுவுக்குப் பதிலாக காளை அல்லது பாயசம்கூட படையல் செய்யலாம் என்று சொல்லும் காட்யாயன சிரார்த்த சூத்திரத்தின் (X. 9. 14 - 15) பாடல் ஒன்றையும் கானே எடுத்துக்காட்டுகிறார். கானேவின் நூல், தொகுதி II, பக்கம். 1200 - 1.

41. ஆர். எல். மித்ரா, மேற்சொன்ன நூல், பக்கம். 363, ஒவ்வொரு ஆண்டும் தொடர்ச்சியாக பல்வேறு வண்ணங்கள் கொண்ட பசுக்களை (பலியிட) பரிந்துரை செய்த தாந்யா பிராமணத்திலிருந்தும் (சாம வேதம் குறித்த நூல்) இவர் ஒரு பாடலை மேற்கோள் காட்டுகிறார். பிராமணங்கள், சூத்திரங்கள் ஆகிய நூல்களை அடிப்படையாக வைத்து பி.வி.கானே தர்ஷாபூர்ணமாஷாவை விரிவாக விவாதிக்கிறார். (மேற்சொன்ன நூல், தொகுதி- II, அத்தியாயம் XXIX) 1979 இல் பூனாவில் இச்சடங்கு குறித்த சட்டம் நிறைவேற்றப்பட்டதை அடிப்படையாக வைத்து முசாஷி தாஷிகாவா என்பவர் இச்சடங்கின் செயல்முறை குறித்து விவாதித்துள்ளார். இதில் விலங்குகள் பலியிடப்பட்டதாக அவர் குறிப்பிடவில்லை. ('Homa in the Vedic Ritual: The Structure of the Darsapurnamasa,' in Yasuhiko Nagano and Yasuke Ikari, eds., From Vedic Altar to Village Shrine, National Museum of Ethnology, Osaka, 1993, pp. 239 - 67.)

42. சதபத பிராமணம், 1.1.1.9-10, தைட்டின் நூலில் மேற்கோளாகக் கையாளப்பட்டது. பக்கம். 193.

43. ஏ.பி. கீத், மேற்சொன்ன நூல், பக்கம். 323; ஜே.சி. ஹீஸ்டர் மேன், **பண்டைய இந்திய அரச வம்சங்களின் உணவு வகைகள்** மௌடன், திஹேக், 1957, பக்கம் 28. சதுர்மாஷ்யா குறித்த விரிவான விளக்கத்திற்குப் பார்க்க, பி.வி. கானேவின், மேற்சொன்ன நூல், தொகுதி II, அத்தியாயம் XXXI. காய்கறிப் படையலோடு தொடர்புபடுத்தி சதுர்மாஷ்யாவை ஷின்கோ இய்னோ விவாதித்திருந்த போதிலும் (Monumenta Serindica No. 18, டோக்யோ, 1988) சோமா - வேள்வி வழியில் சில சதுர்மாஷ்யா சடங்குகளும் நடத்தப்பட்டதாக ஜி.யூ.தைட் உறுதியாகக் கூறுகிறார். பெரும்பாலான சோம வேள்விகளில் போலவே இதிலும் விலங்குகள் கொல்லப்பட்டதையே இது குறிப்பிடுகிறது. வேதகாலத்துக்குப் பிந்தைய சூத்திர நூல்கள் சில பரிந்துரைத்துள்ள பசுகசதுர்மாஷ்ய என்ற விலங்குப் பலிச் சடங்கு மேற்சொன்ன உண்மைக்கு ஆதாரமாக இருக்கிறது. Srautakosa, Vol.I, ஆங்கிலப்பதிப்பு, வைதிக் சம்கோதக மண்டலம், பூனா, 1962, பக்கம். 894 - 8.

44. சூத்ராமனுக்கு (இந்திரன்) செய்யப்பட்ட சௌத்ராமணி சடங்கானது **ராஜசூயம், அக்னிசயனம்** வேள்விகளுக்குப் பிறகு நடத்தப்பட்டது. அளவுக்கதிகமாக சோமபானம் குடித்து, நிலைகுலைந்து போன நபர்களின் நலனுக்காகவும் இந்தச் சடங்கு நடத்தப்பட்டது. இந்தச் சடங்கில் காளை பலியிடப்பட்டது. கானேவின் மேற்சொன்ன நூல், தொகுதி - II, பக்கம் 1224; விரிவான விளக்கத்துக்கு இதே நூலில் அத்தியாயம் XXXV பார்க்க; தைட், மேற்சொன்ன நூல், பக்கம் 83 - 9. எம்.பி. கோல்ஹத்காரின் Sura: The Liquor and the Vedic Sacrifice என்ற நூலில் 'விலங்கு' என்ற அட்டவணையைப் பார்க்கவும், (டி. கே. பிரிண்ட் வோர்ல்ட், தில்லி, 1999).

45. மோனியர் வில்லியம்ஸ், **சமஸ்கிருத - ஆங்கில அகராதி**, பசு என்ற தலைப்பின் கீழ் பார்க்கவும். ஒப்பீட்டுக்குப் பார்க்கவும்: மேக் டொனால், கீத், Vedic Index - I, பக்கம் *580 - 2*, (இந்திய மொழியாக்கம் ராம்குமார் ராய், சௌகம்பா வித்யாபவன், வாரணாசி, *1962*). சமஸ்கிருதத்திலும் சரி, அவெஸ்தாவிலும் சரி பசு என்பது வளர்ப்பு விலங்குகளையும், கால்நடைகளையும், பலி தரப்படும் விலங்குகளையுமே குறிப்பிடுகின்றன. வளர்ப்பு விலங்குகளையும், பலி தரப்படும் விலங்குகளையும் சாதாரணமாக கால்நடைகள் என்றே இவை அடிக்கடி குறிப்பிடுகின்றன. புரூஸ்லிங்கன், **புரோகிதர்கள், சத்திரியர்கள், பசு**, பக்கம் *65*; மெய்ர் கோபெர், **கன்சய்ஸ் எட்ய்மலாஜிகல் டிக்ஷனரி**, தொகுதி - II, பக்கம் *239 - 40*. பசு (pasuh) என்ற தலைப்பின்கீழ் பார்க்கவும்.

46. கீத், மேற்சொன்ன நூல், பக்கம் *324*; கானே, மேற்சொன்ன நூல், தொகுதி -II, அத்தியாயம் - XXXII, சதபத பிராமணம், தைத்தீரிய சம்கிதம், வேத காலத்துக்குப் பிந்தைய கட்டத்தைச் சேர்ந்த பல்வேறு சூத்திர நூல்கள் ஆகியவற்றை அடிப்படையாக வைத்து மேற்சொல்லியுள்ள இரண்டு நூல்களும் வேள்விகள் குறித்து விரிவாக விவாதிக்கின்றன. பல்வேறு ஆய்வாளர்கள் கருத்துப்படி இந்தச் சடங்கில் வெள்ளாடு (சாகா) பலியிடப்படுகிறது. வீட்டு விலங்குகளைக் குறிக்க பொதுவாகப் பயன்படுத்தப்பட்ட பசு (Pasu) என்ற சொல், பசுவும் இந்தச் சடங்கில் பலியிடப்பட்டிருக்கக்கூடும் என்பதைச் சுட்டிக்காட்டுகிறது. விலங்குகள் பலியிடப்பட்டபோது சில குறிப்பிட்ட பாடல்கள் திரும்பத் திரும்ப உச்சரிக்கப்பட்டன என்று கானே குறிப் பிடுகிறார். மேற்சொன்ன நூல், தொகுதி - II, பக்கம் *1118*; இந்தோ - ஈரானியன் ஜேர்னல், *28 (1986)* பக்கம் *95 - 115*, *169 - 89*.

47. gamalabhate yajno vai gauh.... atho annam vai gauh. தாத்தீரிய பிராமணம் III. 9.8. பசுக்கள் கொல்லப்பட்டதற்கு தைத்தீரிய சம்கிதம் (II. 11.4.5; V. 5.1.3) மறைமுக ஆதாரத்தைத் தருகிறது.

48. கே. டி. அச்சயா, **இந்திய உணவுகளின் வரலாற்று அகராதி**, ஆக்ஸ்போர்ட் யுனிவர்சிட்டி பிரஸ், தில்லி, *1999*, பக்கம். *145*.

49. ரானோவின் கருத்தை ஏற்றுக்கொள்ளும் அஸ்கோ பர்போலா இந்தச் சொல்லை (கிம்புருஷன்) 'வேள்வியில் பலி தரப்பட்ட மனிதன்' என்றே வியாக்கானப்படுத்துகிறார். வேதகாலத்துக்கு முற்பட்ட அசுரீக் சமயத்தில் இது முக்கிய இடம் பிடித்திருந்தது. கிம்புருஷனின் பொருளைப் புரிந்துகொள்ள பிரிட்ஸ் ஸ்டாலுடன், பர்போலா நடத்திய உரையாடலை (அக்னி, II, பெர்க்கிலி, *1983*, பக்கம். *66*.) பார்க்கவும்.

50. இந்தச் சொல் குறித்த வேறுபாடான பொருள்களுக்கு வி.எஸ். ஆப்தேயின், **தற்கால சமஸ்கிருத - ஆங்கில** அகராதியைப் பார்க்கவும். **சராபா** என்ற தலைப்பின் கீழ் பார்க்கவும்.

51. ta eta utkrantamedha amedhya pasavastasmadesam nasniyat, அய்த்தேரய பிராமணம், VI. 8. கானேவின் மேற்சொன்ன நூலில், தொகுதி

- II, பக்கம் 773 இல் மேற்கோளாகக் காட்டப்படுள்ளது. கால்நடைகள் / பசு உள்ளிட்டு விலங்குகள் பலி தரப்பட்டதற்குப் பின்வரும் நூல்களில் ஆதாரங்களைப் பார்க்கலாம்: தைத்தீரிய சம்கிதம், II. 1.1, 4.5; V. 5.1.1.3; சதபத பிராமணம், I. 2.3.6; VI. 2.1.15 - 18; VI. 2.2.15. பசு உள்பட பலி தரப்படும் அய்ந்து விலங்குகளைக் குறிப்பிடுவதோடு கோமாதா என்ற சொல்லையும் வாதுல சூத்திரம் பயன்படுத்துகிறது. டபுள்யூ. காலந்த், "Eine Vierte Mitteilung uber das Vadhulasutra," Acta Orientalia, 6, (1928) பக்கம் 116 - 17. வேத இலக்கியத்தில் இந்தச் சொல் மட்டுமே பயன் படுத்தப்பட்டுள்ளது என்று ஷின்கோ இய்னோ தெரிவித்துள்ளார். பலி யிடப்படும் விலங்குகள் தர வரிசைப்படியே பட்டிலியப்பட்டுள்ளது என்று அண்மைக்கால ஆய்வு ஒன்று கருத்துத் தெரிவித்துள்ளது. (பிரெய்ன் கே. ஸ்மித் & வெண்டி டோனிகர், Sacrifice and Substitution: Ritual Mystification and Mythical Demystification, Numen XXXVI *(1989)* பக்கம் *199.*

52. இருநூற்றைம்பதுக்கும் மேற்பட்ட விலங்குகளைப் பற்றிக் வேதங்கள் குறிப்பிட்டுள்ளதாகவும், அதில் சுமார் அய்ம்பது விலங்குகள் சடங்குகளில் பலி தரப்படுவதற்குத் தகுதியானவையாக இருந்தது என்றும் (அதாவது இவை உண்ணத்தகுந்த விலங்குகள் என்று ஊகிக்க முடிகிறது) ஒரு கருத்து முன்வைக்கப்பட்டுள்ளது. கே. டி. அச்சயா, **இந்திய உணவு களின் வரலாற்று அகராதி,** பக்கம். *145.*

53. நிராதரவான நிலைமைகளின் போது நாயின் குடல் சமைக்கப் பட்டது. (avartya suna antrani pece, ரிக்வேதம் (IV. 18.13a) பல்வேறு விலங்குகளின் இறைச்சி அசுத்தமானவை என்ற கருத்து வேத காலத்துக்குப் பிந்தைய காலகட்டத்தைச் சேர்ந்த சூத்திரங்களில் குறிப்பிடப்பட்டுள்ளன. ஓம்பிரகாஷ், **பண்டைய இந்தியாவில் உணவும், மதுவும்,** முன்சிராம் மனோகர்லால், தில்லி, *1961,* பக்கம். *39 - 40.*

54. தைத்தீரிய பிராமணத்தில் காணப்படும் இந்த முக்கியமான பத்தியைப் பற்றிய விவாதத்திற்கு, ஆர்.எல்.மித்ராவின் மேற்சொன்ன நூலைப் பார்க்க, பக்கம் *373 - 4.*

55. தைத்தீரிய சம்கிதம், VI. *3.19.2.6.* விரிவான விளக்கத்திற்கு நோஷிரோ துஜிஜீ, எழுதிய On the Relation of Brahmanas and Srautasutras, என்ற நூலைப் பார்க்க. The Tokyo Bunt Series A, Vol. XXXII, ஆங்கிலச் சுருக்கம், The Tobyo Bunho, டோக்யோ, *1952,* பக்கம் *87 - 100.*

56. கோபத பிராமணம் (புரூவ பாகம்), I. 3.18. சார்லஸ் மாலா மவுத் Cooking the world: Ritual and Thought in Ancident India, ஆக்ஸ் போர்ட் யுனிவர்சிட்டி பிரஸ், தில்லி, *1996,* பக்கம் *169 - 80.*

57. உணவாக ஏற்றுக்கொள்ளப்பட்ட வேள்வி விலங்குகள் குறித்து அறிந்துகொள்ள பின்வரும் நூல்களைப் பார்க்கவும். சதபத பிராமணம், pasavo hy annam, III. 2.1.12; annam vai pasavah, V. 2.1.16; annam pasavah, VII. 5.2.42; VIII. 3.1.13. VIII. 3.32 - 4, VIII. 5.2.1, VIII. 6.2.1, 13; pasubhir evainam annena parinati, IX. 2.3.40. atho annam vāi gauh, தைத்தீரிய பிராமணம். III. 58.

58. paramam annadyam yan mamsam, சதபத பிராமணம், XI. 7.1.3.9.

59. பிரெயன் கே. ஸ்மித் 'Eaters, Food, and Social Hierarchy in Ancient India,' ஜேர்னல் ஆப் தி அகாடமி ஆப் ரிலிஜன், LVIII. No. 2, (1990) பக்கம் 181; இதே ஆசிரியரின் இன்னொரு நூலான, Reflections on Resemblance, Ritual, and Religion, ஆக்ஸ்போர்ட் யுனிவர்சிட்டி பிரஸ், நியூயார்க் 1989.

60. எல். ரெனோ மேற்சொன்ன நூல், பக்கம். 114; சூலகவா (Sulagava) என்பதன் பொருள் எருதை அல்லது மாட்டிறைச்சி வறுவலைப் படையலிடுவது என்று ஆர்.எல். மித்ரா விளக்கம் தருகிறார். (இவரின் மேற்சொன்ன நூல், பக்கம். 363) ரிக்வேதத்தில் சூலா என்ற சொல் ஒரே ஒரு முறைதான் இடம் பெற்றுள்ளது. பின்னர் வந்த பிராமணங்களிலும், கிரக சூத்திரங்களிலும் இது அடிக்கடி இடம் பெற்றுள்ளது. (வி.எம். ஆப்தே, **கிரக சூத்திரங்களில் சமூக, சமய வாழ்க்கை**, பாப்புலன் புக் டிப்போ, பம்பாய், 1939, பக்கம் 190 - 12) எருது கிடைக்கவில்லையென்றால் வெள்ளாட்டையோ, ஆட்டுக்கடாவையோ, சமைக்கப்பட்ட உணவையோ படையல் செய்யலாம் என்பது பௌதாயனரின் கருத்தாகும். (atha yadi gam na labhate mesamajam valabhate / isanaya sthalipakam va srapayati tasmadetatsarvam karoti yadbhava karyam, II. 7. கானேவின் நூலில் மேற்கோள் காட்டப்பட்ட பகுதி, தொகுதி - II, பக்கம் 832, 1966) காதக கிரக சூத்திரத்திற்கு (52.1) தேவபாலர் எழுதிய உரையை ஆதாரமாகக் கொண்ட கானே, இந்தச் சடங்கில் வெள்ளாடுதான் பலியிடப்பட்டது; காளை பலியிடப்படவில்லை என்று சுட்டிக்காட்டுகிறார். ஆனால், தேவபாலர் பதினொன்றாம் நூற்றாண்டைச் சேர்ந்தவர். (தஸ்கதாக கிரக - சூத்திரம், தொகுப்பு: கேரன் டியைர், ஸ்டட்கார்ட், 1986, பக்கம் XXX) எனவே, அவருடைய விளக்கம் பிற்காலக் கருத்தையே பிரதிபலித்தது; வேதகால, வேதகாலத்துக்குப் பிந்தைய காலத்தின் கருத்தை அது பிரதி பலிக்கவில்லை. சூலகவா குறித்த விவாதத்திற்கு பார்க்க, கானேவின் மேற்சொன்ன நூல், தொகுதி - II பக்கம் 831 - 2; ஜே. கோண்டா, Vedic Ritual: The Non - Solemn Rites, ஈ.ஜே.பிரில் லெய்டன், 1980, பக்கம். 435-7.

61. ஏ.பி. கீத், மேற்சொன்ன நூல், பக்கம். 364.

62. வாஸ்து - பிரதிஸ்தா (Vastu - Pratistha) குறித்த எழுத்துப்பூர்வ ஆதாரத்திற்குப் பார்க்கவும், கானேவின் மேற்சொன்ன நூல், தொகுதி -II. பக்கம் 833; ஜே. கோண்டாவின் மேற்சொன்ன நூல், பக்கம். 154 - 7, 405 - 6.

63. பல்வேறு கிரக சூத்திரங்களில் கோபில்லர், கதிரர் ஆகிய இருவரின் கிரக சூத்திரங்கள் மட்டுமே வாஸ்தோஸ்பதியின் போது -

அதாவது புதுமனை புகுவிழாவின் போது - விலங்குகளைப் பலியிட வேண்டுமென பரிந்துரை செய்கின்றன என்று வி.எம். ஆப்தே (**கிரக சூத்திரங்களில் சமூக, சமய வாழ்க்கை,** பக்கம். 144) சுட்டிக்காட்டுகிறார். பல்வேறு சிறிய சடங்குகளிலும் விலங்குகள் பலியிடப்பட்டிருக்க வேண்டும். பார்க்க: ஏ.பி. கீத், முன்னர் குறிப்பிட்ட நூல், பக்கம் 363; கானே, தொகுதி- II, அத்தியாயம் XXIV.

64. ஹெர்மன் டபுள்யூ. துல், The Killing That is not Killing: Men, Cattle and the Origins of Non - Violence (Ahimsa) in the Vedic Sacrifice. இந்தோ - ஈரானியன் ஜேர்னல், 39 (1996) பக்கம். 229; துல் தந்துள்ள விளக்கம் அவரின் சொந்த விளக்கமாகும். "விருந்தினர்களை அழைத்து வரும் பசுக்கள்" என்று இச்சொல்லுக்கு காரல் பிரடெரிக் ஜெல்டனர் தன் ரிக்வேத மொழியாக்கத்தில் (ஜெல்டனர், Der Rig - Veda, ஹார்ட்வார்ட் ஓரியண்டல் சீரியஸ், Vol. 35. 1957, பக்கம் 272) விளக்கம் தருகிறார். இதே விளக்கத்தைத்தான் ஹெர்மன் ஒல்டன்பெர்க் தன் நூலிலும் (Rgveda: Textbritische und exegetische Noten, Weidmannsche Buchhandlung பெர்லின், 1912, பக்கம் 272) தந்துள்ளார். பின்வரும் நூல்களையும் பார்க்கவும். பால் தீமே, Der Fremdling im Rgveda, Deutsche Margenlandische Gesellshaft, லீப்சிக், 1938, பக்கம். 86; ஜேக்கப் வாக்கர்னாஜெல், Altindische Grammatik, Vol. II, Vandenhoech and Ruprecht Gottigen, 1954, பக்கம் 330; லூயில் ரெனாவ், Etudes Vediques et Panineennes, Editions E. De Boccard, Paris, 1966, பக்கம் 73. "விருந்தினர்களை அழைத்து வரும் பசு" என்றே இச்சொல் வழக்கமாகப் புரிந்து கொள்ளப்பட்டிருந்தது: மேன்பிரட் மேயல் ஹோபர் Etymologisches Worterbuch des Altindoarischen, Vo. I, theidellierg, 1986, பக்கம் 57. **அதிதி** என்ற தலைப்பின்கீழ் பார்க்கவும்.

65. மேக்டோனல், கீத், மேற்சொன்ன நூல், தொகுதி - II, பக்கம் 145; கானேவின் மேற்சொன்ன நூல் தொகுதி - II, பக்கம் 749 - 56. அதீதிக்வா (Atithigva) என்ற அடைமொழி ரிக்வேத முதன்மைத் தெய்வமான திவோதாசரைக் குறிக்கவே அடிக்கடிப் பயன்படுத்தப்பட்டது. "விருந்தினருக்காக (எப்போதும்) பசுவை வைத்திருப்பவர்," என்று புளூம்பீல்டு இதற்கு விளக்கம் தருகிறார். JAOS, 16 (1894) பக்கம் CXXIV.

66. aghasu hanyate gavo, ரிக்வேதம், X. 85.

67. tad yathaivado manusyaraja agateinyasmin varhati uksanam va vehatam va ksadante, அய்த்தரேய பிராமணம், III. 4. கானேவின் நூலில் மேற்கோள் காட்டப்பட்டுள்ள பகுதி. விருந்தினர், மன்னர், பார்ப்பனர் ஆகியோருக்கு எருதையோ, வெள்ளாட்டையோ விருந்தாகத் தரலாம் என்று சதபத பிராமணம் சொல்கிறது. (III. 4.1.2.)

68. tam hovaca kim vidvan no dalbhyanamantrya madhuparkam Pibositi Jaiminiya, உபநிடத - பிராமணம், 1. 59.3.

69. கானே, மேற்சொன்ன நூல், II, அத்தியாயம் 1; ராம்கோபால்,

India of Vedic Kalpasutras, நேசனல் பப்ளிசிங் ஹவுஸ், தில்லி, *1959*, பக்கம் *456 - 8;* ஆர்.எல். மித்ரா, அதே நூல், பக்கம் *379 - 83;* ஏ. பி. கீத், அதே நூல், பக்கம் *363;* ஆப்தே, அதே நூல், பக்கம். *230*.

70. namamso madhuparko bhavati bhavati, அஷ்வாலயன கிரக சூத்திரம், I *24.33;* namamsorgrahsyat namaso madhuparkah syaditi ha vijnayate காத்யாயன சிரார்த்த சூத்திரம் *24, 20;* namamsorghahsyat, சாங்கியாயன கிரக சூத்திரம், II. *15.2;* na tvevamamso rghah syad, பராஸ்கர கிரக சூத்திரம் I. 3.29.

71. மதிப்புக்குரிய விருந்தினருக்கு பசு விருந்தாகத் தரப்பட்டது எனப் பெரும்பாலான கிரகசூத்திரங்கள் குறிப்பிட்டுள்ளன. ஓம்குரு என்ற சொற்களைச் சொல்லிய பின்னால்தான் விலங்கு கொல்லப்படும் என்று அஷ்வாலய கிரகசூத்திரம் *(I. 24.30 - 1)* குறிப்பிட்டுள்ளது. மதுபர்க சடங்கின் நடைமுறைகளை எடுத்துக்காட்டும் பயனுள்ள ஒரு அட்டவணையை ஷின்கோ இய்னோ தந்துள்ளார். விருந்தினர்களைக் கௌரவிப்பதற்காகப் பசுக்களைக் கொல்வதைச் சுட்டிக்காட்டும் குறிப்பிட்ட சூத்திரங்களை எடுத்துக்காட்டியுள்ளார். Hanns - peter Schmidt & Allrecht Wezler ஆகிய இருவரும் தொகுத்த, Veda - Vyabarana - Vyabhyana: Festschrift Paul Thieme Zum 90, Verlay fur Orientalibische Fachpublibationen, Reinbeb, 1996 என்ற நூலில் இய்னோ எழுதிய The Formation of Puja Ceremony, என்ற கட்டுரையைப் பார்க்கவும்.

72. விசேசமான மரியாதைக்குரிய பார்ப்பன, சத்திரிய விருந்தினருக்கு மாட்டிறைச்சி தரப்பட்டது என்று பின்வரும் நூல்கள் அழுத்தமாகக் குறிப்பிட்டுள்ளன. அஷ்வாலயன கிரக சூத்திரம், I. 2.4.1.33; பராஷ்கர கிரக சூத்திரம், I. 3.1- 31; கதிரர் கிரக சூத்திரம், IV 4.5 0 23; கோபிலா கிரக சூத்திரம், IV. 10.26; ஹரண்யகசி கிர்கசூத்திரம், I. 4.12-13; ஆபஷ்தம்ப கிரக சூத்திரம், V. 13.1 - 20; ஆபஷ்தம்ப தர்ம சூத்திரம் (V.IV.8); (athapi brahamanya Va rajanyaya vabhyagataya mahoksanam va mahajam va paced cvamasma atithyam kurvanti எஸ். சி. பானர்ஜியின், **தர்ம சூத்திரங்கள்: தோற்றம், வளர்ச்சி குறித்த ஒரு ஆய்வு,** பன்தி புஷ்தக், கல்கத்தா, *1962* (பக்கம். *157*) என்ற நூலில் மேற்கோளாகக் காட்டப்பட்டுள்ள பகுதி. கானே, மேற்சொன்ன நூல், தொகுதி - II பக்கம் *542;* ஏ.பி. கீத், மேற்சொன்ன நூல், பக்கம். *374*.

73. திருமண விழாக்களின்போது மதுபர்க சடங்கு பலமுறை நடத்தப்பட்டதற்கு எழுத்துப்பூர்வ ஆதாரங்கள் இருக்கின்றன. மணமகனுக்காக ஒரு பசுவும், மணமகனால் மதிக்கப்படும் ஒருவருக்கு ஒரு பசுவும் பலி தரப்பட வேண்டும் என்று ஆபஷ்தம்ப சூத்திரம் குறிப்பிட்டுள்ளது. திருமணத்துடன் தொடர்புடைய இரண்டு மதுபர்க பசுக்கள் பற்றி சாங்கியாயனம் சொல்கிறது. vivahe gauh /grhesu gauh / taya varamatithivadarhyet / yo 'syapacitastamitaraya, ஆபஷ்தம்ப கிரக சூத்திரம் I *3.5.8;* Vivahe gamarhayitva grhesu gam te madhuparkikyau, சாங்கியாயன

கிரக சூத்திரம். I. 12.10, ஒப்பீட்டுக்குப் பார்க்கவும், கானே, மேற்சொன்ன நூல், தொகுதி - II பக்கம் 532.

74. Astadhyayi 3.4.73; வி.எஸ். அகர்வாலின், India as Known to Panini (பிரித்வி பிரகாசம், வாரணாசி, இரண்டாம் பதிப்பு, 1963, பக்கம் 100.) என்ற நூலைப் பார்க்கவும்

75. tam drdhapurusa unmathya pragvodagvanug upta agara anaduhe rohite carmanyupavesayti.... பராஷ்கரா கிரக சூத்திரம், I. 8.10 சடங்குகளில் பசு அல்லது காளையின் தோல் பயன்படுத்தப்பட்டது குறித்து வேத நூல்களும், வேத காலத்துக்குப் பிந்தைய நூல்களும் ஏராளமான ஆதாரங்களைத் தந்துள்ளன. பசு அல்லது காளையின் தோல் மீது வைத்துத்தான் சோமாதாவரத்திலிருந்து ரசம் எடுக்கப்பட்டது என்ற விஷயம் சுவையான செய்தியாகும்.

76. அஸ்வாலயான கிரகசூத்திரம், I. 14.3.

77. மாணவர்களின் சாதிக்குத் தகுந்தபடி வெவ்வேறு விலங்குகளின் தோல்களை மேலாடையாக அணிந்து கொள்ள கிரக சூத்திரங்கள் பரிந்துரை செய்கின்றன. தன் சாதிக்கேற்ற தோல் ஒரு மாணவனுக்குக் கிடைக்கவில்லையென்றால் அவன் பசுத்தோலை மேலாடையாக அணிந்து கொள்ளலாம். காரணம், விலங்குகளில் பசு முதன்மையானது. (eineyamajinamuttariyam brahmanasya / rouravam rajanyasya / ajam gavyam va vaisyasya / sarvesam va gavyamasati pradhanatvat) பராஷ்கரா கிரகசூத்திரம், II. 5.17 - 20; கானேவின் மேற்சொன்ன நூலையும் (தொகுதி -II, பக்கம் 278) பார்க்கவும்.

78. atha ya icchet putro me pandito vigitah, samitim - gamah, susrusitam vacam bhasita jayeta, sarvan vedan anubruvita, sarvam ayur iyad iti, mamsodanam pacayitva sarpismantam asniyataml isvarau janayitavai, auksnena varsabhena va, பிரகத் ஆரண்யக உபநிடதம், VI. 4.18: **முதன்மையான உபநிடதங்கள்** (முன்னுரை, உபநிடதங்கள், மொழியாக்கம்) தொகுப்பு எஸ். இராதாகிருஷ்ணன், நூற்றாண்டுப் பதிப்பு, நான்காம் பதிப்பு, ஆக்ஸ்போர்ட் யுனிவர்சிட்டி பிரஸ், தில்லி, 1991, பக்கம். 326.

79. ராம்கோபால், மேற்சொன்ன நூல், பக்கம். 278.

80. ரிக்வேதம், X. 16. 7ab.

81. ரிக்வேதம், X. 14 - 18.

82. அதர்வவேதம், XII. 248. கீத், மேக்டோனல் வெளியிட்ட Vedic Index, I என்ற நூலில் (இந்தி மொழியாக்கம் ராம் குமார் ராய், வாரணாசி, 1962, பக்கம். 11) gani - dagdha என்ற தலைப்பின்கீழ் பார்க்கவும்

83. கௌசிதக சூத்திரம், 81, 20 - 9; அஸ்வாலயன் கிரக சூத்திரம் IV.3.19-21; கௌசிதக கிரகசூத்திரம், V. 2.13; V. 3.1-5; ராம் கோபாலின் முன்னர் குறிப்பிட்ட நூலில் மேற்கோள் காட்டப்பட்ட பகுதிகள், பக்கம்

8

360 -1. சதபத பிராமணம், பிற்கால வேத நூல்கள், கிரக சூத்திரங்களில காணப்படும் எழுத்துப்பூர்வ ஆதாரங்கள் குறித்த விரிவான விவாதத்திற்கு பார்க்க கானேவின் மேற்சொன்ன நூல், அத்தியாயம் IV, பக்கம் 189 - 266. ஈமச்சடங்கின் போது கொல்லப்பட்ட விலங்கு அனுஷ்டாரனி என்று அழைக்கப்பட்டது. இதன் பொருள் பசு அல்லது பெட்டை வெள்ளாடு என்பது கானேவின் கருத்து (மேற்சொன்ன நூல், பக்கம் 206) ஷயானகார் யாவின் உரையையும், தாரநாதரின் வாகஷ்பட்யம் என்ற நூலையும் அடிப்படையாக வைத்து ஈமச்சடங்கின்போது பலியிடப்பட்ட பசு என்று இச்சொல்லுக்கு வி.எஸ். ஆப்தே விளக்கம் தருகிறார். (தற்கால சமஸ்கிருத - ஆங்கில அகராதியில் அனுஷ்டாரனம் என்ற தலைப்பின்கீழ் பார்க்கவும்.) அனுஷ்டாரனி பசு என்பது பொதுவாக கன்று ஈனாத பசுதான் என்றும் ஒரு கருத்து முன்வைக்கப்பட்டுள்ளது. டபுள்யூ. நார்மன் பிரௌன், The Sanctity of the Cow in Hinduism மெட்ராஸ் யுனிவர்சிட்டி ஜேர்னல், XXVIII. எண். 2, 1957, பக்கம். 33.

84. வேத நூல்களில் சிரார்த்தம் என்ற சொல் இடம் பெறவில்லை. கானேவின் கருத்துப்படி (தொகுதி IV. பக்கம் (350) கதோபனிசத்தில் முதன் முதலாக இச்சொல் இடம் பெற்றுள்ளது. ஆனால், தர்மசாஸ்திர நூல்களில் இது மிக முக்கிய இடத்தைப் பிடித்துக்கொண்டது. சிரார்த்தங்கள் செய்யப்பட வேண்டிய முறை குறித்து பதினைந்துக்கும் மேற்பட்ட தனி நூல்கள் மத்தியகாலங்களில் உருவாகியிருந்தன.

85. “முன்னோர்களின் ஆவிகள் மாட்டிறைச்சியைக் கண்டு பெரிதும் மகிழ்கின்றன,” என்று ஆபஷ்தம்ப தர்மசூத்திரம் (II.7.16.25) சொல்கிறது. எஸ்.சி. பானர்ஜி, தர்மசூத்திரங்கள்: தோற்றம், வளர்ச்சி குறித்த ஒரு ஆய்வு, பக்கம். 157. எருமையின் இறைச்சிக்கு முன்னுரிமை தரப்பட்டது குறித்தும் இந்த நூல் (II . 7.16.27) சுட்டிக்காட்டியுள்ளது. இறந்து போன வரின் உறவினர்கள் மரணத்திற்குப் பிறகு பதினொன்றாம் நாள் பார்ப் பனர்களுக்கு இறைச்சி விருந்து தர வேண்டும் என்று பராஷ்கர கிரக சூத்திரம் சொல்கிறது. மரணமடைந்தவரைக் கௌரவிக்க பசுவும் பலி தரப்படவேண்டும். ekadasyamayugman brahamanan bhojayitva manavat / pretayoddisya gamapyeke ghnananti / III. 10. 48.9. பல்வேறு வகைப்பட்ட சிரார்த்தங்கள் குறித்த விவாதத்திற்கு பார்க்கவும், கானேவின், மேற்சொன்ன நூல், தொகுதி IV, அத்தியாயம், IX; ராம்கோபாலின் மேற்சொன்ன நூல், பக்கம். 369 - 78.

86. ஹரண்யகசி கிரகசூத்திரம், II. 15.1; பௌதாயனர் கிரக சூத்திரம் II. 11.51; வைகாநஷ கிரக சூத்திரம், IV. 3.

87. ஆபஷ்தம்ப கிரகசூத்திரம், VIII. 22.3 - 4.

88. ஆபஷ்தம்ப தர்மசூத்திரம், II. 7.16. 25 - II. 7.17.3. கானேவின், முன்னர் குறிப்பிட்ட நூலில் மேற்கோளாகக் காட்டப்பட்டுள்ள பகுதிகள் தொகுதி IV, பக்கம் 422. வர்திர்ஷானா குறித்த பல்வேறுபட்ட விளக்கங் களுக்கு மேற்சொன்ன நூலைப் பார்க்கவும், பக்கம், 422. ஒப்பீட்டுக்குப்

பார்க்கவும் யாக்ஞவல்கிய ஸ்மிருதி I, 258 - 72.

89. ஆபஷ்தம்ப தர்மசூத்திரம், II. 8.19. 18 - 9. ஓம் பிரகாசின் நூலில் மேற்கோளாகக் காட்டப்பட்ட பகுதி, பக்கம். 39.

90. பி.வி. கானே, மேற்சொன்ன நூல், பக்கம். 1243. எண்ணற்ற நம்பத்தகாத நடைமுறைகளைக் கொண்ட ஒருவகை நாட்டுப்புறச் சடங்குதான் மகாவிரதம் என்று தெரிகிறது. காவாமயானம், மகாவிரதம் குறித்த விவாதத்திற்குப் பார்க்கவும், மேற்சொன்ன நூல், பக்கம் 1239 - 46; ஏ. பி. கீத், மேற்சொன்ன நூல், பக்கம் 351 -2; லூயிஸ் ரெனோ, மேற் சொன்ன நூல், பக்கம் 107; ஜோகிராஜ் பாசு, India of the Age of the Brahmanas சேன்ஸ்கிரிட் புஸ்தக் பந்தார், கல்கத்தா, 1969, பக்கம். 1625; ராம் கோபால், மேற்சொன்ன நூல், பக்கம். 169 - 71; ஜீ.யூ. தைட், மேற் சொன்ன நூல், பக்கம். 100 - 2.

91. கிரகமேதா குறித்த குறிப்புகளுக்கும், விவாதத்துக்கும் பார்க்க. ஜே.சி. ஹீஸ்டர்மேன், The Broken World of Sacrifice: An Essay in Ancient Indian Ritual, யுனிவர்சிட்டி ஆப் சிக்காககோ பிரஸ், 1993, பக்கம் 190 - 3, 200 - 2.

92. கிரகமேதாவைப் பொருத்தவரையிலும், பசுவதையைக் குறிக்கப் பயன்படுத்தப்பட்ட சொல், கொல்லுதல் என்ற பொருள் கொண்ட han என்ற வேர்ச்சொல்லிருந்து பெறப்பட்டதாகும். வேத்ச் சடங்குகளின் போது செய்யப்படும் வதையிலிருந்து இந்த வதை வேறுபட்டதாகும். வேத வேள்விகளில் பயன்படுத்தப்படும் ஆலம்பனா என்ற சொல் இதை எடுத்துக்காட்டுகிறது என்று ஹீஸ்டர்மேன் வாதிடுகிறார். (மேற்சொன்ன நூல், பக்கம். 189 - 201).

93. கால்நடைகளின் இறைச்சியைத் தவிர, பல்வேறு விலங்குகளின் இறைச்சியும், உணவும் இடம் பெற்றிருந்தன. வேதகால மற்றும் வேதகாலத்துக்குப் பிந்தைய நூல்களிலுள்ள செய்திகளிலிருந்து இது தெரிய வருகிறது. கானே, மேற்சொன்ன நூல், தொகுதி - II அத்தியாயம் XXII.

94. கானே, மேற்சொன்ன நூல், தொகுதி - II, பக்கம் 777. உபகர்மம், உத்ஜார்ஜானா ஆகிய சொற்களுக்கு முறையே வேதப் படிப்பைத் தொடங்கு தல், இடை- நிறுத்தம் என்று பொருள். விரிவான விளக்கத்திற்கு பார்க்க, மேற்சொன்ன நூல், அத்தியாயம் XXIII.

95. ஆபஷ்தம்ப தர்மசூத்திரம், 1.5.17. 30-1. இதே போன்ற கட்டளைக்குப் பார்க்க வசிஷ்டர் தர்ம சூத்திரம், XIV, 45.

96. tasmaadhenvanaduhornasniyal / tadu hovaca yajnavalkyah / asnamyevaham mamsalam cedbhavatiti / சதபத பிராமணம், III. 1.2.21. ஆர்.எஸ். சர்மா, **பொருளாயத கலாச்சாரம்,** பக்கம் 132. அம்சலா (amsala) என்ற சொல்லின் சரியான பொருள் சர்ச்சைக்குரியதாகவே இருக்கிறது. பொதுவாக இந்தச் சொல் இளமை (tender) என்றே மொழி பெயர்க்கப்படுகிறது. ஆனால் எம். விட்ஜெல் கருத்துப்படி இச்சொல்லுக்கு கொழுத்த (fatty) என்றும் பொருள் கொள்ளலாம். [விட்ஜெல், இந்தியப்

பசுவின் புனிதம் குறித்து (வெளியிடப்படாத கையெழுத்துப் பிரதி) இதன் சுருக்கப்பட்ட வடிவம் ஜப்பான் மொழியில் வெளியாகியுள்ளது.] அசோசியன் ஆப் ஹியுமானிட்டிஸ் அன் சைன்சஸ், கோபி காகுயின் யுனிவர்சிட்டி, 1991, எணி 1, பக்கம் 9 - 20.

97. ஆபஷ்தம்ப தர்மசூத்திரம், I. 5.17/31.

98. ஆபஷ்தம்ப தர்மசூத்திரம், I. 9.26.1. பௌதாயன தர்ம சூத்திரத்தின்படி (XVII. 37 - 8) புனித சாஸ்திரங்களை நிறைவேற்றவே விலங்குகள் கொல்லப்படுகின்றன.

99. கௌதம தர்மசூத்திரம், XVII . 37.

100. பல்வேறுபட்ட கருத்துகள் குறித்த சுருக்கமான விவாதத்திற்கு மிசேல் விட்ஜெல் தொகுத்த Inside The Texts, Beyond the Texts: New Approaches to the study of the vedas என்ற நூலில் ஹேன்ஸ் - பீட்டர் ஸ்மித் எழுதிய Ahimsa and Rebirth என்ற கட்டுரையைப் பார்க்கவும். ஹார்வார்ட் ஒரியண்டல் சீரியஸ், ஒபரா மினோரா, தொகுதி - 2, கேம்பிரிட்ஜ், 1997, பக்கம் 209 - 10 ஒப்பீட்டுக்குப் பார்க்கவும், ஜே.சி. ஹீஸ்டர்மேன், **விரதமும், வேள்வியும்,** இந்தோ - ஈரானியன் ஜோர்னல், (VI) (962). பக்கம் 1 - 37.

101. மோனியர் - வில்லியம்ஸ், **சமஸ்கிருத - ஆங்கில அகராதி. சாஷுனா** என்ற தலைப்பின் கீழ் பார்க்கவும்.

102. ஓம் பிரகாஷ், மேற்சொன்ன நூல், பக்கம். 16.

103. ஆப்தே, **தற்காலிக சமஸ்கிருத - ஆங்கில அகராதி. வராகா** என்ற தலைப்பின்கீழ் பார்க்கவும்.

104. அதே நூல். **சராபா** என்ற தலைப்பின்கீழ் பார்க்கவும்.

105. கானே, மேற்சொன்ன நூல், தொகுதி II , பக்கம் 781 - 2; எஸ். சி. பானர்ஜி, **தர்மசூத்திரங்கள்,** பக்கம் 150 - 4; தர்ம சாஸ்திரங்களில் குறிப்பிடப்பட்டிருக்கும் விலங்குகள், பறவைகள், மீன், நீர்வாழ் உயிரினங்கள் குறித்த முழுப்பட்டியலுக்குப் பார்க்கவும் மேற்சொன்ன நூல், பக்கம் 212 - 28.

106. சந்தோக்ய உபநிடதம், 8.15. ஹேன்ஸ் - பீட்டரின் அகிம்சையின் தோற்றுவாய் நூலில் மேற்கோள் காட்டப்பட்ட பகுதி.

107. இறைச்சிக் கடைகள் குறித்து அர்த்த சாஸ்திரத்தில் சொல்லப்பட்டிருப்பதையும், அசோகரின் அரண்மனைச் சமையலில் இரண்டு மயில்களும், ஒரு மானும் கொல்லப்பட்டதை ஒப்புக்கொள்ளும் அசோகரின் முதல் கல்தூண் குறித்தும் ஹேன்ஸ் - பீட்டர் நம் கவனத்தை ஈர்க்கிறார். இறைச்சி புனிதமாக மதிக்கப்படவில்லை என்பதற்கு மேற்சொன்ன இரண்டு ஆதாரங்களையும் அவர் சுட்டிக்காட்டுகிறார். எனினும் இவர் கருத்துப்படி, பலி தரப்பட்ட விலங்குகளின் புனிதத் தன்மையைப் பற்றி சில இந்திய நூல்களில் எந்தக் குறிப்பும் இல்லாத காரணத்தாலேயே விலங்குகள் அவ்வப்போது பலி தரப்பட்டது ஏற்றுக் கொள்ளத்தக்கதாக கருதப்பட்டு வந்தது என்று எடுத்துக்கொள்ளக்கூடாது

ஹேன்ஸ் - பீட்டர் ஸ்மித், Ahimsa and Rebirth, மைக்கேல் விட்ஜெல்லின் அதே நூல், பக்கம். 210.

108. டபுள்யூ. நார்மன் பிரௌன், **இந்துயிசத்தில் பசு மீதான புனிதம்,** மெட்ராஸ் யுனிவர்சிட்டி ஜேர்னல், XXVIII. எண்.2 (1957) 33. வேத நூல்களில் அக்னயா (aghnya) என்ற சொல் இடம் பெற்றிருக்கும் பாடல்களை கானே மேற்கோள் காட்டுகிறார். "வேத இலக்கியத்தில் பசுவின் இடம் குறித்த பொதுவான ஆய்விலிருந்து நாம் அறிந்து கொள்வதைவிட, பசுவின் புனிதம் குறித்து அக்னயா அதிகமாக ஒன்றும் சொல்லிவிடவில்லை," என்று பிரௌட்பூட் சரியாகவே கருத்துச் சொல்கிறார். (**அகிம்சையும், ஒரு மகாபாரதக் கதையும்,** ஆஸ்திரேலியன் நேஷனல் யுனிவர்சிட்டி கான்பெரா, 1987, பக்கம் 14).

109. வேதத் தொன்மத்த குறித்த கருத்தாக்கங்களில் பசு இடம் பெற்றுள்ளது என்று மதிப்பு வாய்ந்த ஒரு கருத்தை ஏ. ஏ. மேக்டோனல் (Vedic Mythology, பக்கம் 150 - 1) முன்வைத்துள்ளார். Vedic Index, என்ற நூலில் இவரும், கீத்தும் இதே கருத்தை மீண்டும் வலியுறுத்தி யுள்ளனர். பசுவினால் கிடைத்த பெரும் பயன்கள்தான் இதற்குக் காரணம் என்று மேக்டோனலே ஒப்புக்கொண்டுள்ளார். இக்கருத்துக்கு எதிரான சரியான மறுப்புக்கு நார்மன் பிரௌனின் நூலைப் பார்க்கவும்.

110. டோரிஸ் சீனிவாசனின் மேற்சொன்ன நூலை (அத்தியாயம் - II பக்கம் 773) பார்க்கவும்.

111. சதபத பிராமணம், XI 7.1.3. கானேவின் நூலில் (தொகுதி - II, பக்கம் 773) மேற்கோள் காட்டப்பட்ட பகுதி.

112. சூர்யா என்ற பெயர் இங்கு சூரியனின் மகள், மனைவி ஆகிய இருவரையும் குறிப்பதாக விளக்கம் தரப்பட்டுள்ளது. வி.எஸ். ஆப்தே, தற்கால சமஸ்கிருத - ஆங்கில அகராதி. **சூர்யா** என்ற தலைப்பின்கீழ் பார்க்கவும்.

113. எஸ். டி. சிங், Ancient Indian Warfare with special reference to the Vedic Period, ஈ.ஜே. பிரில், லீடன், 1965, பக்கம் 93, n. 2. பக்கம். 93.

114. டோரிஸ் சீனிவாசன், மேற்சொன்ன நூல், பக்கம், 14.

115. "பசு புனிதமானது அல்ல. புனிதம் என்பது கிறிஸ்துவச் சமயச் சொல்லாகும். பண்டைய அல்லது நவீன இந்தியாவில் அது எந்தத் தாக்கமும் செலுத்தியிருக்கவில்லை. மனிதர்களுக்கு சொர்க்கத்தில் பெருவாழ்வு கிடைப்பதற்காக தெய்வத்திடம் அல்லது தெய்வங்களிடம் பரிந்து பேசும் கத்தோலிக்க குருமார்கள் போல, பசு பரிந்து பேசாது," என்று எம். விட்ஜெல் உறுதியாகக் கூறுகிறார். (மேற்சொன்ன நூல்).

116. வேதங்களிலும் சரி, ஜொராஸ்டிரிய கவிதைகளிலும் சரி, கவிதையும், பேச்சும் பசுவுடன் அடையாளப்படுத்தப்பட்டிருக்கிறது என்பதை அதே நூலில் விட்ஜெல் சுட்டிக்காட்டியுள்ளார். ஒப்பீட்டுக்குப் பார்க்கவும் ஹேன்ஸ் - பீட்டர் ஸ்மித் எழுதிய The Cow in the Pasture (லீடன், 1976). விட்ஜெல் இதை மேற்கோளாகக் கையாண்டுள்ளார்.

117. ரிக்வேதக் குறிப்புகளுக்கு டோரிஸ் சீனிவாசனின் நூலையும் (பக்கம் 37) நார்மன் பிரௌனின் நூலையும் (பக்கம் 40 - 1) பார்க்கவும். வேதச் சொற்களுக்கு பன்பொருள் தந்த அகராதியாள நிகண்டு பசுவைக் குறிப்பிடும் 21 சொற்களைப் பட்டியிலிட்டுள்ளது. (விட்ஜெல்லின் நூல்)

118. "இந்தோ - ஆரியர்கள் மத்தியில் ஏற்கனவே பசு கணிசமான அளவு புனிதத்தைப் பெற்றிருந்தது," என்று நார்மன் பிரௌனும் (மேற் சொன்ன நூல், பக்கம், 42) டபுள்யூ - குரூக்கும் **(இந்தியாவில் பசுவுக்கு மரியாதை,** போல்க்லோர், XXIII, (912) பக்கம் 280 - 1) தவறான முடிவுக்கு வருகின்றனர்.

119. அதர்வ வேதத்தில் XII. 4.38, 53, XII. 5.36 - 7 ஆகிய பகுதி களில் இடம் பெற்றுள்ள பாடல்களை பசு வதைக்கு எதிரான கருத்துகளாக ராம்கோபால் அணுகுகிறார். (மேற்சொன்ன நூல், பக்கம், 472).

சடங்குகளுக்காகச் கால்நடைகளைக் கொல்வதை ஆதரிக்காத கருத்துகள் வேத நூல்களில் இடம் பெற்றுள்ளன என்பதை மேற்சொன்ன பாடல்கள் எடுத்துக்காட்டுகின்றன என்பதே நமது கருத்தாகும். வேத மரபு என்பது ஒரே சீரான மரபாக இல்லை என்பதையே இது எடுத்துக் காட்டுவதாக நாம் பொருள் கொள்ளலாம்.

120. தட்சணையானது அதை வாங்கும் நபருக்கு சக்தியை அல்லது வலிமையைத் தருகிறது. (daksakaranihi daksina / daksasca balam) மீமாம்ச சூத்திரத்திற்கு எழுதப்பட்ட உரைநூலான சபாராபாஷ்யம், 10.3.45, ஆப்தேவின் தற்கால சமஸ்கிருத - ஆங்கில அகராதியில் மேற்கோளாகக் கையாளப்பட்ட பகுதி. நல்ல பால் தரும் அல்லது "அதிகப் பால் தரும் பசு" என்ற பொருளில்தான் தட்சணை என்ற சொல் வேதநூல்களில் பயன்படுத்தப்பட்டுள்ளது. ஏனெனில், இது (தட்சணையாக வந்த பசு - மொர்) புரோகிதருக்கு செல்வத்தையும் அதன் வழியாக வலிமையையும் தந்தது. தைட்டின் நூலையும் (பக்கம் 151 - 61) பிரௌடுபூட்டின் நூலையும் (பக்கம் 185) பார்க்கவும்.

121. எம். புளூம்பீல்டு, **வேதங்களின் சமயம்,** நியூயார்க், 1908, பக்கம் 69.

122. இந்தக் கருத்தை மெய்ப்பிக்கும் ரிக்வேத, அதர்வவேதப் பாடல்கள் பல்வற்றை நார்மன் பிரௌன் (மேற்சொன்ன நூல், பக்கம் 43) எடுத்துக்காட்டுகிறார். டபுள்யூ. துல், The Killing That is not killing: Men, Cattle and the Origins of Non - Violence in the Vedic Sacaifice, இந்தோ - ஈரானிய ஜேர்னல், 39, (1996) 236 - 7.

123. அதர்வ வேதம், 5. 18.1.

124. அதர்வ வேதம், 5.18.10.

125. என். ஜே. ஷிண்டே, **அதர்வ வேதத்தின் சமயமும், தத்துவமும்,** 1952 இல் வெளியான நூலின் மறுபதிப்பு, பண்டார்கர் ஓரியண்டல் ரிசர்வ் இன்ஸ்டிடியூட், பூனா, 1985, பக்கம் 124.

126. ஹெச். டி. சங்காலியா, *வரலாற்றில் பசு, செமினார்*, எண். 93, (மே, 1967) 13.

127. அதே ஆசிரியர், Prehistory and Protohistory of India and Pakistan, இரண்டாம் பதிப்பு, டெக்கான் கல்லூரி, பூனா, 1974, பக்கம். 461, 484.

128. பி.பி. லால், *அஸ்தினாபுரத்தில் கிடைத்த அகழ்வாய்வுகளும் மேல் கங்கை மற்றும் சட்லெஜ் ஆற்று படுகைகளில் நடத்தப்பட்ட ஏனைய ஆய்வுப் பயணங்களும், பண்டைய இந்தியா*, எண்: 10 - 11, (1954 - 55); பி. நாத், *அஸ்தினாபுரத்தில் கிடைத்த விலங்குகளின் எலும்புகள், பண்டைய இந்தியா*, எண்: 10 - 11 (1954 - 55), பக்கம் 107 - 20; பி.பி. சாகு, *வேட்டைத் தொழிலிலிருந்து கால்நடை வளர்ப்புத் தொழில் வரை*, அனாமிகா பிரகாசன், தில்லி, 1988, பக்கம் 233 - 5.

129. விபா திரிபாதி, Painted Greyware: An Iron age culture of Northern India, கான்செப்ட் பப்ளிசிங் கம்பெனி, தில்லி, 1976, பக்கம். 24.

130. ஆர்.சி. கௌர், Excavations of Atranjikhera, மோதிலால் பனார்ஸிதாஸ், தில்லி, 1983, பக்கம். 461 - 71.

131. பகவான்புரத்தில் கிடைத்த தொல்பொருட்களில் "தீயில் கருகிய எலும்புகள் - குறிப்பாக கால்நடைகளின் எலும்புகள் - அதிக எண்ணிக் கையில் இருந்தன" என்கிறார் ஜே.பி. ஜோசி. *(பகவான் புரத்தில் கிடைத்த அகழ்வாய்வுகள் குறித்து ஒரு குறிப்பு புராத்தத்வா எண் 8, 1975 - 6 பக்கம். 180)* "வெட்டுப்பட்டதற்கான அல்லது கொல்லப்பட்டதற்கான அடையாளத்தைக் கொண்ட ஒரு எலும்பும்கூட கிடைக்கவில்லை என்பது வியப்பாக இருந்தது," என்று இவரின் தொழில்நுட்ப உதவியாளர் *(அதே நூல், பக்கம் 143)* சொல்லி யிருந்தபோதிலும், அந்த அகழ்வாய்வு குறித்த இறுதி அறிக்கையிலும் ஜோசி இதே கருத்தையே, முன் வைத்திருந்தார். *(பகவான் புரத்தில் கிடைத்த அகழ்வாய்வுகள், 1975 - 6, இந்தியத் தொல் லியல் ஆய்வு, தில்லி, 1993, பக்கம். 29.)*

132. பி.நாத், ருபார், பரா ஆகிய இடங்களில்.... *கிடைத்த விலங்குகளின் எலும்புகள், இந்தியன் மூசியம் புல்லட்டின்*, III, எண்: 1 - 2, பக்கம் 69 - 116; பி.பி.சாகு, அதே இதழ், பக்கம் 235 - 6.

133. ஜே. பி. ஜோசியும், வேறு சிலரும் தொகுத்த **இந்திய நாகரீகத்தின் சில முகங்கள்: அண்மைப் பார்வைகள்: பி.பி. லால் நினைவுக் கட்டுரைகள்**, (ஆரியன் புக்ஸ் இண்டர்நேஷனல், தில்லி, 1997) என்ற நூலில் ஏ. கே. சர்மாவின் *மதுராவில் கிடைத்த விலங்குகளின் எலும்புகள்*, என்ற கட்டுரையை (III, 824) பார்க்கவும்.

134. ரிக்வேதம், VIII. 19.5; VIII. 24.20 கானேயின் நூலில் (தொகுதி - II பக்கம். 775) மேற்கோளாகக் காட்டப்பட்ட பகுதிகள்.

135. a te agna rca havirhrda tastam bharamsi / te te bhavantuksana rsabhaso vasa uta, ரிக்வேதம், VI. 16.47. கானேவின் நூலில் தொகுதி - II, பக்கம் 775. மேற்கோளாகக் காட்டப்பட்ட பகுதி.

136. தொழில்நுட்ப வளர்ச்சிக்கும் (எடுத்துக்காட்டு, இரும்புத் தொழில்நுட்பம்) விவசாயம் பரவலானதுக்கும் இடையிலான இணைப்பை டி.டி. கோசாம்பி எடுத்துக்காட்டியுள்ளார். (**இந்திய வரலாறு குறித்த ஆய்வுக்கு ஒரு முன்னுரை,** பாப்புலர் பிரகாசம், பம்பாய், *1956*). இதே கருத்தை ஆர்.எஸ். சர்மா, **பொருளாதயப் பண்பாடு** என்ற தன் நூலில் ஏற்றுக்கொள்ளும் விதத்தில் நிலைநாட்டியுள்ளார். இது தொடர்பான ஆதாரச் சுருக்கத்துக்கு டி.என். ஜாவின் Ancient India in Historical Outline *(மனோகர், தில்லி, 1998, அத்தியாயம் 384)* என்ற நூலைப் பார்க்கவும். வேதச் சடங்குகளுக்குள் மாற்று வழிகளுக்கான நடைமுறை குறித்து பிரெய்ன் கே. ஸ்மித்தும், வென்டி டோனிஜரும் விவாதித்துள்ளனர். *(இவர்களின் மேற்சொன்ன நூல், பக்கம் 189 - 223).*

137. ஆர்.எஸ். சர்மா, **பொருளாதயப் பண்பாடு,** அத்தியாயம் -V.

138. அய்த்தரேய பிராமணம், II.*89;* சதபத பிராமணம், I. *2.3.6 - 9;* மைத்தராயணி சம்கிதம், III. *10 .2.* ஹேன்ஸ் பீட்டர் ஸ்மித்தின் Ahimsa and Rebirth என்ற நூலில் *(பக்கம் 211)* மேற்கோளாகக் கையாளப்பட்ட பகுதிகள். வதுகுலாவின் நூலை ஆய்வு செய்ததன் அடிப்படையில், விவசாய வளர்ச்சிக்கும், காய்கறிச் சடங்குகளுக்கும் இடையிலான தொடர்பு குறித்து ஜே. சி. ஹீஸ்டர்மேன் பேசுகிறார். (The Inner Conflict of Traditian, ஆக்ஸ்போர்ட் யுனிவர்சிட்டி பிரஸ், தில்லி, *1985*, பக்கம். *62.)* இக்கருத்து வலிந்து பெறப்பட்டதாக இருக்கிறது. அத்தோடு, வேள்விகளில் பசு உள்பட விலங்குகள் பலியிடப்பட்டதற்கான சாத்தியங்களை எடுத்துக்காட்டும் வதுகுல சிரௌத்த சூத்திரத்தின் பாடல்களோடு இக்கருத்து பொருந்திப் போவதாகவும் இல்லை. எம்.ஸ்பார்பூம், ஜே.சி. ஹீஸ்டர்மேன், The Ritual of Setting up the Sacrificial Fires According to the Vadhula School, Vadhulasrautasubra Verlag Der osterreichigchen Abademie der Wissenschaften, Wien, 1989.

139. வருண பிரகாஷம் குறித்த விரிவான விளக்கத்திற்கு கானேவின் நூலை (தொகுதி - II, பக்கம் *1095 - 100)* பார்க்கவும்.

140. ஹேன்ஸ் - பீட்டர் ஸ்கிமித், **அகிம்சையின் தோற்றுவாய்,** Melanges d'Indianisme a lamemoire de Loues Remou, பக்கம் *629 - 30;* இதே ஆசிரியர், Ahimsa and Relirth, பக்கம் *211;* ஒப்பீட்டுக்குப் பார்க்கவும் பிரெய்ன் கே. ஸ்மித் & வெண்டி டோனிஜர், மேற்சொன்ன நூல், பக்கம் *189 - 224.*

141. வேள்விகள் நடத்தப்படவேண்டிய விதிமுறைகளைப் பற்றித் தெளிவாக ஆய்வு செய்யும்போது, விலங்குகள் பலிதரப்பட்ட சடங்குகளில் விலங்குகளுக்குப் பதிலாக மாற்று பலி ஏற்பாடுகள் அடிக்கடி நடந்ததாகக் கருத முடியாது. பார்க்கவும் Srautakosa (ஆங்கிலம்) வைதிக் சம்சோதனா மண்டலம், பூனா, *1962,* தொகுதி - I பக்கம் *26 - 30;* அதே நூல், பக்கம் 770 - *893.*

142. கௌஷிதாகி பிராமணம், *11.3;* சதபத பிராமணம், *12.9.1.1.*

சடங்கில் பலியாகும் விலங்கு மேலுலகத்தில் தன்னைப் பலி தந்தவனைத் தின்று விடும் என்ற கருத்து சதபத பிராமணத்திலும் (11.6.1) ஜெய்மினியா பிராமணத்திலும் (1.42.4) இடம் பெற்றுள்ள பிருகு குறித்த புராணக் கதையில் தெளிவாக வெளிப்படுத்தப்பட்டுள்ளது. தன் தந்தை வருணனைவிட தான் மிகப்பெரிய புத்திசாலி என்று தன்னைப் பற்றி பிருகு நினைத்துக்கொண்டான். அவனுக்கு ஒரு பாடம் கற்றுத்தர வேண்டும் என்ற நோக்கோடு உலகைச் சுற்றி வரும்படி தந்தை அனுப்பி வைக்கிறார். ஒரு மனிதன் இன்னொரு மனிதனைத் துண்டுதுண்டாக வெட்டுவதையும், சத்தம் போட்டு அலறிக் கொண்டிருந்த ஒரு மனிதனை இன்னொருவன் தின்பதையும், அமைதியாக இருந்த ஒருவனை இன்னொரு மனிதன் தின்பதையும் பார்த்த பிருகு திகைத்துப் போனான். அவன் தந்தை தந்த விளக்கத்தையடுத்து இறுதியாக அவன் ஆர்வம் தணிகிறது. முதலில் பார்த்த மனிதன் இந்த உலகில் மரமாக இருந்தவன். சென்ற பிறவியில் தனக்கு மரவெட்டி செய்ததை இவன் இப்போது அவனுக்குச் செய்கிறான். இரண்டாவது மனிதன் இந்த உலகில் வேள்வியில் பலி தரப்பட்ட விலங்காகும். தன்னைப் பலி தந்தவனை அது இப்போது தின்கிறது. மூன்றாவது மனிதன் இந்த உலகில் செடியாக இருந்தவன். தன்னைத் தின்றவனை அது இப்போது தின்கிறது. மேலதிக விவரங்களுக்கும், விவாதத்துக்கும் ஹேன்ஸ் - பீட்டர் ஸ்மித்தின் **அகிம்சையின் தோற்று வாய்** என்ற கட்டுரையையும் (பக்கம் 644 - 5), Ahimsa and Rebirth என்ற கட்டுரையையும் (பக்கம் 214 - 15) பார்க்கவும்.

143. ஏ.பி. கீத், மேற்சொன்ன நூல், பக்கம், 410.

144. உயிர்ப்பலி விஷயத்தில் உபநிடதங்களின் நிலைப்பாடு வேதங்களிலிருந்து மாறுபட்டதாக இருப்பதற்கு வேத நூல்களில் பல ஆதாரங்களைத் தெளிவாகப் பார்க்க முடிகிறது. (எடுத்துக்காட்டு: பிரகத் ஆரண்யக உபநிடதம், 1.4.10; 3.9.6; 3.9.21; சந்த்யோக்ய உபநிடதம், 1.10 - 12; 4.1.3) டியூசென் (**உபநிடதங்களின் தத்துவம்**, லண்டன், 1960) ஏ.பி. கீத் உள்பட பல்வேறு ஆய்வாளர்கள் இந்த ஆதாரங்களை நோக்கி நம் கவனத்தை ஈர்க்கிறார்கள். அண்மையில் ரொமீலா தாப்பர், **கருத்தியலும் உபநிடதங்களும்** என்ற நூலில் சுருக்கமாகவேனும் இது குறித்துப் பேசியுள்ளார். **இந்தியாவில் சமூகமும் கருத்தியலும்: பேராசிரியர் ஆர்.எஸ்.சர்மா நினைவுக் கட்டுரைகள்** என்ற நூலில் (முன்சிராம் மனோ கர்லால், தில்லி, 1996 பக்கம் 11- 27) டி.என்.ஜாவின் கட்டுரையைப் பார்க்கவும்.

145. உதாரணமாக ஏ. பி. கீத் (மேற்சொன்ன நூல், பக்கம் 585) பின்வருமாறு குறிப்பிடுகிறார். சோம வேள்வியுடன் வாழ்க்கையை ஒப்பிடுவதன் மூலம், துறவறம், தாராள மனப்பான்மை, நியாயமாக நடந்துகொள்தல், உயிரினங்களுக்கு ஊறுவிளைவிக்காமல் இருத்தல், உண்மையாக நடந்துகொள்தல் ஆகியவை மகிழ்ச்சியான வாழ்க்கையைப் பெறுவதற்கான கடமைகள் எனலாம்.

146. அகிம்சை (ahimsa / ahimsayai) என்ற சொல் முதன்முதலாக பல்வேறு பிற்கால வேத நூல்களிலும், வேதகாலத்துக்குப் பிந்தைய நூல்களிலும் குறிப்பிடப்பட்டிருக்கிறது. (எ.கா: அதர்வ வேதம், தைத்தீரிய சம்கிதம், மைத்ராயணி சம்கிதம், கதாகா சம்கிதம், கபிஸ்தலா கதா சம்கிதம், அய்த்தரேய பிராமணம், தைத்தீரிய ஆரண்யகம், சதபத பிராமணம் போன்றவை). இச்சொல் இடம் பெறும் குறிப்பிட்ட பத்திகளுக்கு விஸ்வபந்து எழுதிய A Vedic Word - Concordance (விஸ்வேஸ்வரநாத் வேத ஆய்வு நிறுவனம், ஹோசியாபூர், I *(1976)* II *(1973)* என்ற நூலைப் பார்க்கவும். அகிம்சை என்ற கருத்தின் தோற்றம் குறித்து ஆய்வாளர்கள் மத்தியில் பல்வேறுபட்ட கருத்துகள் நிலவி வருகின்றன. ஹென்ஸ்பீட்டர் ஸ்மித் கருத்துப்படி, அகிம்சை என்ற சொல் முதன்முதலாக - புதிய கோட்பாடு என்ற அர்த்தத்தில் - சாந்தோக்ய உபநிடதத்தில் காணப்படும் கோரா அங்கிராசாவின் போதனையில் (III. *17.4)* இடம் பெற்றுள்ளது. அகிம்சை என்ற கோட்பாடானது சிந்துச் சமவெளிக் கலாச்சாரத்தில்தான் தோற்றம் பெற்றது என்பது லூத்விக் அல்ஸ்டோர்ப்பின் கருத்தாகும். இது குறித்து கருத்துச் சொல்ல வந்த ஜே. சி. ஹீஸ்டர்மேன், இது "பிரச்னையிலிருந்து திசை திருப்புவதற்கும், இது வரை விளக்கம் அளிக்கப்படாத கடந்த காலத்தோடு பொருத்துவதற்கும் மேற்கொள்ளப்பட்ட முயற்சியாகும்" என்று குறிப்பிட்டுள்ளார். ஸ்மித் போலவே, ஹீஸ்டர்மேனும் வேத - பார்ப்பனிய மரபில்தான் இக்கோட்பாடு தோற்றம் கண்டது என்று கருதுகிறார். இந்த ஆய்வுகளுடன் சற்றும் தொடர்பற்ற விதத்தில் விட்ஜெல் பின்வருமாறு வலியுறுத்துக்கிறார்: கொலைகளின் கொடூரம்தான் அகிம்சை தோற்றத்துக்குக் காரணமாகும். இந்த அர்த்தத்தில் அகிம்சையின் என்பது "ஒரு சுயநல நடவடிக்கையாகும். பொதுநலன், அனைத்து உயிரினங்கள் மீதான அன்பு ஆகியன அகிம்சைக்குக் காரணமல்ல.... இது தன் சொந்த நலனுக்காகச் செய்யப்பட்ட ஒரு அறிவுப்பூர்வமான செயலாகும்.... சமணம், பௌத்தம், பழங்குடிச் சமயங்கள் ஆகியவற்றின் வளர்ச்சியாக இதைக் கருத முடியாது. தொடக்ககாலப் பார்ப்பனியச் சிந்தனையிலேயே இது தோன்றியிருக்க வேண்டும்." இருப்பினும், ஸ்ரமண மரபுதான் அகிம்சைக் கோட்பாட்டின் மூலவேர் என்று உறுதியாக ஒரு கருத்து முன்வைக்கப்படுகிறது. பார்க்க: வில்லியம் நார்மன் பிரௌன், Man in the universe, கலிபோர்னியா யுனிவர்சிட்டி பிரஸ், பெர்க்ளி, *1966*, பக்கம் *56;* லூசிஸ் துமோனித், Homo Hierachicus, ஆக்ஸ்போர்ட் யுனிவர்சிட்டி பிரஸ் தில்லி, *1988* பக்கம் *150*, பிரெய்ன் ஸ்மித், Eaters, Food, and Social Hierarchy in Ancient India, ஜேர்னல் ஆப் அமெரிக்கன் அகாடமி ஆப் ரிலிஜன், LVIII, *2 (1990)* பக்கம் *198*.

147. லௌகீக ஆதாயங்களுக்காக வாஜஸ்ரவன், விஸ்வஜித் வேள்வியை நடத்தியதாக கதோபனிசத்தின் முதல் பாடல் (I.1.1.) விவரிக்கிறது. அவனுடைய மகன் நசிகேதன் இந்த வேள்வியின் தோற்றத்தையும், அதன் மோசடியையும் எண்ணி வேதனையடைந்திருந்த

போதிலும், தீயில் விழுந்து, எமனின் கட்டளையை நிறைவேற்றுவதற்குத் தயங்கவில்லை என்றும், மூன்று விதமான நெருப்புகள் அவனுடைய பெயரைப் பெற்றன என்றும் அதேபாடலில் வேறொரு இடத்தில் (I.1.13.17) குறிப்பிடப்பட்டுள்ளது. இதே போல சுவேதாஸ்வதார உபநிடதம் (*II.6*) அக்னி வேள்வியைப் போற்றுகிறது. agnir yatrabhimathyate vayur yatradhirudhyate / somo yatratinicyate tatra samjayate manch: எங்கே நெருப்பு மூட்டப்படுகிறதோ, எங்கே காற்று வீசுகிறதோ, எங்கே சோம பானம் பெருக்கெடுத்தோடுகிறதோ, அங்கே தான் மணம் பிறக்கிறது. பார்க்கவும், எஸ். ராதாகிருஷ்ணனின், **முக்கியமான உபநிடதங்கள்,** பக்கம் 720. வேள்வியின் முக்கியத்துவத்தைப் பற்றியும் வேத ஞானத்தைப் பற்றியும் (VII. 8.10) மைத்ராயனிய உபநிடதம் (I.1.) மீண்டும் பேசுகிறது.

148. ஆர்.எஸ். சர்மா, **பொருளாயதப் பண்பாடு,** அத்தியாயம். V.VII9.

அத்தியாயம் 2

1. லேம்பர்ட் ஸ்மித்ஹாசன், **பௌத்தமும் இயற்கையும்,** *1990,* எக்ஸ்போவின் போது ஆற்றிய உரை. பௌத்த ஆய்வுகளுக்கான சர்வ வேத நிறுவனம், டோக்யோ, *1991;* பக்கம் *14 - 15;* அதே ஆசிரியர், **தொடக்ககாலப் பௌத்தமரபும், சுற்றுச் சூழல் அறநெறிகளும்,** ஜேர்னல் ஆப் புத்திஸ்ட் எதிக்ஸ் 4, (1997), http: / Jbe. ba. psu. cdu / 4 / 4 cont. html.

2. ஜேம்ஸ் பி. மெக்டெர்மாட், **தொடக்ககாலப் பௌத்தத்தில் விலங்குகளும், மனிதர்களும்,** இந்தோ - ஈரானியன் ஜேர்னல், *32 (1989)* பக்கம் *269* . ff.

3. வினய பிடகம், IV. *5.* ஒப்பீட்டுக்குப் பார்க்கவும், ஜாதகம், I. *191,* மெக்டெர்மாட் நூலில் *(பக்கம். 271)* மேற்கோள் காட்டப்பட்ட பகுதி; நந்தவிசால ஜாதகம் (J -28).

4. ஜேம்ஸ் பி. மெக்டெர்மாட், அதே நூல், பக்கம் *271.*

5. சாஸ்திர விதிகளுக்குப் பொருந்தாத வகையில் விலங்குகளைக் கொல்பவர்கள் அதற்குத் தண்டனையாக நரகத்திற்கே செல்வார்கள் என்பதைச் சுட்டிக்காட்ட கௌதம பிரஜ்னாருசி *(கி.பி. பதினான்கு - பதினைந்தாம் நூற்றாண்டு)* எழுதியதாகச் சொல்லப்படும் ஒரு சூத்திரத்தை ஜேம்ஸ் . பி. மெக்டெர்மோட் தன் நூலில் *(பக்கம் 272)* மேற்கோளாகக் காட்டுகிறார். இந்த சூத்திரநூல் சீன, திபெத்திய மொழிகளில் மட்டுமே கிடைக்கிறது. டைகன் & அலிசியா மட்சுநாகா ஆகியோர் எழுதிய Buddhist Concept of Hell *(பிலாசிலை பரரி, நியூயார்க், 1972)* என்ற நூலையும் பார்க்கவும்.

6. ஜி.பி. மலாலசேகரன், Dictonary of Pali Proper Names, *உக்கதாசரிதம் என்ற தலைப்பின்கீழ்* பார்க்கவும்.

7. அதே நூல்.

8. panca ca vasabhasatani panca ca vacchatarasatani panca ca vacchatarisatani pance ca ajasatani panca ca urabbhasatani thnupanitani honti yannatthaya சம்யுத்த நிகாயம், 3.9.23. (தொகுதி - I. பக்கம் 74).

9. சுத்த நிபாதம், பிராமணதம்மிக - சுத்தம், 12. பக்கம். 58.

10. yatha mata pita bhata anne vapi va nataka gavo no parama mitta yasu Jayanti osadha annada baladaceta vaṇnada sukhada tatha, etamatthavasan natvanassu gavo harimsu te. அதே நூல், 13 - 14. பக்கம் 58 - 60.

11. dabkho goghatabo va goghatakantevasi va gavim vadhitva vatumahapathe bilaso vibhajitva nisinno assa, மஜ்ஜிம நிகாயம், 19.1.4 (தொகுதி III. பக்கம். 153)

12. வினய பிடகம் (மகாவாக்யம்) V. 1.13 (SBE XVII. pt2, p. 6.

13. go vajjho vija niyyate, சுத்த நிபாதம் சல்ல சுத்தம், 7 பக்கம். 128.

14. tato ca raja sannatto brahmanehi rathesabho, nekasatassiyo gavo yanne aghatayi, சுத்த நிபாதம், பிராமணதம்மிக - சுத்தம், 25, பக்கம். 65.

15. தீக நிகாயம், 3.19. 62 (தொகுப்பு II, பக்கம் 98 - 99)

16. புத்தர் பன்றி இறைச்சி உண்டு இறந்தாரா, இல்லையா என்ற பிரச்னை பௌத்தர்கள் மத்தியில் ஒரு இறையியல் பிரச்னையாக இருந்து வருகிறது. தீவிரமான ஆய்வாளர்கள் மத்தியிலும்கூட இது தர்க்க விவாதத்தைக் கிளப்பியுள்ளது. 'பன்றி இறைச்சி' (boar - tender) என்ற சொல்லை முதன்முதலில் மொழியாக்கம் செய்த டி. டபுள்யூ. ரைஸ் டேவிட்ஸ் இச்சொல்லின் சரியான பொருள் குறித்து உறுதியான கருத்தைத் தெரிவிக்கவில்லை. (The Questions of King Milinda, SBE, XXXV பக்கம் 244) சூகரா மத்தவம் (sukaramaddava) என்ற சொல்லுக்கு சந்தையில் கிடைக்கக் கூடிய - குட்டியாகவோ கிழடாகவோ இல்லாத - முதல்தரமான பன்றி இறைச்சி என்று புத்தகோசர் (கி.பி. பதினைந்தாம் நூற்றாண்டு) விளக்கம் தருகிறார். மற்றவர்களின் இரு கருத்துகளையும் தன் விளக்கத்துக்குப் பிறகு அவர் குறிப்பிட்டுள்ளார். (வால்பொல ராகுல, JAOS, 102. 4 (1982) பக்கம் 602) இதைப் போலவே **உதாணம்** என்ற பாலி நூலுக்கு எழுதப்பட்ட உரைநூலான **பராமாத்தஜோதிகா** (கொழும்பு, 1920) மகாத்தகதா என்ற நூலை அடிப்படையாகக் கொண்டு (இச்சொல்லுக்கு) சந்தையில் கிடைக்கும் மிருதுவான, கொழுப்பான பன்றி என்று விளக்கம் தருகிறது. இச்சொல்லுக்கு வேறு சிலர் சொல்லியுள்ள மூன்று வேறு பொருள்களையும் அந்நூல் குறிப்பிட்டுள்ளது. (வால்பொல ராகுல, பக்கம் 602 -3) இவ்வாறாகக் சூகரா மத்தவம் என்ற சொல்லுக்கு பன்றி என்று விளக்கம் தருவதையை இந்த இரண்டு உரைநூல்களும் ஆதரிக்கின்றன. இந்த நூல்களுக்கு மதிப்புத் தருவதாக இருந்தால், பன்றி இறைச்சி சாப்பிட்ட பின்புதான் புத்தர் இறந்திருக்கிறார் என்பதை

ஏற்றுக்கொள்ள வேண்டும். எனினும் வேறொரு கருத்துப்படி, சீன சமய நூல்களில் இப்படிப்பட்ட ஒரு நிகழ்ச்சியே இடம் பெறவில்லை (ஆர்தர் வேலே, Did Buddha die of Eating, Pork? with a note on Buddha's Image Melanges Chinois et bouddhiques, தொகுதி -I *1931 - 32*, ஜூலியட், *(1932)* பக்கம் *347)*. பிற்காலப் பௌத்த நூல்களிலும், தற்கால நூல்களிலும், சூகரா மத்தவம் என்ற சொல் சைவஉணவைக் குறிப்பதாக பல்வேறு விளக்கங்களைக் காணமுடிகிறது. சூகரா மத்தவத்தை வேதகால பூதிகம் (putika) என்றோ, சந்தால் புத்கா என்னும் ஒரு வகையான காளான் என்றோ கூறும் சமீபத்திய முயற்சி ஏற்றுக்கொள்ளும்படியாக இல்லை. (ஆர். கோல்டன் வாஸன், The Last Meal of the Buddha with Memorandum by Walpola Rahula of the Early Sources for the Meaning of Sukaramaddava, JAOS, 102.4 (1982) பக்கம் *591 - 603)*. இந்தச் சொல்லின் உண்மையான பொருள் குறித்து என்ன விதமாக குழப்பங்கள் நடந்து வந்தபோதிலும், இந்தச் சொல் பௌத்தச் சமய நூல்களிலோ, பார்ப்பனிய இலக்கியங்களிலோ வேறு எந்த இடத்திலும் இடம் பெறவில்லை என்பதையும், ஒரே ஒரு முறைதான் இச்சொல் கையாளப்பட்டிருக்கிறது என்பதையும் நாம் ஒப்புக்கொண்டே ஆக வேண்டும். பன்றி இறைச்சி உண்டுதான் புத்தர் இறந்தாரா, இல்லையா என்பது குறித்த விவாதத்திற்கு ஆர்தர் வேலியின் மேற்சொன்ன நூலை *(பக்கம். 343 - 54)* பார்க்கவும்.

17. மாலலசேகரன், Dictionary of Pali Proper Names, **உக்கா** என்ற *தலைப்பின் கீழ் பார்க்கவும். அங்குத்தர நிகாயம், மனாபாதயிசுத்தம் 5.5.4 (*Vol. II. *பக்கம் 314)*. இந்தக் கதை இடம் பெற்றிருக்கும் அந்த நூல் சீன சமய நூல் தொகுப்புகளில் காணப்படவில்லை. வேலி, மேற்சொன்ன நூல், பக்கம் 347.

18. "*கண்ணில் பார்க்காத* (adittham) *காதில் கேட்காத* (asuatam) *அய்யத்தைத் தராத* (aprisanbitam) *வகையில் மீனையும், இறைச்சியையும் உண்ண நான் அனுமதிக்கிறேன்,"* என்று ஜீவக சுத்தத்தில் புத்தர் *சொல்கிறார். மஜ்ஜிம நிகாயம், 5.1.2. (*Vo. II. *பக்கம் 39)* வி.ஏ. குண சேகரன், Buddhism and Vegetrianism, The Rationale for the Buddha's Views on the Consumption of Meat, Buddhasasana home Page *(ஆங்கிலப் பதிப்பு)* hlp. 1 / www. uq. net.au / slsoc / budsoc. html.

19. வி.ஏ. குணசேகரன், *அதேநூல்.*

20. வினய *பிடகம், மகாவாக்யம்,* VI. *2.12.* (SBE XVII) சிறுநீரை *மருந்தாகப் பயன்படுத்த* துறவிகளுக்கு *அனுமதி* வழங்கப்பட்டிருந்தது. வினய *பிடகம், 1.30. 4;* VI.*146)*

21. மாலலசேகரன், Dictionary of Pali Proper Names, **ஷிகா** என்ற *தலைப்பின்கீழ் பார்க்கவும். ஒப்பீட்டுக்குப் பார்க்கவும் அங்குத்த நிகாயம் (சிகசேனாபதி சுத்தம்),* V. *4.4 (*Vol. II *பக்கம் 304 - 6); ஜாதகம். 144 .*

22. ககாபதி ஜாதகம் (ஜாதகம் 199) நக்குத்த ஜாதகம் (ஜாதகம்144)

23. ஈ. வக்பர்ன் ஹாப்கின்ஸ், The Buddhist Rule Against Eating

Meat, JAOS, XXVII (1907) பக்கம் 457 - 8.

24. ஆதாரத்திற்குப் பார்க்கவும், ஓம்பிரகாஷ், **பண்டைய இந்தியாவில் உணவும், மதுவும்,** முன்சிராம் மனோகர்லால், தில்லி, 1961, பக்கம். 64.

25. கும்ப ஜாதகம் (ஜாதகம். 512)

26. மகாபோதி ஜாதகம் (சுாதகம். 528)

27. பாலாதிய ஜாதகம் (ஜாதகம். 504)

28. நிக்ரோதமிருக ஜாதகம் (ஜாதகம். 12)

29. பிக்கா பரம்பரை ஜாதகம் (ஜாதகம். 496)

30. சூலஷா ஜாதகம் (ஜாதகம். 419)

31. சமுக்கா ஜாதகம் (ஜாதகம். 436)

32. சக்கவா ஜாதகம் (ஜாதகம். 434); ஒப்பீட்டுக்குப் பார்க்கவும், காக ஜாதகம் (ஜாதகம் 140)

33. பக்ககோத ஜாதகம் (ஜாதகம். 333)

34. புன்னனாதி ஜாதகம் (ஜாதகம். 214)

35. முனிக ஜாதகம் (ஜாதகும் 30); சாளுக ஜாதகம் (ஜாதகம். 286)

36. பிரகாகச்சாத்த ஜாதகம் (ஜாதகம். 336)

37. குக்குர ஜாதகம் (ஜாதகம். 22)

38. கம்மஷாதகா ஜாதகம் (ஜாதகம். 324)

39 கும்பகார ஜாதகம் (ஜாதகம். 408)

40. ஓம்பிரகாஷ், மேற்சொன்ன நூல், பக்கம். 63.

41. வினய பிடகம், VI. 4.1 (இந்திமொழியாக்கம் ராகுல சாங்கிருத்தியாயன மகாபோதி சபை, பனாரஸ், 1935) பக்கம். 231 - 3.

42. மேரரா ஜாதகம் (ஜாதகம் 159); மகா மோரா ஜாதகம், ஜாதகம் 491.)

43. தடை செய்யப்பட்ட அல்லது உண்ண அனுமதிக்கப்பட்ட பறவைகளின் பட்டியலுக்கு பார்க்கவும், எஸ்.சி. பானர்ஜி, **தர்ம சூத்திரங்கள்: தோற்றம், வளர்ச்சி குறித்த ஆய்வு,** பந்திபுஸ்தக், கல்கத்தா, 1962, பக்கம் 153 - 4.

44. கோதா ஜாதகம் (ஜாதகம். 138); கோதா ஜாதகம் (ஜாதகம். 325).

45. இறைச்சியும், மீனும் சுவையான உணவு வகைகள்; இவற்றின் மீது துறவிகள் விருப்பம் கொள்ளக்கூடாது என்று பாடி மோக்கர் தடை விதிக்கிறார். புதிதாகத் துறவறத்தை மேற்கொண்டவர்கள் இறைச்சி உண்ணத் தடையில்லை. தேரவாட ஜாதகக் கதையில் இடம் பெற்றுள்ள போதிசத்துவர் சொன்னதாகக் குறிப்பிடப்படும் ஒரு பாடல் வரி மூலம் (ஜாதகம். 246) இறைச்சி உணவு விஷயத்தில் ஜாதகக் கதைகளின் அணுகுமுறையை நன்கு தெரிந்து கொள்ளலாம். அது பின்வருமாறு: bhunjmano pi sappanno na papena upalippati (தெய்வீக ஞானம்

பெற்றவர்கள் தங்களுக்காகவே சமைக்கப்பட்டது என்பதை அறிந்திருந் தும், மீனையோ, இறைச்சியையோ சூழ்நிலை கருதி சாப்பிட வேண்டி யிருந்தால் அவர் குற்றம் செய்ததாகக் கருத முடியாது: ஈ. டபிள்யூ. ஹாப்கின்ஸ், மேற்சொன்ன நூல், பக்கம் 457, 462.)

46. ஆமகந்த சுத்தத்தில் இடம் பெற்றுள்ள ஒரு கதை: மீனையும், இறைச்சியையும் உண்ணுவதற்கு எதிரான வாதங்களை ஒரு பார்ப்பனர், புத்தர் முன் வைக்கிறார். ஆனால், அதற்குப் பதில் தரும்போது புத்தர், ஒழுக்கக்கேடான செயல்கள் குறித்த ஏராளமான பாடல்களைப் பாடுகிறார். ஒவ்வொரு பாடலையும் "இவையெல்லாம் தான் ஒழுக்கக் கேடுகளே தவிர, இறைச்சி உண்பது ஒழுக்கக் கேடல்ல" என்ற வரியோடு முடிக்கி றார். (easamagandhona hi mamsabhojanam) சுத்த நிபாதம், பக்கம். 48.

47. கோரக்கா (கால்நடை மேய்ப்பு) குறித்த விவாதத்திற்கு ஜேம்ஸ் மக்டெர்மோட்டின் மேற்சொன்ன நூலை (பக்கம். 276 - 7) பார்க்கவும். விவசாயத்திலும், கால்நடைகள் வளர்ப்பிலும் ஈடுபட்டுள்ளவர்களுக்கு விதையும், தீவனமும் மானியமாகத் தரும்படி தீக நிகாயத்தில் மன்னனுக்கு ஆலோசனை தரப்பட்டுள்ளது. ஏ. கே. வார்டர், **இந்தியப் பௌத்தம்**, மோதிலால் பனார்சிதாஸ், தில்லி, 1970 பக்கம் 172.

48. இந்தக் கதை பின்வருமாறு செல்கிறது: பௌத்த ஒழுங்கு விதிகளில் ஒரு பிரிவினையை உருவாக்குவதில் தீவிரமாக இருந்த தேவதத்தர், இறைச்சி, மீன் உண்ணத் தடை உள்பட அய்ந்து ஒழுங்கு விதிகளை அனைத்துத் துறவிகளும் மீது விதிக்கும்படி புத்தரைக் கேட்கிறார். இருப்பினும், புத்தர் இதற்கு உடன்பட மறுக்கிறார். சங்கம் என்ற துறவிகள் அமைப்பில் தொடக்கத்தில் ஏற்பட்ட பிளவை - இது தற்காலிகமானதுதான் - இது எடுத்துக்காட்டுவதாகக் கொள்ளலாம். மாலல சேகரன், Dictionary of Pali Proper Names, **தேவதத்தர்** என்ற தலைப்பின்கீழ் பார்க்கவும். ரிச்சர்டு கோம்பிரிச், Theravada Buddhism: A Social History from Ancient Benares to Modern Colombo, ரௌட்லெட்ஜ் & கீகன்பால், லண்டன் - நியூயார்க், 1988, பக்கம். 94.

49. Rack Edict II, வரிகள் 5 - 6, சிர்கர், Select Inscriptions I, இரண்டாம் பதிப்பு, கல்கத்தா பல்கலைக்கழகம், கல்கத்தா, 1965, பக்கம் 17; Pillar Edic - VII, வரி - 13, டி.சி. சிர்கர், மேற்சொன்ன நூல், பக்கம். 63.

50. Rock Edict - I, வரிகள் 3 - 4, சிர்கர், பக்கம். 15.

51. Pillar Edict - 5, சிர்கர், பக்கம் 59 - 60.

52. டெரிக் ஓ. லோடிரிக், Sacred Cows and Sacred Places: Origins and Survivals of Animal Homes in India, கலிபோர்னியா யுனிவர்சிட்டி பிரஸ், பெர்க்லி, 1981, பக்கம். 57 - 8.

53. Rock Edict - I, வரிகள் 11 - 12, சிர்கர், பக்கம். 16.

54. அர்த்த சாஸ்திரம், II. 2.1.

55. அர்த்த சாஸ்திரம், II. 26.

56. அர்த்த சாஸ்திரம், II. 29.

57. அர்த்த சாஸ்திரம், II. 26.1.

58. அர்த்த சாஸ்திரம், II. 26.7.

59. அர்த்தசாஸ்திரம், II. 29.5 (கௌடில்யரின் அர்த்தசாஸ்திரம் மொழியாக்கம். ஆர். சாமாசாஸ்திரி, ஏழாவது பதிப்பு, மைசூர் 1961, பக்கம். 143). ஆர்.பி. கங்குலியின் பதிப்பில் இடம் பெற்றுள்ள சொல் sunamahisah என்பது (அர்த்தசாஸ்திரம் II. 29.8) எருமைகளை வதை செய்வது என்று மொழியாக்கம் செய்யப்பட்டுள்ளது.

60. அர்த்தசாஸ்திரம், II. 29.5

61. அர்த்தசாஸ்திரம், II. 26.11. அபர்ணா சட்டோபாத்யாயாவின், A Note on Beef - eating in Mauryan Times (Indo - Asian Culture, XVII எண். 2 (1968) பக்கம் 49.51) என்ற கட்டுரையைப் பார்க்கவும்.

62. அர்த்த சாஸ்திரம், II. 22.24.

63. அர்த்த சாஸ்திரம், II. 26.26.

64. Mililidapanho, IV. 3.32. The Questions of King Milinda (SBE XXXV, பக்கம் 244) என்ற கட்டுரையையும் பார்க்கவும்.

65. ஆர்தல் வேலி, மேற்சொன்ன நூல், பக்கம் 347.

66. வி.ஏ. குணசேகரன், மேற்சொன்ன நூல்.

67 லங்காவதார சரிதத்தின் ஆண்டு குறித்த சுருக்கமான விவாதத்திற்கு மாரிஷ் விண்டர்நிட்ஷ், **இந்திய இலக்கிய வரலாறு** -II, (இரண்டாம் பதிப்பு; மறுபதிப்பு முன்சிராம் மனோகர்லால், தில்லி, 1977, பக்கம் 337.) என்ற நூலைப் பார்க்கவும்.

68. வி.ஏ. குண்சேகரன், மேற்சொன்ன நூல்.

69. பி.சி. திவான்ஜி, Lankavatarasutra on Non - Vegetarian Diets, Annals of the Bhandarkar Oriental Research Institute, 18 (1940) பக்கம் 317.

70. ஆர்தல் வேலி, மேற்சொன்ன நூல், பக்கம் 347 - 8.

71. ஜேம்ஸ் லெக்கி, Fahien's Record of the Buddhistic Kingdoms, ஆக்ஸ்போர்ட், 1886, பக்கம் 43.

72. **பான் வாங் சிங்** என்ற சீன நூல், நீண்ட சமஸ்கிருத நூலின் ஒரு பகுதி என்று அனுமானிக்கப்படுகிறது. ஆனால், இந்நூல் கி.பி. 507க்குப் பிறகு சீனத்திலிருந்து திபெத்துக்கு மொழியாக்கம் செய்யப்பட்டிருக்கக் கூடும். பார்க்க, ஆர்தல் வேலி, மேற்சொன்ன நூல், பக்கம் 349.

73. தாமஸ் வாட்டர்ஸ், On yuan Chwang's Travels in India லண்டன், 1904 - 5, இரண்டாம் இந்தியப் பதிப்பு, முன்சிராம் மனோகர் லால், தில்லி, 1973, அத்தியாயம் - V, பக்கம் 178.

74. தாமஸ் வாட்டர்ஸ், மேற்சொன்ன நூல், அத்தியாயம் -III. பக்கம். 57.

75. சமீல்பீல் Si - yuki : Buddhist Records of the Western World, லண்டன், 1884, இந்திய மறுபதிப்பு, மோதிலால் பனார்சிதாஸ், தில்லி,

1981, புக் V. பக்கம் *214.*

76. தாமஸ்வாட்டர்ஸ், அதேநூல், அத்தியாயம் III, பக்கம் *53 - 60* தேவகுதி, **ஹர்ஷர்: ஒரு அரசியல் ஆய்வு,** இரண்டாம் பதிப்பு, ஆக்ஸ் போர்ட் யுனிவர்சிட்டி பிரஸ், தில்லி, *1983,* பக்கம் *6.*

77. **ஹர்ஷசரிதம்** (சங்கரரின் உரைவிளக்கத்துடன்) தொகுப் பாசிரியர்: கே.பி. பராப், அய்ந்தாம் பதிப்பு, நிர்ணய சாகர் பிரஸ், பம்பாய், *1925,* பக்கம் *211.*

78. தாமஸ் வாட்டர்ஸ், அதேநூல், பக்கம் *55.*

79. "விலங்குகளின் இறைச்சியை உண்பதாக குற்றம்சாட்டி.... பௌத்தர்கள்மீது மிகக் கடுமையான தாக்குதலைத் தொடுத்துள்ள," தேவசேனரின் **தர்சனசாரம்** என்ற நூலின்மீது ஜே. கே. நாரிமன்(Liberary History of Sanskirt Buddhism, இரண்டாம் பதிப்பு, மறுபதிப்பு, பில்கிரிம்ஸ் புக் பிரைவேட் லிமிடெட், தில்லி, *1972,* பக்கம் *289)* கவனத்தை ஈர்க்கிறார். ஒப்பீட்டுக்குப் பார்க்கவும்: ஜகதீஷ் சந்தரா ஜெயின், Prakrit Sahitya Ka Itihas, சௌஹம்பா வித்யா பவன், வாரணாசி, *1961,* பக்கம் *319.*

80. கே.கே. ஹேண்டிக்கி, yasastilaka and Indian Culture, ஜெயினா சம்ஸ்கிருதி சம்ரக்ஷ்சகா மண்டலம், ஷோலப்பூர், *1949,* பக்கம் *373.*

81. அதேநூல், பக்கம் *371 - 2.*

82. அதேநூல், பக்கம் *373.*

83. திபெத்தியச் சூழலுக்கேற்ப எப்படி பௌத்தம் தன்னைத் தகவமைத்துக்கொண்டது என்பது பற்றிய கருத்துக்கு இவா. கே. டார்க்யாய், எழுதிய Buddhism in Adaptation: Ancestor Gods and Their Tantric Counterparts in the Religious Life of Zanskar என்ற கட்டுரையைப் பார்க்கவும், ஹஸ்டரி ஆப் ரிலிஜன், *28,* எண்: *2. (1988),* பக்கம் *123 - 34.*

84. எல். ஏ. வேடல், The Buddhism of Tibet or Lamaism, இரண்டாம் பதிப்பு, கேம்பிரிட்ஜ், *1939,* பக்கம் *216, 219, 225. 1924* ஆம் ஆண்டு சார்லஸ் பெல் பின்வருமாறு எழுதுகிறார், "தலாய்லாமாக்கள் மது அருந்துவதில்லை. ஆனால் அவர்கள் இறைச்சி உண்ணலாம்; உண்டும் வருகிறார்கள். குளிர்ப்பிரதேசமாக இருப்பதாலும், பழங்களும், காய் கறிகளும் அங்கு கிடைக்காததாலும் திபெத்தில் இறைச்சி ஒரு அவசிய மான உணவுப்பொருளாகும். இருப்பினும், பௌத்தர்களைப் பொருத்த வரையிலும், உணவுக்காகக்கூட ஒரு உயிரைக் கொல்வது பாவமாகும். ஆகவே, கொல்லப்படும் விலங்குக்காக ஒரு சமயச் சடங்கு நடத்தப் படுகிறது. கொல்லப்படும் விலங்கு அடுத்த பிறவியில் ஒரு உயரிய பிறப்பைப் பெறுவதை உறுதிப்படுத்தவே இச்சடங்கு நடத்தப்படுகிறது. இவ்வாறாக, விலங்குகளின் உயிரிழப்பானது அவற்றுக்கு ஒரு நன்மையைப் பெற்றுத் தருகிறது." சார்லஸ் பெல், **திபெத்: நேற்றும், இன்றும்** ஆக்ஸ்போர்ட் யுனிவர்சிட்டி பிரஸ், ஆக்ஸ்போர்ட், *1924,* மறு பதிப்பு, தில்லி, *1990,* பக்கம் *50.*

85. ஏ. எப். பி. ஹர்கோர்ட், The Himalayan Districts of Kooloo, Lahoul and Spiti *(பஞ்சாப் மாநில அரசின் ஆவணங்களிலிருந்து தேர்ந் தெடுக்கப்பட்டவை, நியூசீரியஸ், எண்.X)* விவேக் பப்ளிசிங் கம்பெனி, கம்லா நகர், தில்லி, மறுபதிப்பு, தில்லி, *1982*, பக்கம் *65*.

86. இறைச்சி உண்பது பர்மியப் பௌத்தர்கள் மத்தியில் ஒரு மரபாக இருந்ததையும், மாட்டிறைச்சி உண்டு வந்த பிரிட்டிஷ்காரர்களிட மிருந்துதான் இவர்கள் இதற்கான தூண்டுதலைப் பெற்றிருந்தார்கள் என்பதையும் சுட்டிக்காட்ட ஹெச். பீல்டிங் ஹாலின், People at School (1906) என்ற நூலை ஈ. வாஷ்பெர்ன் ஹாப்கின்ஸ் *(அதே நூல், பக்கம் 455)* ஆதாரம் காட்டுகிறார். இதன் தொடர்ச்சியாக பர்மா *1886* ஆம் ஆண்டு பிரிட்டிஷ் பேரரசின் ஒரு பகுதியாக மாறியது.

87. **ரஷவாகினி** தொகுப்பாசிரியர்: சாரநாதிஷா தேரா, கொழும்பு, *1920,* II பக்கம் *10, 91, 128, 181*. வால்போலா ராகுலா History of Buddhism in Ceylon என்ற கட்டுரையில் மேற்கோளாகக் காட்டப்பட்டுள்ளது. எம். டி. குணசேகரன் இரண்டாம் பதிப்பு, கொழும்பு, *1966* பக்கம் *247*.

88. Vibhangatthakatha (Simon Hewavitarne Bequest Series, Colombo) *(பக்கம் 310)* வால்போலா ராகுலாவின் நூலில் *(பக்கம் 231)* மேற்கோளாகக் காட்டப்பட்டது.

89. ஆர்.எஸ். கேர் தொகுத்த The Eternal Food: Gastronomic Ideas and experience of Hindus and Buddhists என்ற நூலில் *(நியூயார்க் ஸ்டேட் யுனிவர்சிட்டி பிரஸ், அல்பேனி, 1992, பக்கம் 19)* ஹெச். எல். சீனி விரத்னியின் Food Essence and the Essence of Expericence என்ற கட்டுரையை *(பக்கம் 195)* பார்க்கவும்.

90. என். டி. விஜ்ஜிசேகரா, **இலங்கை மக்கள்**, இரண்டாம் பதிப்பு, எம். டி. குணசேணா, கொழும்பு, *1965*, பக்கம் *114, 141*, பிரடெரிக் ஜே. சைமூனின் Eat not This Flesh என்ற நூலில் மேற்கோளாகக் கையாளப் பட்டுள்ளது. இரண்டாம் பதிப்பு, விஸ்கான்சின் யுனிவர்சிட்டி பிரஸ், மேடிசன், *1994*, பக்கம் *370*.

91. டெரிக் ஓ. லோடிரிக், மேற்சொன்ன நூல், பக்கம் *146 - 7*.

92. பால் டன்தாஸ், **சமணர்கள்**, ரௌட்லெட்ஜ், லண்டன், நியூயார்க், *1992*, பக்கம் *90*.

93. ஆகாராங்க சூத்திரம், II. 1.8 Cf. II. 1.1.1- 6. எஸ்.பி. தியோவின், History of Jaina Monachism என்ற நூலையும் பார்க்கவும். தெக்கான் கல்லூரி ஆய்வு நிறுவனம், பூனா, *1956*, பக்கம் *172*.

94. உண்ணாநோன்பு ஒரு மையமான நடைமுறையாக இருக்கு மளவிற்கு சமணத்தில் அகிம்சை என்ற கருத்து ஒரு தீவிரமான எல்லைக்கே எடுத்துச் செல்லப்பட்டது. இந்தக் காரணத்தினால்தான் தீர்த்தங்கரர் உணவு உண்ணவேண்டுமா, கூடாதா என்ற பிரச்னை தீவிர மான விவாதத்திற்குள்ளானது. ரிலிஜன் இதழில் (XV. 1985, *பக்கம் 161 - 918)* இடம் பெற்றுள்ள பால்டன் தாஸின் Food and Freedom: The Jaina

Sectaraian Debate on the Nature of the Kevalin என்ற கட்டுரையைப் பார்க்கவும்.

95. bahu - y - atthiyam va mamsam maccham va bahu - kantagam (II. 1.10.5) லூத்விக் அல்ஸ்டார்ப்பின் Beitrage Zur Geschichte von Vegetrinanismus und Rinderverehrung in India, என்ற நூலில்(Akademic der Wissenschaften and der Literatur, Wisebanden, 1962, பக்கம் 8) மேற்கோளாகக் கையாளப்பட்டுள்ளது. எஸ். பி. தியோவின் நூலையும் பார்க்கவும்.

96. sebhikkhu ca sejam mamsam va bhajijjamanam pehae tillapuyam va ae sae uvakkhadijjamanam pehae no khaddham uva sankavittu o bha sinja nannatha gilana nisae, அக்ராங்க சூத்திரம் II. 1.3. sasiao avidala kadao atiriccha cchinao avvacchinao taruniyam va chivadim anabhivakata mabhabhijjatam pehae aphasuyam ane sanijjanti, அதே நூல், I 525. ஓம்பிரகாஷின் நூலில் (பக்கம் 67) மேற்கோளாகக் காட்டப் பட்டுள்ளது பகுதி.

97. எஸ். பி. தியோ, அதேநூல், பக்கம் 172 - 3.

98. விபாக சூத்திரம், II. 14; III. 22. இந்த நூலில் காணப்படும் பல்வேறு இறைச்சித் தயாரிப்புகளில் பின்வரும் சிலவற்றைக் குறிப்பிட்டுக் காட்டலாம்: sanbhandiya, vattabhandiya, dihabhandiya, rahassabhandiya, himapakba, jammapabka, vegapakka, maruyapabba, hala, herarga, mahittha, விபாக சூத்திரம், III. பக்கம் 46. ஓம்பிரகாசின் மேற்சொன்ன நூலையும் (பக்கம் 66) பார்க்கவும். ஜெகதீஷ் சந்தரா ஜெயின், Jaina Agama Sahitya Men Bharatiya Samaja, என்ற நூல், பக்கம் 200. சௌகம்பா வித்யா பவன், வாரணாசி, 1965.

99. ஏ. எல். பாஷ்யம், **ஆஜீவகர்களின் வரலாறும், கோட்பாடு களும்,** லூசாக் அன் கம்பெனி, லண்டன், 1951 பக்கம் 67. ஆஜீவகர்கள் விலங்குகளின் இறைச்சியை உண்டு வந்தார்கள் என்று **பகவதி சூத்திரம்** குறிப்பிட்டுள்ளது. தங்கள் சமயச்சடங்குகளில் இவர்கள் மதுவையும், இறைச்சியையும் பயன்படுத்தி வந்ததை வாயு புராணத்தில் வரும் ஒரு பாடல் எடுத்துக்காட்டுகின்றது. இருப்பினும், சமணர்களின் அகிம்சைக் கோட்பாட்டில் ஆஜீவகர்கள் பெரும் பங்கு வகித்திருந்தார்கள். (ஏ. எல். பாஷ்யம், மேற்சொன்ன நூல், பக்கம். 122).

100. ஹெச். ஆர். கபாடியா, Prohibition of Flesh Eating in Jainism ரிவ்யு ஆப் பிலாசபி அன் ரிலிஜன் IV. (1933) பக்கம் 232 - 9; அதே ஆசிரியர், A History of the Canonical Literature of the Jainas, சூரத், 1941, பக்கம் 123.

101. லூத்விக் அல்ஸ்டோர்ப், அதேநூல், பக்கம் 8 - 11.

102. லூத்விக் அல்ஸ்டோர்ப், அதே நூல், பக்கம் 12. ஜெகதீஷ் சந்தரா ஜெயினின், Prakrit Sahitya Ka Itihas, சௌகம்பா வித்யா பவன், வாரணாசி, 1961, பக்கம் 73.

103. எஸ்.பி. தியோ, அதேநூல், பக்கம் 417. கொங்கன் பகுதியில் இறைச்சி உண்ணும் வழக்கம் பிரபலமானதாக இருந்தது என்பதைக் காட்ட **பிருகத்கல்ப பாஷ்ய விருத்தியிலிருந்து** ஒரு பாடல் மேற்கோளாகக் காட்டப்படுகிறது. (ஜெகதீஷ் சந்தரா ஜெயின், Prakrit - Narrative Literature: Origin and Growth, முன்சிராம் மனோகாலால், தில்லி, 1981, பக்கம் 167 - 8.)

104. அதேநூல், பக்கம் 417.

105. madhu - majja - mamsa avavate dattthavva, நிஷிதா கர்னி, II, பக்கம், 394. மது சென்னின் A Cultural Study of Nisitha Curni என்ற நூலில் (ஜோகன்லால் ஜெயின்தர்மா பிரச்சார சமிதி அமிர்தசரஸ் பி.வி. ஆய்வு நிறுவனம், வாரணாசி, 1975, பக்கம். 139.) மேற்கோளாகக் காட்டப்பட்டுள்ளது. மேலதிக விவரங்களுக்கு பார்க்கவும், அதே நூல், பக்கம் 139 - 40.

106. **ஆகாரங்காதிகம்.** II. i.4.247 ஒப்பீட்டுக்குப் பார்க்கவும்: ஓம் பிரகாசின் மேற்சொன்ன நூலில் (பக்கம் 67) மேற்கோளாகக் காட்டப் பட்டுள்ள பகுதி. (9.274)

107. poggalam mamsam, tam gaheuna bhagandale pavesijjati, te kimiya tattha lagganti, **நிஷிதா சூர்னி** I. பக்கம் 100. முதுசென்னின், மேற்சொன்ன நூலில் (பக்கம் 140) மேற்கோளாகக் காட்டப்பட்டுள்ள பகுதி. டல்சுக் மாலவானியா, Nisitha: Ek Adhyayana, சன்மதி ஜீனா பித், ஆக்ரா, பக்கம் 62 - 5. தங்கள் சமய்நம்பிக்கையையும் சமய நெறிமுறைகளையும் பாதுகாப்பதற்காக சமணத் துறவிகள் விலங்குகளை மட்டுமின்றி (எ.கா. சிங்கம்) மனிதர்களையும் கொன்றார்கள். இந்தச் சம்பவங்களை நோக்கி மாலவானியா நம் கவனத்தை ஈர்க்கிறார். (அதேநூல், பக்கம் 59 - 61).

108. இது ஹெச். ஆர். கபாடியாவின் நூலில் (Prohibition of Flesh Eating in Jainism, பக்கம் 235) மேற்கோளாகக் காட்டப்பட்டுள்ளது. தொடக்ககாலச் சமணர்கள் இறைச்சி உண்டார்கள் என்ற கருத்தைத் தீவிரமாக மறுக்கும் மற்றவர்கள்: பண்டிட் ஹிராலால் ஜெயின் துகார், Shramana Bhagavan Mahavira tatha Mamsahara Parihara, சிறீ ஆத்மாநாத் ஜெயின் மகாசபை (பஞ்சாப்), சிறீ ஜெய்நேந்தர பிரஸ், தில்லி, 1964; Prachin Bharat men Gomamsa - Ek Samiksha, கீதா பிரஸ், கோரக்பூர், (இந்நூலில் ஆசிரியரின் பெயர் குறிப்பிடப்படவில்லை என்பது சுவையான ஒரு விஷயமாகும்) பகுத்தறிவை விசுவாசம் வெற்றி கொள்வதற்கு இந்நூல்கள் எடுத்துக்காட்டுகளாக இருக்கின்றன.

109. பால் டன்தாஸ், **சமணர்கள்,** பக்கம் 153.

110. ஜெகதீஷ் சந்தரா ஜெயின், Jaina Agama Sahitya men Bharatiya Samaja, பக்கம் 201.

111. ஆவாஷ்யக சூர்னி, II. பக்கம் 202, எஸ். பி. தியோவின் நூலில் (பக்கம் 418) மேற்கோள் காட்டப்பட்ட பகுதி; சூத்ர கிருதாங்க சூத்திரம், II. 6.37.42, ஓம்பிரகாசின் நூலில் (பக்கம் 67) மேற்கோள் காட்டப்பட்ட பகுதி.

112. ஜோதி பிரசாத் ஜெயின், The Jaina Sources of the History of Ancient India, முன்சிராம் மனோகர்லால், தில்லி, 1964, பக்கம் 204 - 6.

113. சுபாசிதாசந்டோகா 21. 16. ஓம்பிரகாசின் நூலில் (பக்கம் 215) மேற்கோள் காட்டப்பட்ட பகுதி.

114. வைவகார பாஷ்யம், 10, 557 - 60, எஸ்.பி. தியோவின் நூலில் (பக்கம் 418) மேற்கோள் காட்டப்பட்ட பகுதி.

115. Uvasagadasao, VIII. 242 - 4, மொழியாக்கம், ஏ. எப். ருடால்ப் ஹோர்ன்லி, ஆசியாட்டிக் சொசைட்டி, கல்கத்தா, 1989, பக்கம் 157. ஜே. சி. ஜெயினின், Jaina Agama Sahitya men Bharatiya Samaja (பக்கம் 201 - 2) என்ற நூலையும் பார்க்கவும்.

116. டி. சி. ஜெயின், Economic Life in Ancient India As Depicted in Jain Canonical Literature, பிரகிரிதி ஆய்வு நிறுவனம், சமணவியலும், அகிம்சையும், வைசாலி 1980, பக்கம் 28.

117. மதுசென், மேற்சொன்ன நூல், பக்கம் 137 - 8.

118. இந்த நூலின் பதினாறாவது பிரிவில் சுமித்ராவின் கதை விவரிக்கப்பட்டுள்ளது. mamsabhkkanavisayam vayatthalam என்ற தலைப்பின்கீழ் அந்தப் பகுதி இறைச்சி உண்ணப்படும் முறை பற்றி விவாதிக்கிறது. சங்கதாசகனி எழுதிய வாசுதேச ஹிந்தி என்ற நூலைப் பார்க்கவும். இந்தி மொழியாக்கமும், முன்னுரையும்: டாக்டர். சிறீரஞ்சன் சூரிதேவர், பண்டிட்ராம் பிரதாப் சாஸ்திரி அறக்கட்டளை, பீவார், ராஜஸ்தான், 1989, பக்கம் 810 - 13.

119. ஆகாரங்க சூர்னி, ஜே. சி. ஜெயினின், Prakrit Sahitya ka Itihas (பக்கம் 235) என்ற நூலில் மேற்கோள் காட்டப்பட்ட பகுதி.

120. go - mase padiseho eso vajjei mangalam dahiyam / khamanaya - silam rakkhasa majjha viharena vinna kajjam / குவாலயமாலா, 206. 13. பிரேம் சுமன் ஜெயினின், Kuvalayamala Kahaka Samskritik Adhyayana, (பிரகிரிதி ஆய்வு நிறுவனம், சமணவியலும், அகிம்சையும், வைசாலி, 1975 பக்கம் 383.) என்ற நூலில் மேற்கோளாகக் காட்டப்பட்டுள்ளது.

121. பிரேம் சுமன் ஜெயின், மேற்சொன்ன நூல், பக்கம் 356 - 7, 388.

122. குவாலயமாலா, பாகம் - I, தொகுப்பு: ஏ. என். உபாதி, பம்பாய், 1959, பக்கம் 40. சாந்தாராணி சர்மா, Society and Culture in Rajasthan AD 700 - 900, பிரகதி பப்ளிகேசன்ஸ், தில்லி, 1996, பக்கம் 169.

123. vavaiya pannarasa mahisaya / bambhanajanabhoyanattham Samaraiccabaha, தொகுப்பு. ஹெச். ஜாகோபி, தொகுப்பு -I, கல்கத்தா, 1926, சாந்தா ராணி சர்மாவின் நூலில் (பக்கம் 169) மேற்கோளாகக் கையாளப் பட்ட பகுதி.

124. paccchannameva vavaiuna visasio kolo, Samaraiccakaha, பக்கம் 475, சாந்தாராணி சர்மாவின் நூலில் (பக்கம் 169) மேற்கோள் காட்டப் பட்ட பகுதி.

125. சாந்தாராணி சர்மா, மேற்சொன்ன நூல், பக்கம். 169 - 70.

126. கே. கே. கேன்டிகியூ, மேற்சொன்ன நூல், பக்கம் 325.

127. **யஷஸ்திலகா,** VII. 24. கே. கே. கேன்டிகியூவின் நூலில் (பக்கம் 376) மேற்கோள் காட்டப்பட்ட பகுதி.

128. கே. கே. கேன்டிகியூ, மேற்சொன்ன நூல், பக்கம் 376.

129. குமத் பால சிறீவஸ்தவா (Prabandhacintamani ka samskritik Adhyayana, முனைவர் பட்ட ஆய்வேடு, பனாரஸ் இந்து பல்கலைக் கழகம், 1985) இறைச்சி உண்ட ஏராளமான சம்பவங்களை இவர் மேற்கோள் காட்டுகிறார். ஆனால், இவர் ஆய்வு நம்பிக்கைக்குரியதாக இல்லை.

130. **பிரபந்த சிந்தாமணி,** தொகுப்பு: முனி ஜீனவிஜயா, சிங்கி ஜெயின் சீரியஸ், I, சாந்திநிகேதன், 1938 பக்கம்.

131. "மன்னனே! எந்த நற்பண்புக்காக பசு வணங்கப்படுகிறது? பால் தருவதால் அது வணங்கப்படவேண்டும் என்றால், ஏன் அதேபோல் எருமையை வணங்கக்கூடாது? மற்ற விலங்குகளைக் காட்டிலும் பசுவிடம் சிறிதுகூட உயர்ந்த தகுதியைக் காணமுடிய வில்லையே?"

பிரபந்த சிந்தாமணி, ஆங்கில மொழியாக்கம் சி. ஹெச். டானி, மறுபதிப்பு, இந்தியன் புக்கேலரி, தில்லி, 1982 பக்கம். 58. முனி ஜீனவிஜயா மூல சமஸ்கிருத பாடலை (பிரபந்த சிந்தாமணி, பக்கம் 40, வரி 10) ஆதாரமாகக் காட்டுகிறார். ஆனால் தான் தொகுத்த நூலில் அந்தப் பாடலை மறுபிரசுரம் செய்யவில்லை.

132. ஜெகதீஷ் சந்தரா ஜெயின், Prakrit Sahitya ka Itihas, பக்கம், 115; அதே ஆசிரியர், Jaina Agama Sahitya men Bharatiya Samaja, பக்கம். 201.

133. மாண்டலிகர், சித்தராஜர், குமாரபாலர் ஆகிய மன்னர்கள் மீது சமணம் பெரும் தாக்கம் செலுத்தியிருந்தது. இன்றும்கூட சமண சமூகத்தினர் இவர்களின் பெயரை மரியாதையோடு நினைவுபடுத்தி வருகிறார்கள். சமணத்தின்மீது குமாரபாலர் காட்டிய உற்சாகத்தைப் பற்றிய சித்தரிப்புகள் சில நேரங்களில் மிகைப்படுத்தப்பட்டவையாக இருக் கின்றன. பேனைக் கொன்ற ஒரு வியாபாரி மீது அவர் கடுமையான அபராதம் விதித்ததாகச் சொல்லப்படுவது இதற்கு ஒரு எடுத்துக் காட்டாகும். பால் டன்தாஸின், **சமணர்கள்** நூலை (பக்கம் 115 - 16) பார்க்கவும்; லாடிரிக், மேற்சொன்ன நூல், பக்கம் 63; ஹெச். ஆர். கபாடியா, Prohibition of Flesh Eating in Jainism, பக்கம் 234 - 5.

134. மொகராஜபராஜாயா, IV, பக்கம் 93, ஓம்பிரகாசின், மேற் சொன்ன நூல், பக்கம் 216.

135. ஒரு புனித வழிபாட்டிடத்தின் அருகில் இறைச்சியோடு நின்றிருந்த ஒரு துரதிருஷ்டம் பிடித்த வியாபாரிக்கு மன்னன் குமாரபாலர் மரண தண்டனை விதித்ததாகச் சொல்லப்படுகிறது. [**பிரபாவாகசரிதா,** 22. 823 - 30, வில்லியம் நார்மன் பிரௌணின் நூலில் (பக்கம் 38) மேற்கோளாகக் காட்டப்பட்டுள்ளது] . அறியாமல் ஒரு கன்றைக் கொன்ற தற்காக தன் மகனுக்கு மரண தண்டனை விதித்த ஒரு சோழ மன்னனை

குமாரபாலர் கதையோடு இணைத்துக் காட்டுகிறார் ஏ. எல். பாஷ்யம். ஆனால், அக்காலத்தில் செல்வாக்கு வகித்து வந்த கருத்தையே இவ்விரு கதைகளும் பிரதிபலிக்கின்றன என்ற சரியான முடிவுக்கு வருகிறார். The Wonder That was India, இருபத்தியேழாம் பதிப்பு, ரூபா அன்கோ, தில்லி, 1996, பக்கம் 120.

136. பால் டன்தாஸ், **சமணர்கள்**, பக்கம் 126.

137. அதே நூல், பக்கம் 126. டெரிக் ஒ லாடிரிக், மேற்சொன்ன நூல், பக்கம் 64 - 5.

138. சுந்தரராம், **இந்தியாவில் பசுப் பாதுகாப்பு**, தென்னிந்திய மனிதநேயக் கழகம், சென்னை 1927, பக்கம் 123.

139. "புனிதமான உணவு, புனிதமான இறைச்சி ஆகியவற்றை நிராகரித்ததோடு, நெய்யையும், அதன் தொடர்ச்சியாக பசு புனிதமான விலங்கு என்ற கருத்தையும் நிராகரித்ததன் மூலம் பார்ப்பனிய மரபிலிருந்து சமணர்கள் தங்களை வேறுபடுத்திக்கொண்டார்கள்." என்று பி.எஸ். ஜெய்னி உறுதிபடக் கூறுகிறார். Collected papers on Jaina Studies, மோதிலால் பனார்சிதாஸ், தில்லி, 2000, பக்கம் 283.

140. ராஜபுத்திரர் மரபிலிருந்து வந்தவர்களாக சில சமணர்கள் தங்களைக் கூறிக்கொள்கிறார்கள். சிறீமால், ஒசியா ஆகிய சத்திரியர்களின் பரம்பரையிலிருந்து சிறீமால்களும், ஒஸ்வால்களும் வந்தது போலவே, ராஜபுத்திர சாதியைச் சேர்ந்த காந்தேலா மன்னன் சௌகானாவின் பரம்பரையிலிருந்து காந்தேல்வால்கள் வந்ததாக நம்பப்படுகிறது. இவர்கள் சமண சமயத்தில் சேருவதற்கு முன்பு ராஜபுத்திரர்களின் வாழ்க்கை முறையை (இதில் இறைச்சி உண்பதும் ஒரு பழக்கமாக இருந்தது) பின்பற்றி வந்திருக்கிறார்கள் என்பதுதான் இதன் பொருளாகும். ராஜபுத்திரர், சமணர் என்ற இரு அடையாளங்களின் இணைவுதான் இது என்பது லாரன்ஸ் ஏ. பாப்பின் கருத்தாகும். (Ascetics and Kings in a Jain Ritual Culture, மோதிலால் பனார்சிதாஸ், தில்லி, 1998, அத்தியாம் 4) சமூக அடையாளங்களின் இம்மாதிரியான இணைவு உணவு முறையில் முழு மாற்றத்தைக் கொண்டு வந்து விடுகிறதா என்பதைக் குறித்த ஆய்வு மதிப்புள்ள பணியாக இருக்கும்.

141. உண்மையில் அகிம்சைக் கோட்பாட்டுக்கும், சைவ உணவுக் கோட்பாட்டுக்கும் இடையே எந்தத் தொடர்புமில்லை என்றே ஹேன்ஸ் - பீட்டர் ஸ்மித் வாதிடுகிறார். "உலகிலுள்ள அனைத்துப் பொருட்களையும் இயக்கி வைப்பது ஒரே ஒரு ஆன்மாதான் என்ற கறாரான சமணக் கோட்பாட்டிலிருந்து (animism)," இது உறுதியாகத் தெரிவதாக அவர் வாதாடுகிறார். "எந்தவொரு வழியிலும் உயிர்களை அழித்துவிடக் கூடாது" என்ற "மந்திரச் சடங்குடன் தொடர்புகொண்ட பேரச்சம்தான்" சமணர்களின் அகிம்சைக்கு அடிப்படையாகும் என்ற லூத்விக் அல்ஸ் டோர்ப்பின் கருத்தோடு (மேற்சொன்ன நூல், பக்கம் 15) இவர் ஒத்துப் போகிறார். "கொல்லாமை" என்பது அனைத்திந்திய சமய வளர்ச்சியின்

ஒரு பகுதியாகும்; பௌத்தம், சமணம் போன்ற சீர்திருத்தவாதச் சமயங்களை மட்டுமே இதற்குக் காரணமாகக் காட்ட முடியாது." ஹேன்ஸ் - பீட்டர் ஸ்மித், The Origin of Ahimsa in Melanges d'Indianisme a la memoire de, Louis Renou, பாரிஸ், 625 - 6.

அத்தியாயம் 3

1. அர்த்த சாஸ்திரம், I. 3.13

2. மநு. V.18.

3. மநு. V.16.

4. மநு. V.31.

5. kritva svayam vapyutpadya paropabratameva / devanpitr'scaryitva khadanmamsam na dusyati / மநு V, 32 maduparke ca yajne ca pitrdaviatabarmani / atraiva pasavo himsya nanyatretya bravinmanuh / மநு V. 41.

6. மநு. V. 43.

7. yajnartham pasavah srustah svayameva svayambhuva / yajna'sya bhutyai sarvasya tasmad yajne vadho'vadhah / மநு. V. 39.

8. ya vedavihita himsa niyatasminscaracare / ahimsameva tam vidyadveddadharmo hi nirbabhau / மநு. V. 44.

9. மநு. V. 40.

10. esvarthesu pasunhimsanvedatattvarthaviddvijah / atmanam ca pasum caiva gamayatyuttamam gatim, மநு V. 42. மநுவின் (V.41) கட்டளையையும் பார்க்கவும். மீனும், வெள்ளாடு, சிறுமான், வெள்ளாட்டுக் குட்டி, புள்ளி மான், கருப்புமான், ரூருமான், காட்டுப்பன்றி, எருமை, முயல், ஆமை, காண்டாமிருகம், பறவைகள் ஆகியவற்றின் இறைச்சியும் எவ்வளவு காலத்துக்கு பிதுர்களை திருப்திப்படுத்தும் என்பதற்கு மநுவின் கட்டளைகளை (III. 268 - 72) பார்க்கவும்.

11. மநு. V. 35.

12. மநு. V.43.

13. proksitam bhaksayenmamsam brahmananam ca kamyaya / yathavidhi niyukttastu prananameva catyaye / மநு V. 27.

14. பிரான்சிஸ் ஜிம்பர்மான், The Jungle and the Aroma of Meats, கலிபோர்னியா யுனிவர்சிட்டி பிரஸ், பெர்க்லி, 1987, பக்கம் 189; பசியால் வாடியிருந்த அஜீகர்த்தர் தன் மகனைப் பலியிட சம்மதித்தார். பசியால் அல்லல்பட்ட வாமதேவர் நாயின் இறைச்சியை சாப்பிட முடிவு செய்தார். தன் மகனோடு தன்னந்தனியாக பசியோடு காட்டில் வாடிக்கொண்டிருந்த பரத்வாஜர், ஒரு தச்சனிடமிருந்து ஏராளமான

பசுக்களை வாங்கினார். கடும் பசியால் வேதனைப்பட்டுக்கொண்டிருந்த விஸ்வாமித்திரர் ஒரு சண்டாளன் தந்த நாயின் இறைச்சியை சாப்பிட்டார். இதனால் மேற்சொன்னவர்களுக்கெல்லாம் பாவம் வந்து சேர்ந்து விடவில்லை என்று மநு (X. 105 - 9) சொல்கிறார்.

15. na mamsabhaksane doso na madye na ca maithune / pravrttiresa bhutanam nivrttistu mahaphalah / *மநு* V. 56.

16. pranasyannamidam sarvam prajapatirakalpayat / sthavaram jangamam caiva sarvam pranasya bhojanam / caranamannamacara danstrnamapyadanstrnah /ahastasca sahastanam suranam caiva bhiravah / natta dusyatyadannady anpra nino'hanyahanyapi / dhatraiva srsta hyadyasca pranino'ttara eva ca / *மநு* V. 28-30.

17. துறவிகள் எப்போதுமே காய்கறி உணவை மட்டுமே உண்டு வரவில்லை என்று ஹேன்ஸ் - பீட்டர் ஸ்மித் அனுமானிக்கிறார். (The Origin of Ahimsa, Melanges d'Indianisme a la memoire de, Louis Renou, *பாரிஸ்*, 1968, *பக்கம்.* 629). phalamulasanair medhyair munyannanam ca bhojanaih / na tat phalam avapnoti yar mamsaparivarjanat / இறைச்சி உணவைத் தவிர்ப்பவன் பெறும் பயன்களை, பழம், கிழங்குகளை உண்ணுபவர்களும், முனிவர்கள் சாப்பிடும் உணவை மட்டுமே சாப்பிடுவர்களும் பெற முடியாது மநு, V. 54.

18. *மநு*, V. 19.

19. அகிம்சைக் கோட்பாட்டின் பரிணாம வளர்ச்சி குறித்து ஏராளமான ஆய்வுகளைப் பார்க்க முடிகிறது. அவற்றில் சில ஆய்வுகள் மட்டுமே கீழே குறிப்பிடப்பட்டுள்ளன: Ludwig Alsdorf, Beitrage zur Geschichte von Vegetarismus und Rindetverehrung in Indien, Akademic der Wissenschaften und der Literatur, Wiesbaden, 1962; Unto Tahtinen, Ahimsa: Non - Violence in Indian Tradition, Rider and Company, London, 1976; Hanns - Peter Schmidt, 'The Origins of Ahimsa,' op. cit.; idem, 'Ahimsa and Rebirth.' in Michael Witzel, ed., Inside The Texts Beyond The Text: New Approaches To The Study of The Vedas, Cambridge, 1997; J.C. Heesterman, 'Non -violence and Sacrifice,' Indologia Taurinensia, 12 (1984), pp. 119 -27; I. Proudfoot, Ahimsa and a Mahabharata Story, Australian National University, Canberra, 1987; Guiseppe Spera, Notes on Ahimsa, Torino, 1982.

20. *மநு*, X. 63. ஒப்பீட்டிற்குப் பார்க்கவும், *அர்த்தசாஸ்திரம்*, I. 3.13.

21. govyaja mamsa maproksitambhak sayedityane naitada nupakrtanameva sadrupama nudyate (Medhatithi on Manu, V. 27 Manuava - Dharma Sastra, ed. V.N. Mandalik, Bombay, 1886, p. 604); madhuparkovyakhyatah tatra govadhovihitah, Medhatithi on Manu, V. 41, ibid., p. 613.

22. bhaksyah pancanakhah sedhagodhakacchapasallakah / sasascan

matsyesvapi hi simbatundakarohitah / tatha pathinarajivasalkasca dvijatibhih / tatha srnudhvam mamsasya vidhim bhaksanavarjane / Yaj. I. 177 - 8.

23. யாக்ஞவல்கிய ஸ்மிருதி, I, 258 - 61.

24. pratisamvatsaram tvarghyah snatakacaryaparthivah / priyo vivahyasca tatha yajnam pratyrtvijah punah / Yaj. I. 110.

25. mahoksam va mahajam va srotriyayopakalpayet / satkriya'nvasanam svadu bhojanam sunrtam vacah / Yaj. I. 109.

26. pranatyaye tatha sraddhe proksite dvijakamyaya devanpitrn samabhyarcya khadanmamsam na dosabhak / Yaj. I. 179.

27. அதேநூல், I. 167, 171.

28. அதேநூல், I. 180, ஒப்பீட்டிற்குப் பார்க்கவும், மநு, V. 51.

29. madyam mamsam maithunam ca bhutanam lalanam smrtam / tadeva vidhina kurvan svargamapnoti manavah / cited in Krtyakalpataru of Laksmidhara, trtiyabhaga, ed. K.V. Ranagaswami Aiyangar, Baroda Oriental Institute, Baroda, 1950, p. 326.

30. சடங்குகளில் பலியிடப்பட்ட விலங்குகளின் இறைச்சி மட்டுமே உண்ணப்பட்டிருக்கும் என்று பிரான்சிஸ் ஜிம்பர்மேன் (மேற்சொன்ன நூல், பக்கம் 180) உறுதியாகக் கூறுகிறார். ஹேன்ஸ் - பீட்டர் ஸ்மித்தும் இந்தக் கருத்தை ஏற்றுக்கொள்வதாகத் தெரிகிறது. (Ahimsa and Rebirth, பக்கம் 209). ஆனால், பௌத்த ஜாதகக் கதைகளும், கௌடில்யரின் அர்த்த சாஸ்திரமும், அசோகரின் கல்வெட்டுகளும் இந்தக் கருத்துக்கு ஆதரவாக இல்லை.

31. madhyadese karmakarah silpinasca gavasinah / 128 b Brhaspatismrti, Gaekwad Oriental Series, Baroda, 1941.

32. ஏ. டி. அட்சயா, A Historical Dictionary of Indian food, ஆக்ஸ் போர்ட் யுனிவர்சிட்டி பிரஸ், தில்லி 1999, பக்கம் 146; கே. கே. பிள்ளை, A Social History of Tamils, சென்னைப் பல்கலைக்கழகம், 1975 பக்கம் 291 - 2.

33. மத்யஸய புராணம் 93. 20d, 268. 23, 26 cd - 30; விஷ்ணு தர்மோத்தர புராணம், 2.104. 106, 7ab, 2.105. 21 -2, 3.318. 3, 3.318. 29 cd - 30 ab; காலிகா புராணம், 35. 21.2, 59. 88 b, 60 - 47 ab, 60. 51 ab; அக்னி புராணம் 93. 23 a, 93. 27 - 8 ab, 93. 29 cd; ஸ்கந்த புராணம், 3.2.17.7 d - 8 a; பவிஷ்ய புராணம், 4.61.48 ab, 4.62.3 cd, 4.73. 8 cd - 9, 4. 87. 13 - 16, 4. 140. 53 ab, 4. 140. 53 ab, 4.144.18, 4. 192, 6 cd - 7 ab, இந்த ஆதாரங்களுக்காக ஷின்கோ இய்னோவுக்கு கடமைப்பட்டுள்ளேன்.

34. கே. டி. அட்சயா, A Historical Dictionary of Indian Food, பக்கம். 145 - 6.

35. மார்க்கண்டேய புராணம். XXXII. 4 (மொழியாக்கம்: பர்ஜிட்டர், பக்கம் 181) பிரான்சிஸ் ஜிம்மர்மேன் நூலில் (பக்கம் 187) மேற்கோளாகக்

காட்டப்பட்ட பகுதி.

36. ஜே. சி. பேனர்ஜியா, Social Life in Pouranic Age, இந்துஸ்தான் டைம்ஸ், எண்: 227, சூலை, 1918, பக்கம், 34; பிரதிபோராயின் Social Background என்ற கட்டுரையில் (செமினார்: இதழ் எண். 93: பசு (மே, 1967) பக்கம் 19) மேற்கோளாகக் காட்டப்பட்டுள்ள பகுதி.

37. மஷாகசூதனகா, முஷாஷி தாஷிகவா ஆகியோர் தொகுத்த Living With Sakti: Gender, Sexuality and Religion in South Asia (நேசனல் மியூசியம் ஆப் எத்னாலஜி, ஒசாகா, 1999) என்ற நூலில் ஷின்கோ இய்னோ எழுதிய The Autumn Goddess festival described in Puranas என்ற கட்டுரையை (பக்கம் 33 - 70) பார்க்கவும்.

38. பி.வி. கானே, **தர்மசாஸ்திரங்களின் வரலாறு,** III. பாந்தர் ஒரியண்டல் ரிசேர்ச் இன்ஸ்டிடியூட், பூனா, 1973, பக்கம். 928; ஆர். எல். மித்ரா, **இந்தோ - ஆரியர்கள்** - I, இன்டோலாஜிகல் புக் ஹவுஸ், வாரணாசி, 1969, பக்கம் 385.

39.danam ekam kalau yuge, கூர்ம புராணம் I 28.27. ஆர்.சி. ஹஜாராவின், Studies in the Puranic Records on Hindu Rites and Customs, என்ற நூலில் (இரண்டாம் பதிப்பு, மோதிலால் பனார்சிதாஸ், தில்லி, 1975, பக்கம் 249) மேற்கோளாகக் கையாளப்பட்டுள்ள பகுதி. விஜய நாத்தின் Mahadana: The Dynamics of Gift - economy and the Feudal Milieu, என்ற கட்டுரையை (டி.என்.ஜா. தொகுத்த The Feudal Order: State, Society and Ideology in Early Medieval Indian என்ற நூலில் (மனோகர், தில்லி, 2000, பக்கம் 411 - 40) இடம் பெற்றுள்ளது) பார்க்கவும். பார்ப்பனர்களுக்குத் தானம் தருவதை வலியுறுத்தியபோதிலும், புராணங்கள் - முக்கியமாக சாக்த சிந்தனைப் பள்ளியைச் சேர்ந்த புராணங்கள் - வேத வேள்விகளைப் போற்றுகின்றன.

40. ஜான் பிராக்கிங்டன், The Sansbkrit Epics, ஈ.ஜே. பிரில், லெய்டன், 1998, பக்கம் 191 - 2.

41. மகாபாரதம், 3.257.9, மேற்சொன்ன நூலில் மேற்கோளாகக் கையாளப்பட்ட பகுதி (பக்கம் 192).

42. பிராக்கிங்டன், The Sanskrit Epics, பக்கம் 192.

43. மகாபாரதம், 1.166.20. ஜான் பிராக்கிங்டன்னின் The Sanskrit Epics (பக்கம் 225) என்ற நூலைப் பார்க்கவும்.

44. மகாபாரதம், III. 251.12 - 13.

45. மகாபாரதம், III. 50.4.

46. rahyo mahan se purvam rantidevasya vai dvija / ahanyahinavadhyete dvai sahasregavam tatha / samamsam dadatohyannam rantidevasya nityasah / atulakirtirabhavannrsya dvijasattama / iii. 208. 8-9. ரஜினிகாந்த் சாஸ்திரியின் Hindu Jati ka utthana aur Patam என்ற நூலில் (அலகாபாத், 1988, பக்கம் 91) மேற்கோளாகக் கையாளப்பட்டுள்ள பகுதி. மேலும் விவரங்களுக்கு எஸ். சொரன் சென்னின், An Index to the

Names in the Mahabharata (மோதிலால் பனார்சிதாஸ், தில்லி, 1963, பக்கம் 593 - 4) என்ற நூலைப் பார்க்கவும்.

47. எஸ். சொரன்சென்.

48. அஸ்தாதயாயி, VIII. 2.12. வி.எஸ். அகர்வாலின் நூலில் (பக்கம் 47) மேற்கோளாகக் காட்டப்பட்ட பகுதி.

49. மகாபாரதம், XIII. 63.6.

50. அதேநூல், XIII. 88.2 - 10. ஒப்பீட்டுக்குப் பார்க்கவும், மநு, 3. 266-72.

51. masanastau parsatena rauravena navaiva tu / gavyasya tu mamsena trptih syaddasamasiki / masanekadasa pritih pitrnam mahisena tu / gavyena datte sraddhe tu samvatsaramihocyate / Mbh, Xii. 88. 7 - 8.

52. அதே நூல், XIII. 115 - 17. மகாபாரதத்தில் பல்வேறு இடங்களில் அகிம்சை போற்றிப் புகழப்பட்டுள்ளது. சொர்க்கத்துக்குச் செல்லும் ஆறு வாயில்களில் அகிம்சை மிக முக்கியமான வாயில் என்று கடவுள் பிரகஸ்பதி (13. 114) அதைப் போற்றிப் புகழ்கிறார். பார்ப்பன முனிவர் ஜாஜலிக்கும், துலாதாரா என்ற வணிகருக்கும் இடையே நடக்கும் உரையாடலில் இது (அகிம்சை) மிகப் பெரிய ஒழுக்கம் (12.253 - 7) என்று அறிவிக்கப்படுகிறது. ஜான் பிராக்கிங்டன், The Sanskrit Epics. பக்கம் 225 - 6; அய். பிரௌட்பூட், மேற்சொன்ன நூல்; கிறிஸ்டோபர் கீ சேப்பிள், Ahimsa in the Mahabharata: a story, a philosophical perspective, and an admonishment, Journal of Vaisnava Studies, 4.3 (1966) பக்கம் 109 - 25.

53. 1. 79.12. ஜான் பிராக்கிங்டன், அதேநூல், பக்கம் 225.

54. tam tam devam samuddisya paksinah pasvasca / rsabhah sastrapathitastatha jalacarasca ye / sarvanstanabhyayunjaste tatragnicayakarmani / 14.34.88 cited in Om Prakash, op. cit., p. 107.

55. samitra tu hayastatra tatha jalacarasca ye / rtvijbhih sarvamevaitanniyuktam sastrastada / pasunam trisatam tatra tatra yupesu niyatam tada / asvaratnottamam tasya rajno dasarathasya ca / Balakanda, XIV. 29 - 30. See The Valmiki Ramayana, ed. T.R. Krishnacharya, Ist edn., Kumbakonam, 1905, rpt., Sri Satguru Publications, Delhi, 1982.

56. இராமாயணம், 2.17.15 பிராக்கிங்டன்னின், The Righteous Rama: The Evolution of an Epic, என்ற நூலில் (ஆக்ஸ்போர்ட் யுனிவர்சிட்டி பிரஸ், பம்பாய், 1984, பக்கம் 82) மேற்கோளாகக் கையாளப்பட்டுள்ள பகுதி.

57. இராமாயணம், 2.44.20, மேற்சொன்ன நூலில் (பக்கம் 83) மேற்கோளாகக் காட்டப்பட்டுள்ள பகுதி.

58. அதேநூல், 2.49.14; 2.50.16.

59. suraghata sahasrena mamsa bhutoudanena ca / yaksye tvam prayatam devi purim punrupagata / Ibid., 2.52.89 (Kumbakonam edn.)

60. svasti devi tarami tva parayenme pativratam / yaksye tvam

gosahasrena suraghatasatena ca / Ramayana, Kumbakonam edn., 2.55.19cd.

61. *இராமாயணம்,* 3.42.21. *பிராக்கிங்டன்னின்,* The Righteous Rama, *(பக்கம் 82) நூலில் மேற்கோளாகக் காட்டப்பட்டுள்ள பகுதி.*

62. *இராமாயணம்,* 7.41.13 - 14. *ஒப்பீட்டிற்குப் பார்க்கவும், ரஜினிகாந்த் சாஸ்திரியின் மேற்சொன்ன நூல் (பக்கம் 845).*

63. *பிராக்கிங்டன்,* The Righteous Rama *பக்கம். 82.*

64. *இராமாயணம்,* 3.69. 8 - 11. *பிராக்கிங்டன்னின்* The Righteous Rama *என்ற நூலில் (பக்கம் 82) மேற்கோளாகக் காட்டப்பட்ட பகுதி.*

65. *அதேநூல், பக்கம். 82.*

66. *இராமாயணம்,* 2.85 - 17.

67. *ஆர்.எல். மித்ரா,* **இந்தோ - ஆரியர்கள்,** *தொகுதி* - I, *பக்கம் 386.*

68. *இராமாயணம்,* 5.9.11-14.

69. *அதேநூல்,* 6.48.24- 6.

70. *இராமாயணம்,* 4.17.33 - 5. *ஜான் பிரெக்கிங்டன்னின்,* The Righteous Rama, *பக்கம் 82.*

71. *ஜான் பிராக்கிங்டன்,* The Righteous Rama, *பக்கம் 83.*

72. *அதேநூல், பக்கம் 83; பிராக்கிங்டன்,* The Sarskrit Epics, *பக்கம் 416.*

73. *அயோத்தி காண்டம், ஆரண்ய காண்டம் ஆகிய பகுதிகளி லிருந்து ரஜினிகாந்த் சாஸ்திரி* (Hindu Jati ka utthana aur Patan, *பக்கம் 82 - 4) எடுத்துக்காட்டியுள்ள சமஸ்கிருதப் பாடல்கள் வால்மீகியின் நூலோடு அதியசத்தக்க விதத்தில் ஒத்துப்போகிறது. இந்த முக்கியப் பாடல்களின் ஆங்கில மொழியாக்கத்திற்குப் பார்க்கவும்* The Adhyatma Ramayana, *ஆங்கில மொழியாக்கம்: லாலா பாய்ஜி நாத், பானினி அலுவலகம், அலகாபாத், 1913, பக்கம் 44; பாடல்கள் 21 - 2; பக்கம், 80; பாடல்கள் 38 - 9.*

74. *பிரான்சிஸ் ஜிம்மர்மான், அதே நூல், பக்கம் 97.*

75. *பிரம்மானந்த திரிபாதி, தொகுப்பாசிரியர்:* ***சரகாசம்கிதம்,*** *சௌகாம்பா சூரபாரதி பிரகாசன், வாரணாசி, நான்காம் பதிப்பு,* 1996, *பக்கம்* 1376.

76. *பிரான்சிஸ் ஜிம்மர்மான், மேற்சொன்ன நூல், பக்கம்* 98, 103 - 11. *ஒப்பீட்டுக்குப் பார்க்கவும் பி.ராய், ஹெச். என். குப்தா, எம். ராய்.* ***சுஷ்ருதா சம்கிதம்*** (Scientific Synopsis) *இந்தியன் நேசனல் சைன்ஸ் அகாடமி, தில்லி,* 1980, *அட்டவணை* I, *பக்கம்* 110 - 19.

77. *ஓம்பிராகாஷ், அதேநூல், பக்கம்* 141.

78. Caraka Cikitsa XIX. 4. *ஜிம்மர்மான், அதேநூல், பக்கம்* 189.

79. Caraka Sutra XXV. 39.

80. gavyam kevalavatesu pinase visamajvare, Caraka, sutra, II. 31.

81. gavyam kevalavatesu pinase visamajvare, Caraka, sutra, XXVII.79.

82. svasa - kasa - pratisyaya - visamajvara - nasanam / sramatyagni - hitam gavyam pavitram anitapaham. Susruta, sutra, XLVI. 89d, cited in Alsdorf, op. cit., p. 618, fn. 1.

83. godha - mamsasane putram susupsam dharanatmakam / gavam mamse tu balinam sarva - klesa - saham tatha. Susruta, sarira, III.25, cited in Alsdorf, op. cit., p. 618, fn. 2. Also see Alsdorf, op. cit., pp. 617 - 19. Cf. Francis Zimmermann, op. cit., pp. 185 - 6.

84. suskakasascamatyagnivisamajavarapinasan / karsyam kevalavatansca gomamsam sanniyacchati. Astanga Hrdayam, sutra,VI. 65. K.R. Srikantha Murthy, ed. and tr., Astanga Hrdayam, vol. I. Krishnadas Academy, Varanasi, 1996.

85. மாறுபட்ட கருத்துக்கு ஜிம்மர்மானின் மேற்சொன்ன நூலை (பக்கம் 186 - 7) பார்க்கவும்.

86. 'gokarnamamsam madhuram snigdham mrdu kaphapaham / vipake madhuram capi raktapittavinasanam' - iti susrute. Halayudhakosah (Abhidhanaratnamala), ed. Jaishankar Joshi, Uttar Pradesh Hindi Sansthan, Luck now, 3rd edn., 1993, p. 281.

87. ஒப்பீட்டுக்குப் பார்க்கவும், ஜிம்மர்மான், மேற்சொன்ன நூல், பக்கம் 187 - 94.

88. பிரகத் சம்கிதம் L. 34.5. அஜயமித்ராவின் India As Seen in the Brhatsamhita என்ற நூலில், (மோதிலால் பனார்சிதாஸ், தில்லி, 1969, பக்கம் 214) மேற்கோளாகக் காட்டப்பட்ட பகுதி.

89. அஜய மித்ரா அதே நூல், பக்கம் 214.

90. ஒரு சில சாஸ்திர ஆசிரியர்கள் பன்றி இறைச்சிமீது வெறுப்புக் காட்டி வந்தபோதிலும் இந்தியாவில் அங்கும், இங்குமாக தொடர்ந்து அது (பன்றி) பலி தரப்பட்டும், உண்ணப்பட்டும் வந்தது. (பிரடெரிக் ஜே. சைமன், Eat not This Flesh, பக்கம் 51. 6; கே. டி. அட்சயா, A Historical Distionary of Indian food, பக்கம் 187) ராஜபுத்திரர்கள் உள்பட பல்வேறு பிரிவு மக்கள் காட்டுப்பன்றிகளை வேட்டையாடி உண்டு வந்தது பற்றி பத்தொன்பதாவது நூற்றாண்டின் தொடக்கத்தில் ஜேம்ஸ் டாட் எழுதியுள்ளார். (Annals and Antiquities of Rajasthan I, முதல் இந்தியப் பதிப்பு, தில்லி, 1983, பக்கம் 451 - 2) மாரிடானியா, மொராக்கோ, அல்ஜீரியா, துனீஷியா, குர்திஸ்தான், இந்தோனேஷியா ஆகிய நாடுகளில் சில குறிப்பிட்ட பிரிவு முஸ்லீம்கள் பன்றி இறைச்சியை ஏற்றுக் கொண்ட போதிலும், இந்திய முஸ்லீம்கள் மத்தியில் பன்றி இறைச்சிக்கு எதிரான உணர்வு மிக வலுவாக இருக்கிறது. மேற்குஆசியாவில் இஸ்லாமுக்கு முந்தைய காலப்பகுதியில் இது (பன்றி இறைச்சிக்கு எதிரான உணர்வு) தோன்றியிருக்கக்கூடும். அவிசீனா, ஹேலி அப்பாஸ் ஆகிய இரண்டு பாரசீக மருத்துவர்கள் பன்றி இறைச்சியை சிறந்த உணவு என்று குறிப்பிட்டுள்ளது ஆர்வத்திற்குரியது. (பிரடெரிக் ஜே. சைமன், Eat not

This Flesh, பக்கம் 35; 341 n.180 - 2) பின்வரும் நூல்களையும் பார்க்கவும்: மார்வின் ஹாரிஸ், Cows, Pigs, Wars and Witches, ரேண்டம் ஹவுஸ், நியூ யார்க், 1974; பால் டைனர்& ஈயூஜின் ஈராப்கின், Ecology, Evolution and the Search for Origins: The Question of Islamic Pig Prohibition, கரண்ட் ஆந்த்ரோபாலஜி, 19 எண்: 3 (1978) பக்கம் 493 - 540.

91. ஓம்பிரகாஷ், அதேநூல், பக்கம் 210 - 14; சிவசேகர் மிஸ்ரா, Manasollasa: Ek Sanskritic Adhyayana, சௌகாம்பா வித்யாபவன், வாரணாசி, 1966, பக்கம் 295 - 6; கே. டி. அட்சயா, Indian Food: A Historical Companion, ஆக்ஸ்போர்ட் யுனிவர்சிட்டி பிரஸ், தில்லி, 1998. பக்கம் 90.

92. aradhyainam saravanabhavam devamullanghitadhva / siddhadvandairja lakanabhayadvinibhirmuktamargah / vyalambethah surabhitanayalambhajam manayisya nstrotmurtya bhuvi parinatam rantidevasya kirtim / Meghaduta, ரந்திதேவர் பெரும் எண்ணிக்கையில் பசுக்களை வதை செய்ததை மல்லி நாதரின் (பதினான்காம் - பதினைந்தாம் நூற்றாண்டு) உரை நூலிலிருந்து தெளிவாகத் தெரிந்துகொள்ள முடிகிறது. பார்க்கவும்: **மேகதூதம்:** தொகுப்பும், மல்லிநாதரின் உரையின் மொழி யாக்கமும், எம். ஆர். காலே மோதிலால் பனார்ஜிதாஸ், எட்டாம் பதிப்பு, மறுபதிப்பு, 1979, பக்கம் 83.

93. sanjnapte vatsatari sarpisyannam ca pacyate / srotriya srotriyarhanagto'si jusasva nah / Mahaviracarita, III.2. ed. with Hindi tr. Rampratap Tripathi Shastri, Lok Bharati Prakashan, Allahabad, 1973, p. 60.

94. **உத்தரராமா சரிதம்** (தொகுப்பு, மொழியாக்கம், ஞான சியாமரின் உரை விளக்கம்) பி.வி. கானே & சி. என். ஜோசி மோதிலால் பனார்ஜிதாஸ், தில்லி, 1962, ஏக்ட் II. பக்கம் 86. வால்மீகியின் சீடர்களான தாண்டாயனருக்கும், சௌதாதகிக்கும் இடையே நடந்த உரையாடல் பற்றிய மேற்சொன்ன வியாக்கானம் தொகுப்பாசிரியர்கள் முன்வைத்த நேரடி மொழியாக்கத்தை மட்டுமல்ல, பதினெட்டாம் நூற்றாண்டைச் சேர்ந்த ஞானசியாமரின் உரைவிளக்கத்தையும் அடிப்படையாகக் கொண்டிருக்கிறது.

95. mahakso va mahajo va srotriyaya visasyate / Balaramayana, I.38a. (ராஜசேகரின் பாலராமாயணம், தொகுப்பு: ஞானசாகர் ராய், சௌகாம்பா, வாரணாசி, 1984, பக்கம் 216).

96. ஓம்பிரகாஷ், அதேநூல், பக்கம் 216.

97. நைசாதமகாகாவியம் (மல்லிநாதரின் உரையும் சேர்த்து) தொகுப்பு: ஹரகோவிந்த் சாஸ்திரி சௌகாம்பா, வாரணாசி, 1981, XVI. 76. 86.94.

98. himsagavim makhe viksya riramsurdhavati sma sah / sa tu śaumyavrsasaktah kharam duram nirasa tam / நைசாத மகாகாவியம் (Chowkhamba edn.) XXVII. 173. மல்லிநாதர் (பதினான்காம் - பதினைந்

தாம் நூற்றாண்டு) இந்த நூலுக்கு மாறுபாடான வாசிப்பைத் தருகிறார். அவருடைய சொந்த வியாக்கானம் பின்வருமாறு: himseti / sah kalih, makhe gamedhakhyayajne, himsaya gauh tam himsagavim alambhartham gam ityarthah (ibid., p. 1127) சாந்து பண்டிதர் (கி.பி. 1297) தரும் விளக்கம் பின்வருமாறு: sa himsa evagaustam viksya riramsuh san dhavati sma.... makhe yage pasuhimsamiti bhavah. நரஹரி (பதினான்காம் நூற்றாண்டின் பின்பகுதி) தன் உரைநூலான **தீபிகாவில்** பின்வருமாறு விளக்கம் தருகிறார்: makhe gomedhakhye yajne himsagavim himsasambandhinim gavim viksyariramsuh hrstacittah sanisiddhagohimsa matpriya iti dhavati sma / sa tu hanyamana gauh punah saumye somadevatakadravyasadhye vrse dharma asaktta saumyo ramaniyah paraloukiko dharmastatsadhika va kharam paparupatvadduhsaham duradeva nirasa / சிறீஹர்சரின் நைசாதசரிதம், ஆங்கில மொழியாக்கம்: கே. கே. கேன்டிகியூ, தெக்கான் கல்லூரி, பூனா, 1965, பக்கம் 472.

99. adhavat kvapi gam viksya hanyamanamayam muda / atithibhyastu tam buddhva mandam mando nyavarttata / Naisadhamahakavyam, XVII. 197 (Chowkhamba edn.)

100. பிரிதிவிராஜ விஜயா [சந்திரபிரபாவின் Historical Mahakavyas in Sanskrit (Eleventh to Fifteenth Century AD) என்ற நூலிலுள்ள சுருக்கம் தில்லி, 1976, அத்தியாயம் 9] பி.டி. சட்டோபாத்யாயரின் Representing the other? Sanskrit Sources and the Muslims, (மனோகர் தில்லி, 1998) என்ற நூலில் (பக்கம் 43) மேற்கோளாகக் காட்டப்பட்டுள்ளது.

101. மேலே உள்ளது.

102. மேலே உள்ளது.

103. gam saurabheyim, hanyamanam alabhyamanam, viksya drstva, muda harsena adhavat drutamagachhat / tu kintu, tam gam, atithibhyah atithyartham hanyamanam, buddhva jnatva, mandam sanaih sanaih, nyavarttat vyaramat, sakhedam pratyagachhadityarthah / mahoksam va mahajam va srotriyayopakal patet' its vidhanaditi bhavah / Naisadhamahakavyam, Chowkhamba edn., p. 1137.

104. அந்த முக்கியமான பாடலுக்கு மல்லிநாதர் தந்த வியாக்கானம் பின்வருமாறு:- surabhitanayanam gavamalambhena sanjnapanena jayata iti tothoktam / bhuvi loke srotomurtyam pravaharupena parinatam rupavisesamapannam rantidevasya dasapurapatermaharajasya kirtim / carmanvatyakhyam nadimityarthah / manayisyan satkarasyan vyalambeyithah / alambyavatarerityarthah / pura kila rajno rantidevasya gavalambhesvekatra sambhrtadraktanisyandaccarmaraseh kacinnadi sasyande / sa carmanvatity akhyayata iti / **மேகதூதம்**. மல்லிநாதரின் உரை விளக்கத்தோடு தொகுத்தவர்: எம். ஆர். காலே. எட்டாம் பதிப்பு, 1979 பக்கம் 83.

105. தஞ்சை மன்னன் துக்கோஜியின் ஒரு அமைச்சரான *(1728 - 1738)* ஞானசியாமர் மிகப் பெரும் புலமையாளர். தன் விளக்கங்களுக்கு ஆதரவாக வேதங்கள், ஸ்மிருதிகளை மட்டுமல்ல நிகண்டுகள், அகராதிகள் என அறுபது நூல்களை ஆதாரம் காட்டியிருக்கிறார். தாண்டாயனர் - சௌதாதகி உரையாடலுக்கு தெளிவான விளக்கத்தைத் தந்துள்ளார்: yadagatesu vasisthamisresu evamadyaiva pratyagataya rajarsaye bhagavata valmikina dadhimadhubhireva nirvartito madhuparkah vatsatari punarvisarjita: பவபூதியின் உத்தரராமசரிதம் (தொகுப்பும், குறிப்புகளும்) பி.வி. கானே & சி.என். ஜோசி, மோதிலால் பனார்ஜிதாஸ், தில்லி, விரிவாக்கப்பட்ட நான்காம் பதிப்பு, *1962,* பக்கம் *87.*

106. கே. கே. கேன்டிகியூ, yasastitaka and Indian Culture, பக்கம் *390.*

107. வில்ஹெல்ம் ஹால்பாஸ், Tradition and Reflection: Explorations in Indian Thought, சிறீசாத்குரு பப்ளிகேசன்ஸ், தில்லி, *1992,* அத்தியாயம். *4.*

108. பிரம்ம சூத்திரம் குறித்து சங்கரர், *3.1.25 & 3.4. 28.* ஹேன்ஸ் - பீட்டர் ஸ்மித்தின் Ahimsa and Rebirth என்ற நூலை *(பக்கம் 228)* பார்க்கவும்.

109. அதேநூல், பக்கம் *228.*

110. Mamsatattvaviveka, சரஸ்வதிபவன், சீரியஸ் பனாரஸ், *1927,* பக்கம் *28 - 9;* கானேவின் நூலில் (பக்கம் *946)* மேற்கோளாகக் காட்டப் பட்ட பகுதி. ஒப்பீட்டுக்குப் பார்க்கவும், விஸ்வநாத நியாய பஞ்சானனின் Bhasaparicched with Siddhanta - Muktavali, மொழியாக்கம் சுவாமி மத்வானந்தர், முன்னுரை சத்காரி முகர்ஜி, அத்வைத ஆசிரமம், கல்கத்தா, *1977.* பக்கம் XXIVXXV.

111. சங்கா VII. *27 - 8.*

112. kalasakam sasalkam ca mamsam vardhrarnisasya ca / khadgamamsam tathanantam yamah provaca dharmavit / ibid., IV.26.

அத்தியாயம் 4

1. பி. என். எஸ். யாதவ், Society and Culture in Northern India in the Twelfth Century, சென்டரல் புக் டிப்போ, அலகாபாத், *1973,* பக்கம் *260.*

2. விவசாயத்தில் ஏர் பயன்படுத்தப்பட்டதற்கும், கால்நடை வளர்ப்புக்கும் தொடக்ககால ஆதாரங்கள் கணிசமான அளவில் இருந்த போதிலும், மத்தியகாலத்தின் தொடக்ககட்டத்தில்தான் விவசாயம் குறித்த அறிவும், அது தொடர்பான மற்ற விஷயங்களும் முறைப்படுத்தப்பட்டன என்பதில் எந்த அய்யமுமில்லை. மத்தியகாலத் தொடக்ககட்டத்தைச் சேர்ந்த **பிரகத்சம்கிதம், அக்னி பூரணம், கிர்ஷிபராசரம், காஷ்யபியக்**

கிர்ஷிசுக்தி போன்ற நூல்களிலிருந்தும், சாரங்கநாதரின் (பதிமூன்றாம் நூற்றாண்டு) **உபவன விநோதம்** என்ற நூலிலிருந்தும் இது வெளிப் படையாகத் தெரிகிறது. டாக்கா, கானா போன்ற கிழக்கிந்தியப் பகுதிகளில் விவசாயம் குறித்தும், விலங்குகளின் வளர்ப்பு குறித்தும் இன்றும் நிலவி வரும் பழமொழிகள் பத்தாம் நூற்றாண்டு காலப்பகுதியைச் சேர்ந்தவை யாகும். (பி. என். எஸ். யாதவ், மேற்சொன்ன நூல், பக்கம் 257). விவசாய நடவடிக்கைகள் குறித்தும், விலங்குகளின் வளர்ப்பு குறித்தும் முறைப் படுத்தப்பட்ட தகவல்களைக் கொண்ட இந்த நூல்கள், கி. பி. முதலாம் ஆயிரம் ஆண்டின் நடுப்பகுதியிலேயே இந்தத் தொழில்கள் ஒரு தனிச் சிறப்பான இடத்தைப் பிடித்துக் கொண்டதைச் சுட்டிக்காட்டுகின்றன. A Concise History of Science in India, (இந்தியன் நேஷனல் சைன்ஸ் அகாடமி; தில்லி, 1971 அத்தியாயம். 6) என்ற நூலில் டி. போஸின் கட்டுரையை பார்க்கவும்.

3. மத்தியகாலத்தின் தொடக்கக்கட்டத்தில் வேதகால வேள்விகள் எப்படி புராண தட்சணை முறைக்கு வழிவிட்டன என்பது குறித்து வி. நாத் விவாதித்துள்ளார். டி. என். ஜா. தொகுத்த The Feudal Order: State, Society and Idealogy in Early Medieval India (மனோகர், தில்லி, 2000) என்ற நூலில் வி. நாத் எழுதியுள்ள Mahadana: The Dynamics of Gift - Economy and the Feudal Milieu என்ற கட்டுரையை (பக்கம் 411 - 40) பார்க்கவும்.

4. கலியுகம் என்ற கருத்தின் வளர்ச்சி குறித்தும், சமூக, பொருளாதார மாற்றத்தோடு அது கொண்டுள்ள உறவு குறித்தும் விரிவாக அறிந்துகொள்ள டி. என். ஜா தொகுத்த மேற்சொன்ன நூலில் இடம் பெற்றுள்ள ஆர்.எஸ். சர்மாவின் The kali age: A Period of social Crisis என்ற கட்டுரையை (பக்கம் 61 - 77) பார்க்கவும். பி. என். எஸ். யாதவ், The Accounts of the Kali Age and the Social Transition From Antiquity to the Middle Ages (மேற்சொன்ன நூல், பக்கம் 79 - 120) டி. என். ஜாவின் முன்னுரை (பக்கம் 6 - 10) ஆகியவற்றையும் பார்க்கவும்.

5. கலியுகத்தில் தடைசெய்யப்பட்ட பழக்கவழக்கங்களின் எண்ணிக்கை அய்ம்பதுக்கும் அதிகமாக இருந்தது. பதினேழாம் நூற்றாண்டில் **கலிவர்ஜயவினிர்நயா** என்ற நூலில் தாமோதரர் இவற்றைத் தொகுத்தார். தர்மசாஸ்திரங்களிலும், புராணங்களிலும் கண்டுள்ள அவதாரக் கோட்பாட்டின்படி கலியுகம் என்பது நான்கு யுகங்களில் கடைசியுக மாகும். விஷ்ணு, கல்கி அவதாரமெடுத்து குதிரை மீதேறி வந்து மிலேச்சர்க ளை பூண்டோடு வேரறுத்து தர்மத்தை நிலைநாட்டுவதோடு முடி வடைகிறது. கல்கியின் 'முதல் கட்டியங்காரனாகவும்' பசு மற்றும் பார்ப்பனர்களின் பாதுகாவலானகவும் சில நூல்களில் சிவாஜி வலிந்து முன்நிறுத்தப்பட்டார் என்பது ஒரு சுவையான விஷயமாகும். இந்த நூல்களின் செய்தி விரிவான அளவில் **கலிவர்ஜயவினிர்நயா**வோடு ஒத்துப் போகிறது. பி.வி. கானேவின் **தர்மசாஸ்திரங்களின் வரலாறு** என்ற நூலில் (தொகுதி - III, பக்கம் 925 - 6) **பர்னால பர்வதகிரக நாகாயனா** (1673)

விலிருந்து எடுத்தாளப்பட்டுள்ள மேற்கோள். சிவதிக்விஜயத்திலிருந்து அய். எல். சுந்தரராமின்Cow protection in India என்ற நூலில் (தென்னிந்திய மனிதநேயக் காப்பாளர்கள், சென்னை 1927, பக்கம் 192) எடுத்தாளப் பட்டுள்ள மேற்கோள்; ஒப்பீட்டுக்கு பின்வரும் நூலைப் பார்க்கவும், டெரிக் ஒ லாடிரிக், Sacred Cows, Sacred Places, கலிபோர்னியா யுனிவர்சிட்டி பிரஸ், 1981, பக்கம் 65; சிவாஜியோ, அவருடைய சமீபத்திய அவதாரமான பால்தாக்கரேவோ மிலேச்சர்களை (முஸ்லீம்கள் / கிறிஸ்து வர்கள் / சீக்கியர்கள்) ஒழிப்பதிலோ, விஷ்வ இந்து பரிசத், பஜ்ரங்தள வகைப்பட்ட தர்மத்தை மறுநிர்மாணம் செய்வதிலோ எந்தவொரு வெற்றியையும் ஈட்ட முடியவில்லை.

6. eten'tyajah samakhyata ye canye ca gavasanah / esam sambhasanatsnanam darsanadarkaviksanam / வியாச ஸ்மிருதி - I, 12. டி.என்.ஜா. தன் கட்டுரை ஒன்றில் (Stages in the History of Untouchables, இந்தியன் ஹிஸ்டாரிகல் ரிவ்யூ II, எண். 1, 1975, பக்கம். 31) இதைப் போன்ற பாடல் வரிகளை மேற்கோள்களாகக் கையாண்டுள்ளார்.

7. amedhyareto gomamsam candalannamathapi va / yadi bhuktantu viprena krcccram candrayanam caret / Parasara, XI. 1.

8. அதேநூல், IX. 61.2.

9. அதேநூல், XI.1; VIII. 43 - 50.

10. baladdasikrta ye ca mlecchacandaladasyubhih / asubham karitah karma gavadipranihimsanam / Devala, 17.

11. அத்ரி, 218, 315; எமன், 30; அக்னிராசன், 25 - 34; சம்வர்த்தா, 132 - 76, 198; பராசரம், IX. 36 - 9. ஆதாரக் குறிப்புகள் விளக்கமானவை; விரிவாகப் பேசவேண்டிய அவசயிமில்லாதவை.

12. மூன்று உலகங்களின் மதிப்பைக் கெடுக்கும் வண்ணம் ஒரு சண்டாளன் பசு இறைச்சியைச் சுமந்து செல்வதாக சோமதேவர் (பதினொன்றாம் நூற்றாண்டு) ஒரு கதையில் விவரித்துள்ளார். சக்திதே வரால் பெரிதும் நேசிக்கப்பட்ட விந்துமதி வீணையின் அறுந்து போன நரம்பை (பசுத்தோலில் செய்ததாக இருக்குமோ?) தன் பற்களைக் கொண்டு சரிசெய்த சிறு குற்றத்திற்காக மீனவப் பெண்ணாகப் பிறக்கும்படி சபிக்கப்பட்டதாகச் சொல்லப்படுகிறது. (சோமதேவரின், **கதாசரிதசங்கரம்,** இந்திமொழியாக்கம்: பண்டிதர் கேத்தரநாத்சர்மா, பீகார் ராஷ்டிர பாஷா பரிசத், பாட்னா, 1960, பக்கம் 577 - 9).

13. சாதாதபம், II. 13.

14. ஹலாயுதரின் **பிராமணசர்வாஷ்வம்** தொகுப்பு: தேஜஸ் சந்தரா வித்யாந்நதர், இரண்டாம் பதிப்பு, கல்கத்தா பி. எஸ். 1299 பக்கம் 174, தபோநாத் சக்ரவர்த்தியின், Food and Drink in Ancient Bengal (பிர்மா கே. எல். முகோபாத்யாயர், கல்கத்தா, 1959, பக்கம் 50) நூலில் மேற் கோளாகக் கையாளப்பட்டுள்ள பகுதி.

15. எடுத்துக்காட்டுக்கு **யமன்,** 45 - 7, 50 - 3.

16. சாங்கா, VII. 29 - 30.

17. கே. ஆர். மல்கானி **ஆர்கனைசர்** பத்திரிகையில் எழுதிய ஆசிரியர் உரை, 11, நவம்பர், 1966; **செமினார்** என்ற ஆய்வு இதழில் (எண்: 93. பசு குறித்த சிறப்பிதழ், மே, 1967) மீண்டும் மறுபிரசுரம் செய்யப்பட்டது.

18. Epigraphia India, எண்: 35, பக்கம் 207.

19. South Indian Inscriptions, எண்: 54, Epigraphia Indica வில் (எண்: 22, XXIV பக்கம் 159) மேற்கோளாகக் காட்டப்பட்டுள்ளது.

20. Epigraphia India, எண்: 27B, பக்கம் 203.

21. விலங்குக் காப்பகங்களின் தோற்றம், பராமரிப்பு குறித்து டெரிக் ஒ, லாடிரிக் ஒரு பயனுள்ள ஆய்வைச் செய்துள்ளார். ஆனால், காலனியத்துக்கு முந்தைய காலகட்டம் குறித்து அரைகுறையான வரலாற்றுத் தகவல்களைத் தந்துள்ளார்.

22. **தாந்தராசாரம்** (பதினொன்றாம் நூற்றாண்டு) **சியாமாராகஷியம்** (பதினான்காம் நூற்றாண்டு) ஆகியவற்றின் கருத்துப்படி பசு, மனிதன், மான், குதிரை, எருமை, பன்றி, வெள்ளாடு ஆகியவற்றின் இறைச்சி மகாமாமிசத்திற்கு உட்பட்டதாகும். (என். என். பட்டாச்சார்யா, History of the Tantric Religion, மனோகர், தில்லி, 1982, பக்கம் 445).

23. வடவர்களுக்கு கடும் ஏமாற்றம் அளிக்கும் வகையில் முழுக்க, முழுக்க சைவ உணவு பரிமாறப்பட்ட ஒரு திருமண விருந்து குறித்து திரிவிக்கிரமர் (பத்தாம் நூற்றாண்டின் தொடக்கம்) விவரிக்கிறார். **நளசம்பூ**, நிர்ணய சாகர்பிரஸ், பக்கம் 251, பி.கே. **கோடின்** Studies in Indian Cultural History, தொகுப்பு III என்ற நூலில் (பந்தர்கார் ஒரியண்டல் இன்ஸ்டிடியூட், பூனா, 1969, பக்கம் 76) மேற்கோளாகக் கையாளப்பட்ட பகுதி. வடஇந்தியாவில், குறிப்பாக வங்காளத்தில் இறைச்சி உண்ணும் பழக்கம் ஒழுக்கக்கேடான பழக்கமாக (duracara) இருந்தது என்று தண்டிராஜர் (1700) தன்னுடைய சமஸ்கிருத இலக்கண நூலான **ஜர்வானபாடமஞ்சரியில்** விவரிக்கிறார். (பார்க்கவும்: பி. கே. கோதே, மேற்சொன்ன நூல், பக்கம் 61 - 77).

24. tadyathaivado manusyaraja agate'nyasminvarhati uksanam va vehatam va ksadante, Aitareya Brahmana, III. 4 cited in Kane, op. cit., II, pt.1, p. 542, n.1254.

25. ....govyajamamsamaproksitambhaksayet...... Medhatithi on Manu, V. 27..... madhuparkovyakhyatah tatra govadovihitah.... மநு குறித்து மேதா திதி V. 41. பார்க்கவும், மானவ, தர்ம-சாஸ்திரம் (மேதா திதி, சர்வஜன நாராயணன், குல்லுகர், நந்தனர், ராமசந்திரர் ஆகியோர் உரை விளக்கம்) தொகுப்பு: வி.என். மண்டாலிகர், கண்பத் கிருஷ்ணாஜி பிரஸ், பம்பாய், 1886, பக்கம், 604, 613.

26. .....upkalpanavacanat tadanujnapekso mahoksadivadhah.... Visvarupa on Yajnavalkyasmrti, I. 108. The Yajnavalkyasmrti with the Commentary Balakrida of Visvarupacarya, ed. T. Ganapati Sastri, 2nd

edn., Munshiram Monoharlal, Delhi, 1982, p. 97. It may be noted that Yaj. I. 109 occurs in this edn. as I. 108.

27. Yajnavalkyasmrti with Vijnanesvara's Mitaksara, ed. Gangasagar Rai, Chowkhamba Sanskrit Pratisthan, Delhi, 1998, p. 54.

28. mahoksam va mahajam va srotriyayopakalpayet (Yat. I. 109) iti vidhane'pi lokavidvistvadananusthanam / ....maitravarunim gam vasamanubandh yamalabhet iti gavalambhanavidhane'pi lokavidvis vadananusthanam / Yajnavalkyasmrti with Vijnanesvara's Mitaksara, ibid., p. 258.

29. atra yadyapi grhagatasrotriyatrptyartham govadhah kartavya iti pratiyate, tathapi kaliyuge nayam dharmah / kimtu yugantare / krtyakalpataru of Laksmidhara, Niyatakalakandam, trtiyabhagam, ed. K.V. Rangaswami Aiyangar, Gackwad Oriental Series, Baroda, 1950, p. 190.

30. dirghakalam brahmacaryam dharanam ca kamandaluh / gotranmatrsapindadva vivaho govadhastatha / narasvamedhau madyam ca kalau varjyam dvijatibhih / ibid., p. 190.

31. பாட்டா லட்சுமிதாரரின் **கிரத்யாகல்பதரு** தொகுப்பு: IV. **சிரார்த்த காண்டம்** தொகுப்பு: கே. வி. ரங்கசுவாமி அய்யங்கார், கேக்வட் ஓரியண்டல் சீரியஸ், பரோடா, 1950, பக்கம் 192.

32. அதேநூல், முன்னுரை, பக்கம் 13.

33. ஜே. ஆர். கார்பூர் தொகுத்த yajnavalkyasmrti with the commentaries of Mitaksara and Viramitrodaya, Acaradhyaya, இந்து சட்ட நூல்கள் தொகுப்பு, பம்பாய் 1936. பக்கம் 303.

34. எட்வர்டு சி. சசாயு, Alberuni's India, லோ பிரைஷ் பப்ளிகேசன்ஸ், தில்லி, மறுபதிப்பு, அத்தியாயம் LXVIII.

35. அதேநூல்.

36. கானே, மேற்சொன்ன நூல், III, பக்கம் 928.

37. அதேநூல், பக்கம் 929.

38. அதேநூல், பக்கம் 781.

39. devaracca sutotpattih datta kanya na diyate / na yajne govadhah karyah kalau ca na kamandaluh, cited in Kane, op. cit., III, p. 928.

40. அதேநூல், பக்கம் 929.

41. அதேநூல்.

42. gosava eva karanam hanane madhuparkasca / tayorabhavad gohimsanam garhitameva kaliyuge, Caturvagacintamani, IV, Prayascittakhandam, ed. Pandit Pramatha Natha Tarkabhusana, Asiatic Society. Calcutta, 1911, p. 80.

43. கானே, அதேநூல், II , பக்கம் 781.

44. ஆர். எல். மித்ரா, இந்தோ - ஆரியர்கள், பக்கம் 384.

45. asvargyam lokavidvistam dharmmapyacarennatviti nisedhat / yatha, mahoksam va mahajam va srotriyaya prakalpayediti vidhane'pi lokavidvistatva dananusthanam / yatha va maitravarunim gam vasamanubandhyamalabhet iti gavalambhanavidhane'pi lokavidvistatvada nanusthanam / Nirnayasindhu quoted by R.L. Mitra, op. cit., p. 387.

46. லட்சுமண சாஸ்திரி, Was the Cow Killed in Ancient India, கொஸ்ட், 75 (1972) பக்கம் 83.

47. ஆதாரத்திற்குப் பார்க்கவும், கானேவின் மேற்சொன்ன நூல் III பக்கம் 927 - 8, 946 - 7.

48. அதேநூல், I, பக்கம் 806.

49. Palapiyusalata மகாமகோபாத்யாயா மதன உபாத்தியாயர், கௌரிசயந்திராலயா, டார்பங்கா, சம்வாட், 1951. மிதிலைச் சேர்ந்த பல நூல்கள் இறைச்சி உண்பது பற்றிப் பேசுகின்றன: எடுத்துக்காட்டாக, வாகஸ்பதி மிஸ்தா (கி. பி. 1599) எழுதிய **சிந்தாமணி,** முகுந்தஜாபக்சி எழுதிய **நித்ய கிருதிய ரத்னமாலா,** மகாமகோ பாத்யாயா சித்ரதாரா மிஸ்ரா எழுதிய **மாம்சாசன வியவறுதா** ஆகிய அனைத்து நூல்களும் ஒரே விதமான தகவல்களைக் கொண்டிருக்கலாம். எனினும், கடுமையாக முயன்றும்கூட, இந்த நூல்கள் எனக்குக் கிடைக்கவில்லை.

50. J. Digges La Touche, The Rajputana Gazetteer, II, Ajmer - Merwara, p. 48.

51. துண்டிக்கப்பட்ட எருமைத் தலையின்மீது நின்றுகொண்டிருக்கும் துர்க்கையின் சிலையில்லாத பல்லவ, சோழ, பாண்டியர் கோயில்கள் ஒன்றுமேயில்லை. குறிப்பிட்ட இடங்களில் எருமைகள் பலி தரப்பட்டிருந்தன என்ற தகவலை தென்னிந்திய ஊர்ப்பெயர்கள் குறித்த ஆய்வும் வெளிப்படுத்தியுள்ளது. எடுத்துக்காட்டாக, மகிஷா சுரனின் பெயர்தான் மைசூருக்கு வைக்கப்பட்டது.

52. இந்தத் தகவலுக்கு நான் டாக்டர். உல்ரிகி நிகலஸ்க்கு நன்றிக் கடன்பட்டுள்ளேன்.

53. எருமைகள் பலி தரப்பட்டது குறித்த ஆதாரங்களுக்கு பார்க்கவும், ஏ. எஸ்மான், ஹெர்மன் குல்கி, ஜி.சி. திரிபாதி ஆகியோர் தொகுத்த The Cult of Jagannath and the Regional Tradition of Orissa என்ற நூலைப் பார்க்கவும். மனோகர், தில்லி 1978; பக்கம் 267, 271, 278, 281.

54. தென்னிந்தியாவில் எருமை பலி தரப்படுவதற்கு முன்பு பார்ப்பனப்புரோகிதர் அதற்கு ஆசி வழங்குவார்; ஆனால், அதன் இறைச்சியை உண்ண மாட்டார் என்று தகவலை டாக்டர். என். கணேசன் என்னிடம் சென்னார். எருமைகள் பலியிடப்படுவது குறித்த சுருக்கமான விவரத்துக்கு பிரட் டபுள்யூ. குளோதி தொகுத்த Images of Man: Religion and Historical Process in South Asia என்ற நூலில் அல்ப் ஹில்டிபெய்டல் எழுதியுள்ள Sexuality and Sacrifice: Convergent

Subcurrents in the Firewalking Cult of Draupadi என்ற கட்டுரையை (பக்கம் 72 - 111) பார்க்கவும்.

55. Christoph Von Furer - Haimendorf, The Aboriginal Tribes of Hyderabad, II, மேக்மில்லன், லண்டன், 1943, பக்கம் 239.

56. பிரடெரிக் ஜே. சைமன்ஸ் & எலிசபெத் எஸ். சைமன்ஸ், A Ceremonial Ox of India: The Mithan in Nature, Culture and History விஸ்கான்சின் யுனிவர்சிட்டி பிரஸ், மேடிசன், 1968, பக்கம் 174 - 6.

57. ஆதாரங்களுக்குப் பார்க்கவும் பிடெரிக் ஜே. சைமன்ஸ் Eat Not This Flesh, பக்கம் 113 - 19.

58. அதேநூல், பக்கம் 117. அய்தராபாத்தைச் சேர்ந்த ரெட்டிகள், சோட்டா நாக்பூர், மத்தியஇந்தியப் பகுதியைச் சேர்ந்த காரியாக்கள், சட்டிஸ்கரைச் சேர்ந்த சாமர்கள் போன்ற பழங்குடியினர்களும், பசுக்களைக் கொல்வதையும், மாட்டிறைச்சி உண்பதையும் கைவிட்டு விட்டதாக இவர் குறிப்பிடுகிறார்.

அத்தியாயம் 5

1. பி. வி. கானே, **தர்மசாஸ்திரங்களின் வரலாறு,** (II பக்கம் 613.) பண்டார்கர் ஓரியண்டல் இன்ஸ்டியுயூட், பூனா, 1973.

2. **மகாபாதகம்** குறித்த விவாதத்துக்குப் பார்க்கவும், அதேநூல், IV. செக்சன் I.

3. எஸ். சி. பேனர்ஜி Dharma - Sutras: A study in their Origin and development, பந்தி புஸ்தக், கல்கத்தா, பக்கம், 96; பி.வி. கானே, மேற் சொன்ன நூல், IV, பக்கம் 32.

4. மநு, XI. 108 - 16.

5. யாக்ஞவல்கி ஸ்மிருதி, III. 263 - 4.

6. பராசாரம், VIII. 44.

7. அதேநூல், VIII. 49 - 50.

8. பசும்பால், தயிர், நெய், மூத்திரம், சாணம் ஆகியவற்றின் கலவைதான் பஞ்சகவ்யம்.

9. கானே, அதேநூல், IV, பக்கம் 108.

10. அதேநூல், பக்கம் 107 - 10.

11. katham punarbrahmanagavinam gurutvam? 'devabrahmanarajnam tu vijneyam dravyamuttamam' iti naradena taddravyasyottamatvabhidhanat, gosu brahmanasansthasviti dandabhuyastvadarsanacca / Mitaksara on Yaj. III. 263, see Yajnavalkyasmrti, ed. Gagasagar Rai, Chowkhambha Sanskrit Pratisthan, Delhi, 1998, p. 518.

12. யாக்ஞவல்கிய ஸ்மிருதி, ஆங்கில மொழியாக்கம் (குறிப்பு

களுடன்) ஜே. ஆர். கார்பூர், பம்பாய், 1936, பக்கம் 1825.

13. angulya dantakastham ca pratyaksam lavanam tatha / mrttikabhak sanam caiva tulyam gomamsabhaksanam / Atri, 314. Also see Attri, 315.

14. astasalyagato niram panina pibate dvijah / surapanena tattulyam tulyam gomamsabhaksanam / Atri, 388.

15. hastadattani cannani pratyaksalavanam tatha / mrttikabhaksanam caiva gomamsasanavatsmrtam / Vrddhavasistha. Devannabhatta in his Smrticandrika (Ahnikakanda, ed. L. Srinivasacharya, Mysore, Government Oriental Library Series, 1914, p. 604) quotes both the passages. Also see Sraddhakanda, p. 224.

16. பிரடெரிக் ஜே. சைமூன்ஸ், The Purificatory Role of the Five Products of the Cow in Hinduism, Ecology of food and Nutrition, 3 (1974) பக்கம் 29.

17. Kamadugha, Kamaduh ஆகிய சொற்கள் தொடக்கத்தில் திரும்பத் திரும்ப இடம்பெற்றுள்ளதற்குப் பார்க்கவும் ஓட்டோ போதிலிங்க், ருடால்ப் ரோத் ஆகியோர் எழுதிய Sanskrit - Worterbuch reprinted Meichofukyu - kai, Tokyo, 1976; மோனியர் - வில்லியம்ஸ், Sanskrit - English Dictionary, புதிய பதிப்பு, இந்தியப் பதிப்பு, மோதிலால் பனார்சி தாஸ் 1963. பிற்கால நூல்களில் இந்த இரண்டு சொற்களும் விருப்பத்தை பூர்த்தி செய்யும் பசு அல்லது விண்ணுலகப் பசு என்றே அடிக்கடி பயன் படுத்தப்பட்டது.

18. சதபத பிராமணம், XII. 4.4.1.

19. சதபத பிராமணம், III. 1.2.11.

20. பௌதாயன தர்மசூத்திரம், II. 6.19.

21. பௌதாயன தர்மசூத்திரம், III. 13.

22. பௌதாயன தர்மசூத்திரம், II. 5.8, III. 10.12; வசிஷ்தா தர்ம சூத்திரம் XXII. 12.

23. பௌதாயன தர்மசூத்திரம், I. 5.8.52.

24. பௌதாயன தர்மசூத்திரம், I. 5.10.17.

25. பௌதாயன தர்மசூத்திரம், I. 6.14.5.7.

26. பௌதாயன தர்மசூத்திரம் , I. 5.11.38; IV. 11- 25 .

27. பசுவின் அய்ந்து பொருட்களை (குறிப்பு 8 இல் தரப்பட்டுள்ள பொருட்கள்) குறிக்கவே பஞ்சகவ்யம் என்ற சொல் பயன்படுத்தப் படுகிறது. போத்லிங்க் - ரோத், எம். மோனியர் - வில்லியம்ஸ், வி.எஸ். ஆப்தே, கே. மைலியஸ் ஆகியோரின் சமஸ்கிருத அகராதிகளில் பஞ்சகவ்யம் என்ற தலைப்பின்கீழ் இது குறிப்பிடப்பட்டுள்ளது. Sabdala Kalpadruma; அத்ரி, 115, 296, யாக்ஞவல்கிய ஸ்மிருதியின்மீது மிதாக்சாரர் III. 263. சில சாஸ்திர நூல்கள் இந்த அய்ந்து பொருட்களுடன்

குஷோதகத்தையும் (Kusa water) சேர்த்துக்கொள் கின்றன. குஷா என்ற புல்லின் சாறு என்று இச்சொல்லுக்கு ஒரு விளக்கம் தரப்படுகிறது. "குஷாபுல்லுடன் நீரைச் சேர்த்து" தயாரிக்கப்பட்டது. என்று இன்னொரு விளக்கம் தரப்படுகிறது. இரண்டாவது விளக்கத்தை ஷின்கோ இய்னோ ஏற்றுக்கொள்கிறார். ஆறாவது பொருளாக குஷா புல்லை அதில் சேர்த்து வந்தபோதிலும், காலம் செல்லச்செல்ல, பசுவின் அய்ந்து பொருட் களை மட்டுமே பஞ்சகவ்யம் என்ற சொல் குறித்து வந்தது என்றும் இவர் கருத்துத் தெரிவிக்கிறார். (ஷின்கோ இய்னோ, Notes on the Initiation Rites in the Grhyaparisistas, வெளியிடப்படாத கையெழுத்துப் பிரதி, n. 19.)

28. வசிஷ்தா தர்மசூத்திரம், III. 56; XIII. 12; XXVIII. 13 - 14. பிரம்ம கூர்கம் (brahmakurca) குறித்த விவாத்திற்குப் பார்க்கவும், கானே, மேற் சொன்ன நூல், IV. பக்கம் 146 - 7.

29. மநு, XI. 166.

30. மநு, XI. 213.

31. விஷ்ணு புராணம், XXII 18.79.88; XXIII. 45; XLVI. 19; LI. 47; LIV. 6 - 7.

32. வி. எஸ். ஆப்தே, The Practical Sanskrit English Dictionary, **கோரோஷனம்** என்ற தலைப்பின்கீழ் பார்க்கவும்.

33. அதேநூல், XXIII. 58 - 8.

34. யாக்ஞவல்கிய சூத்திரம், III. 263.

35. நாரத ஸ்மிருதி, XVIII. 54.

36. எடுத்துக்காட்டுக்கு; பாரசாரம், XI. 28 - 34; தேவலர், 62 - 5; லாகுசாதாதபம், 158 - 62 etc ; கானேவின் மேற்சொன்ன நூல், II. pt.2. பக்கம் 773 - 4.

37. விஷ்ணுபுராணம், LIV. 7.

38. pancagavyam pibet sudro brahmanastu suram pibet / ubhau tau tulyadosau ca vasato narake ciram / Atri, 297.

39. strinam caiva tu suranam patitanam tathaiva ca / pancagavyam na datavyam datavyam mantravarjitam / Devala, 61.

40. பாராசரர், XI. 7, 28.

41. Sacred Books of the East II, பக்கம் 175. n. 7.

42. pancagavyasya payasah prayogo visamajvare, Caraka, cikitsa, III. 303; pancagavyam mahatiktam kalyanakamathapi va / snehanartham ghrtam dadyat kamalapandurogine / Ibid., XVI. 43.

43. அதேநூல், X. 17.

44. அதேநூல், X. 18 - 24.

45. அதேநூல், V. 96, 178; எருமை, வெள்ளாடு, செம்மறியாடு போன்ற விலங்குகளின் மூத்திரங்களின் நோய் நீக்கும் குணம் பற்றி இந்த நூல் குறிப்பிட்டுள்ளது.

46. சாரகம், cikitsa, VII. 87.

47. **வாக்பாதரின் அஷ்டாங்க ஹிர்தயம்,** ஆங்கில மொழியாக்கம், குறிப்புகள், பின்னிணைப்பு, இன்டைஸ்சஸ் ஆகியன கே. ஆர். சிறீகாந்த் மூர்த்தி, தொகுப்பு - I, மூன்றாம் பதிப்பு, கிருஷ்ணதால் அகாடமி, வாரணாசி, 1996, பின்னிணைப்பு, பக்கம் 476.

48. எஸ். ஸ்டீவென்சன், The Rites of the Twice - Born ஆக்ஸ் போர்ட் யுனிவர்சிட்டி பிரஸ், லண்டன், 1920, பக்கம் 166; எல். எஸ். எஸ். ஓ' மல்லே, Indian Caste Customs, கேம்பிரிட்ஜ் யுனிவர்சிட்டி பிரஸ், கேம்பிரிட்ஜ், 1932, பக்கம் 75; ஜே. ஹெச். ஹட்டன் Caste in India நான்காம் பதிப்பு, ஆக்ஸ்போர்ட் யுனிவர்சிட்டி பிரஸ், லண்டன், 1963, பக்கம் 108. இந்த விஷயம் குறித்த மிக அண்மைய அறிவிப்புக்கு பார்க்கவும் பிரடெரிக் ஜே. சைமூன்ஸ், The Purificatory Role of the Five Products of the Cow in Hindusim, மேற்சொன்ன நூல், பக்கம். 30.

49. பி. வி. கானே, மேற்சொன்ன நூல், II. pt 2, பக்கம் 731; Gudrun Buhnemann, Puja: A Study in Smara Ritual, ஜெரால்டு & கோ, வியன்னா, 1988, பக்கம் 139 f.

50. பௌதாயன கிரகஷுசூத்திரம், II. 20.11. பௌதாயன மகரிஷி எழுதிய பௌதாயன கிரகசூத்திரம், தொகுப்பு: எல். சிறீனவாசசார் & ஆர். சாமா சாஸ்திரி, மூன்றாம் பதிப்பு, ஓரியண்டல் ரிசர்ச் இன்ஸ்டிடியூட், மைசூர், 1983 (முதல் பதிப்பு, மைசூர், 1904).

51. **சௌரபுராணம்,** சிறீமத் வியாசர், தொகுப்பு: காசிநாத சாஸ்திரி, ஆனந்த் ஆஸ்ரம சமஸ்கிருத் சீரியஸ், பூனா, 1989, பக்கம். 156.

52. paksijagdham gavaghratamavadhutamavaksutam / dusitam kesakitaisca mrtpraksepena suddhyati / Manu, V. 125.

53. விஷ்ணு தர்மசூத்திரம், XXIII. 38.

54. வசிஷ்தா தர்மசூத்திரம், XXVII. 9.

55. goghrate'nne tatha kesamaksikakitadusite, Yaj, I. 189.

56. ajasvayormukham medhyam na gorna naraja malah. Yaj, I. 194.

57. gavaghratani kansyani sudrocchistani yani tu / bhasmana dasabhih suddhyetkakenopahate tatha / Angirasa, 43.

58. பாராசரம், VII. 25.

59. வியாசர், III. 53.

60. சங்கா, XVI. 14. ஒப்பீட்டுக்குப் பார்க்கவும் அதே நூல், XVII. 45.

61. பி. வி. கானே, மேற்சொன்ன நூல், II pt2 பக்கம் 775.

62. யாக்ஞவல்கிய ஸ்மிருதி குறித்து மிதாக்சாரம், விராமித்ரோதயம் ஆகியோரின் உரை விளக்கம் I. 189.

63. வில்லியம் குரூக் (The popular Religion and Folklore of Northern India, II, இரண்டாம் பதிப்பு, நான்காம் இந்தியப் பதிப்பு, முன்சிராம் மனோகர் லால், தில்லி, 1974, பக்கம் 233). ஆனால்,

ஸ்கந்தபுராணத்தில் இந்தக் கதை வேறுவிதமாகச் சித்தரிக்கப்பட்டுள்ளது. சிவனின் லிங்கம் ஒருமுறை மிக வேகமாக வளர்ந்தது. பிரம்மன் அதன் உச்சியைப் பார்க்க விரும்பினார். ஆனால் அவரால் முடியவில்லை. திரும்பி கீழே வரும் போது மேருமலையில் கேதகி மரத்தின் நிழலில் சுரபி (தேவலோகப் பசு) நின்றுகொண்டிருப்பதைப் பார்க்கிறார். சுரபியின் பேச்சைக் கேட்ட பிரம்மன், லிங்கத்தின் உச்சியைப் பார்த்ததாக கடவுளிடம் பொய் சொல்கிறார். அதற்குச் சாட்சியங்களாக சுரபியையும், கேதகி மரத்தையும் காட்கிறார். அதற்குப் பின்னால், வானத்தில் தோன்றிய அசரீரி ஒன்று பிரம்மன், சுரபி, கேதகி ஆகியோரை வணங்கக் கூடாது என்று சாபம் தந்தது. இதே இதிகாசக் கதை **பிரம்ம புராணத்**தில் வேறுவிதமாகச் சித்தரிக்கப்பட்டுள்ளது. (எஸ்.ஏ. டாங்கே, Encyclopaedia of Puranic Beliefs and Practices - I நவ்ரங், தில்லி, 1986, பக்கம் 201) சுரபி என்றும், நந்தினி என்றும் அறியப்பட்ட காமதேனு என்ற சொல் வேதநூல்களில் இடம் பெறவில்லை. ஆனால், பிற்கால நூல்களில் முக்கியமாக காவியங் களிலும், புராணங்களிலும் பல்வேறு சூழல்களில் இச்சொல் குறிக்கப் பட்டுள்ளது. (வெட்டம் மணி, Puranic Encyclopedia, மோதிலால் பனார்சி தாஸ், தில்லி, 1984, S.V. காமதேனு.

64. வில்லியம் குரூக், The Popular Religion and Folklore of Northern India, II. பக்கம், 232 - 3.

அத்தியாயம் 6

1. ரொமய்ன் ரோலந்த், The Life Vivekananda and the Universal Gospel, அத்வைத ஆஸ்ரமம், கல்கத்தா, பதினொன்றாம் பதிப்பு, ஆகஸ்ட், 1988, பக்கம், 44. n. 3.

2. எம். கே. காந்தி, An Autobiography or The Story of My Experiments with Truth, நவஜீவன் டிரஸ்ட், ஆமதாபாத், 1927, மறுபதிப்பு 2000, பக்கம் 324. 1915 ஆம் ஆண்டு, அலகாபாத்தில் நடந்த கும்பமேளாவில் அய்ந்து கால்களைக் கொண்ட ஒரு 'அதிசய' பசுவை காந்தி பார்த்தார். அய்ந்தாவது கால் வேறொன்றுமில்லை, "உயிரோடிருந்த கன்றின் ஒரு காலை வெட்டி அதை, அந்தப் பசுவின் தோலில் ஒட்ட வைத்திருந்தார் கள்." அப்பாவி இந்துக்களின் நம்பிக்கையைக் கவரும் நோக்கில் இவ்வாறு செய்யப்பட்டிருந்தது. (பக்கம், 325)

3. India Today, 15, ஏப்ரல், 1993, பக்கம் 72.

4. ஏ. எல். பாஷ்யம், The Wonder That was India, இருபத்தேழாம் பதிப்பு, ரூபா & கோ, 1996, பக்கம் 319.

நூற்பட்டியல்

Acaranga Curni of Jinadasagani, Rsabhadeva Kesharimalji Svetambara Sanstha, Ratlam, 1941.

Acaranga Sutra, ed. W.S. Schubring, Leipzig, 1910; Eng. tr. H. Jacobi, SBE XXII, Oxford, 1884.

Achaya, K.T., *Indian Food: A Historical Companion,* Oxford University Press, New Delhi, 1998.

A Historical Dictionary of Indian Food, Oxford University Press, New Delhi, 1999.

Adhyatma Ramayana, Eng. tr. Lala Baij Nath, Panini Office, Allahabad, 1913.

Agnipuranam, Nag Publishers, Delhi, 1985.

Agnivesya Grhyasutra, ed. L.A. Ravi Varma, Trivandrum Sanskrit Series, Trivandrum University Press, Trivandrum, 1940.

Agrawala, V.S., *India as Known to Panini,* revd. and enl. edn., Prithvi Prakashan, Varanasi, 1963.

Harsacarita: Ek Samskritik Adhyayana, Bihar Rashtrabhasha Parishad, Patna, 1964.

Aitareya Aranyaka, ed. A.B. Keith, Anecdota Oxoniensia, Aryan Series, vol. I, Oxford, 1909.

Aitreya Brahmana, ed. Theodor Aufrecht, *Das Aitreya Brahmana,* Bonn, 1879; Eng. tr. A.B. Keith, *Rigveda Brahmanas: The Aitareya and Kausitaki Brahmanas of the Rigveda,* Harvard University Press; 1st Indian rpt. edn., Motilal Banarsidass, Delhi, 1971.

Alsdorf, Ludwig, *Beitrage zur Geschichte von Vegetarianismus und Rinder verehrung in Indien,* Akademie der Wissenschaften undder Literatur, Wiesbaden, 1962.

Angutta Nikaya, ed. Bhikkhu J. Kashyap, Nalanda, 4 vols., Devanagari Pali Series, Pali Publication Board, Bihar Government, 1960.

Angirasasmrti, in *Astadasasmrtyah* (Hindi tr. Sundarlal Tripathi, Khemraj Shri Krishnadas), Venkateshwar Steam Press, Bombay, Saka 1846.

Apastamba Dharmasutra, ed. G. Buhler, Bombay, 1932; Eng. tr. G. Buhler, SBE II, Oxford, 1879.

Apastamba Grhyasutra, ed. Umesh Chandra Pandey, 2nd edn., Varanasi, 1971. Eng. tr. H. Oldenberg, SBE XXIX, Oxford, 1886.

Apastamba Srautasutra, ed. Richard Garbe, 3 vols., Bibliotheca Indica, Calcutta, 1882, 1885, 1902.

Apte, V.S., *The Practical Sanskrit - English Dictionary,* revd. and enl. edn.,

Kyoto, 1998.

Arthasastra of Kautilya, ed. and tr. R.P. Kangle, *The Kautiliya Arthasastra*, 3 parts, 2nd edn., rpt., Motilal Banarsidass, Delhi, 1997. *Kautilya's Arthasas tra*, tr. R. Shamasastry, 7th edn., Mysore, 1961.

Astanga Hrdayam, ed. and tr. K.R. Srikantha Murthy, Krishnadas Academy, Varanasi, 1996.

Asvalayana Grhyasutra, Anandasramasamskrtagranthavalih 105, new edn., Poona, 1978; Eng. tr. H. Oldenberg, SBE XXIX, Oxford, 1886.

Atharvaveda, ed. R. Roth, W.D. Whitney and Max Lindenau, *Atharva Veda sanhita*, Berlin, 1924, tr. M. Bloomfield, *Hymns of the Atharvaveda*, SBE XLII, Oxford, 1897.

Atrismrti in Astadasasmrtyah Hindi tr. Sundarlal Tripathi, Khemraj Shrikrishna das, Venkateshwar Steam Press, Bombay, Saka 1846.

Avasyakacurni of Jinadasagani, 2 vols., Ratlam, 1928.

Azzi, Corry, 'More on India's Sacred Cattle,' *Current Anthropology*, 15 (1974) pp. 317 - 24.

Babb, Lawrence A., *Ascetics and Kings in a Jain Ritual Culture*, Motilal Banarsidass, Delhi, 1998.

Balaramayana of Rajasekhara, ed. Ganagasagar Rai, Chowkhamba, Varanasi, 1984.

Bandhu, Vishva, *A Vedic Word - Concordance*, Vishveshvaranand Vedic Research Institute, Hoshiarpur, I, pt. 1 (1976) and II, pt. 1 (1973).

Banerjea, J.C., 'Social Life in the Pouranic Age,' *Hindustan Times*, vol. 38, no. 227, July 1918.

Banerji, S.C., *Dharma - Sutras: A Study in Their Origin and Development*, Punthi Pustak, Calcutta, 1962.

A Glossary of Smrti Literature, Punthi Pustak, Calcutta, 1963.

Basham, A.L., *History and Doctrines of the Ajivikas*, Luzac & Company, London, 1951.

The Wonder that was India, 27th impression, Rupa & Co., Delhi, 1996.

'The Practice of Medicine in Ancient and Medieval India,' in Charles Leslie, ed., *Asian Medical Systems: A Comparative Study*, Motilal Banarsidass, Delhi, 1998, pp. 18 - 43.

Basu, Jogiraj, *India of the Age of the Brahmanas*, Sanskrit Pustak Bhandar, Calcutta, 1969.

Beal, Samuel, *Si - Yu Ki: Buddhist Records of the Western World*, London, 1884, Indian rpt., Motial Banarsidass, Delhi, 1981.

Baudhayana Dharmasutra, ed. E. Hultzsch, Leipzing, 1884; Eng. tr. G. Buhler, SBE XIV, Oxford, 1882.

Baudhayana Grhyasutra, ed. R. Shama Sastri, 2nd edn., Oriental Library Publications, Mysore, 1920.

Baudhayana Srautasutra belonging to the Taittiriya Samhita, ed. W. Caland, 3 vols., Bibliotheca Indica, Calcutta, 1904 - 24.

Bell, Charles, *Tibet Past and Present,* Oxford, 1924, rpt., Delhi, 1990.

Bennett, John W., 'Comment on: An Approach to the Sacred Cow of India by Alan Heston,' *Current Anthropology,* 12 (1971).

Berkson, Carmel, *The Divine and Demoniac: Mahisa's Heroic Struggle with Durga,* Oxford University Press, Delhi - New York, 1995.

Bharadvaja Grhyasutra (The Domestic Ritual according to the School of Bharadvaja), ed. J.W. Henriette Salomons, Leiden, 1913.

Bharadvaja Srautasutra, ed. and tr. C.G. Kashikar, 2 pts., Vaidik Samshodhana Mandala, Poona, 1964.

Bhasa- Paricched with Siddhanta - Muktavali by Visvanatha Nyaya - Pancanana, tr. Swami Madhvananda with an Introduction by Satkari Mookerjee, Advaita Ashrama, Calcutta, 1977.

Bhattacharyya, N.N., *History of Tantric Religion,* Manohar, Delhi, 1982.

Bhavisyapurana, Nag Publishers, Delhi, 1984.

Biddulph, J., *Tribes of the Hindoo Koosh,* Calcutta, 1880.

Bloomfield, M., *Religion of the Veda,* New York, 1908.

Bodhayanagrhyasesasutra in Bodhayanagrhyasutram of Bodhayan a Maharsi, ed. L. Srinivasachar and R. Shama Sastri, 3rd end., Oriental Research Institute, Mysore, 1983 (Ist edn,m Mysore, 1904), pp. 187 - 400.

Bolling, George von Melville, and Julius von Negelein, eds., *The Parisistas of the Atharvaveda* with Hindi notes by Ram Kumar Rai, Chowkhamba Orientalia, Varanasi, 1976.

Bose, D.M., S.N. Sen and B.V. Subbarayappa, eds., *A Concise History of Science in India,* Indian National Science Academy, Delhi, 1971.

Bothtlingk, Otto, und Roth Rudolph, *Sanskrit - Worterbuch,* St. Petersburg, 1855- 75, rpt., Tokyo, 1976.

Brahmapurana, ed. Pancanana Tarkaratna, Vangavasi Press, Calcutta, BS 1316.

Brahmavaivartapurana, ed. with introduction in Sanskrit and Englhish, pt. 1, J.L. Shastri, Motilal Banarsidass, Delhi, 1984.

Brhadaranyaka Upanisad, in S.Radhakrishnan, *The Principal Upanisads,* Cen tenary Edn., Oxford University Press, Delhi, 1989, 4th Impression, 1991.

Brhadharmapurana, ed. Haraprasad Shastri, Krishnadas Academy, 2nd edn., Varanasi, 1974.

Brhaspatismrti, Gaekwad Oriental Series, Baroda, 1941. Eng. tr. J.Jolly. Minor Law - Books, SBE XXXIII, Oxford, 1889.

Brhatkalpa Bhasya of Sanghadasagani with commentary by Malayagiri and Ksemakirti, Atmananda Jaina Sabha, Bhavnagar, 1933 - 8.

Brhatsamhita of Varahamihira (with Bhattotpala's commentary0, ed. Sudhakara Dvivedi, The Vizianagaram Sanskrit Series, X, 2 pts., Banaras, 1895 - 7;

Eng. tr. V. Subrahmanya Sastri and M. Ramakrishna Bhat, 2 vols., Bangalore, 1947.

Brockington, John, *The Righteous Rama*, Oxford University Press, Delhi, 1984.

The Sanskrit Epics, E.J. Brill, Leiden, 1998.

Brown, W. Norman, 'The Sanctity of the Cow in Hinduism,' *Madras University Journal*, XXVIII, no. 2, 1957, pp. 29 - 49.

Man, in the Universe, University of California Press, Berkeley, 1966.

Buhnemann, Gudrun, *Puja: A Study in Smarta Ritual*, Publications of the De Nobili Research Library, Gerold & Co., Vienna, 1988.

Caland, W., 'Eine dritte Mitteilung uber das Vadhulasutra' *Acta Orientalia*, vol. 6 (1928), pp. 97-241.

Caraka Samhita, ed. Brahmanand Tripathi, Chowkhamba Surabharati Prakashan, Varanasi, 4th edn., 1996; *Caraka - Samhita*, text and tr., Priyavrat Sharma, Chowkhamba Orientalia, Delhi / Varanasi, 1981.

Caturvargacintamani of Hemadri, vol. III (Parisesakhanda), pt. 2 (Sraddhakalpa-2), ed. Pandit Yajnesvara Smrtiratna and Pandit Kamakhyanatha Tarkavagisa, Chowkhamba Sanskrit Sansthan, Varanasi, 1985; vol. IV, Prayascittakhandam, ed. Pandit Pramatha Natha Tarkabhusana, Asiatic Society, Calcutta, 1911.

Chakravarty, Taponath, *Food and Drink in Ancient Bengal*, Firma K.L. Mukhopadhyaya, Calcutta, 1959.

Chandogya Upanisad, in S. Radhakrishnan, *The Principal Upanisads, Cendogya Upanisad*, ed., Oxford University Press, Delhi, 1989.

Chapple, Christopher Key, *Nonviolence to Animals, Earth, and Self in Asian Traditions*, State University of New York Press, Albany, 1993.

'Ahimsa in the Mahabharata: a story, a philosophical perspective, and an admonishment', *Journal of Vaisnava Studies*, 4.3(1996), pp. 109 - 25.

Chattopadhyaya, Brajadulal, *Representing the Other?: Sanskrit Sources and Muslims*, Manohar, Delhi, 1998.

Choudhary, Gulabchandra, *Jain Sahitya ka Brhad Itihas*, 6 pts., Parshvanath Vidyashram Shodh Sansthan, Varanasi, 1966 - 73.

Crooke, W., *The Popular Religion and Folklore of Northern India*, 2 vols., 2nd edn., 1896, Indian rpt., Munshiram Manoharlal, Delhi, 1974.

'The Veneration of the Cow in India', *Folklore*, XXIII, 1912, pp. 275 -306.

A Glossary of North Indian Peasant Life, ed. with an introduction by shahid Amin, Oxford University Press, Delhi, 1989.

Chattopadhyay, Aparna, 'A Note on Beef - Eating in Mauryan Times,' *Indo - Asian Culture*, vol. XVII, no. 2 (April 1968), pp. 49 - 51.

Dakavacanamrta, pts. 1 - 2, Kanhaiyalal Krishnadas, Shri Rameshwar Press, Dar-bhanga, 1924, pt. III, n.d.

Dandekar, R.N., Vedic *Bibliography*, vol. I, Karnataka Publishing House, Bombay, 1946; vols. 2 - 5, Bhandarkar Oriental Research Institute, Poona,

1973 - 93.

Dandekar, V.M., 'Cow Dung Models', *Economic and Political Weekly,* 4 (1969), pp. 1267 - 9.

'India's Sacred Cattle and Cultural Ecology,' *Economic and Political Weekly,* 4 (1969), 1559 - 67.

'Sacred Cattle and More Sacred Production Functions', *Economic and Plitical Weekly,* 5 (1970), pp. 527, 529 - 31.

Dange, S.A., *Encyclopaedia of Puranic Beliefs and Religious Practices,* Navrang-New, Delhi, 1986.

Dani, A.H. and V.M. Masson, eds., *History of Civilizations of Central Asia,* I, UNESCO Publishing, Paris, 1992.

Dargyay, Eva K. 'Buddhism in Adaptation: Ancestor Gods and Their Tantric Counterparts in the Religious Life of Zanskar', *History of Religion,* vol. 28, no. 2 (November 19880, pp. 123 - 34.

Dasavaikalika Sutra, Nirnaya Sagar Press, Bombay, 1918.

Dasgupta, R.K. 'Spirit of India - I', *Statesman,* 15 March 2001.

Deo, S.B., *History of Jaina Monachism,* Deccam College Research Institute, Poona, 1956.

Deussen, p., *The Philosophy of the Upanisads,* London, 1906.

Devahuti, D., *Harsha : A Political Study,* 2nd edn., Oxford University Press Delhi, 1983.

Devalasmrti in Bis Smrtiyan (Twenty Smrtis with Hindi tr.), ed. Shriram Sharma Acharya, Sanskriti Sansthana, Bareli, 1966.

Devibhagavatapurana, Nag Publishers, Delhi, 1986.

Devi Purana, ed. Pushpendra Kumara Sharma, Shri Lal Bahadur Sastri Ken driya Sanskrit Vidyapeeth, Delhi, 1976.

Dhammapadam (with a goloss), ed. Shri Satkari Sharma Vangiya and Hindi tr. Kancchedilal Gupta, Chowkhamba Vidyabhavan, 4th edn., Varanasi,1960.

Diakonow, I.M., 'On the Original Home of the speakers of Indo - European', *Journal of Indo - European Studies,* XIII (1985), pp. 92 - 174.

Diener, Paul and Eugene E. Robkin, 'Ecology, Evolution, and the Search for Origins: The Question of Islamic Pig Prohibition,' *Current Anthropology,* vol. 19, no. 3 (September 1978), pp. 493 - 540.

Digha Nikaya, 3 vols., ed. Bhikhhu Jagdish Kassapa, Nalanda - Devanagari - Pali Series, Pali Publication Board, Bihar Government, 1958, *Digha Nikaya,* ed. T.W. Rhys Davids and J.E. Carpenter, 3 vols., London, 1890 - 1911; tr. T.W. Rhys Davids, 3 vols., London, 1889 - 1921.

Divanji, P.G. '*Lankavatarasutra* on Non - Vegetarian Diets,' *Annals of* the *Bhandarkar Oriental Research Institute,* vol. 18 (1940), pp. 317 - 22.

Drew, Frederic, *The Jammoo and Kashmir Territories: A Geographical Ac count,* Edward Stanford, London, 1875.

Dixit, K.K., *Slokavarttika: A .Study,* L.D. Institute of Indology, Ahmedabad, 1983.

Dugar, Pandit Hiralal Jain, *Shramana Bhagavan Mahavira tatha Mamsahara Parihara,* Shri Atmanand Jain Mahasabha (Panjab), Shri Jainendra Press, Delhi, 1964.

Dumont, Louis, *Homo Hierachicus,* Oxford University Press, Delhi, 1988.

Dundas, Paul, *The Jains,* Routledge, London and New York, 1992.

'Food and Freedom: The Jaina Sectarian Debate on the Nature of the Kevalin', *Religion,* XV (1985), pp. 161 - 98.

Einoo, Shingo, *Die Caturmasya oder die altindischen Tertialopfer dargestellt nach den Vorschriften der Brahmanas und der Srautasutras,* Monumenta Serindica no. 18, Tokyo, 1988.

'The Formation of the Puja Ceremony,' in Hanns - Peter Schmidt and Albrecht Wezler, eds., *Veda - Vyakarana - Vyakhyana: Festschrift Paul Thieme zum 90,* Verlag fur Orientalistische Fachpublikationen, Reinbek, 1996, pp.73-87.

'The Autumn Goddess Festival described in the Puranas', in Masakazu Tanaka and Musashi Tachikawa, eds., *Living With Sakti: Gender, Sexuality and Religion in South Asia,* National Museum of Ethnology, Osaka, 1999, pp. 33 - 70.

'Is the Sarasvatasattra the Vedic Pilgrimage?;' in K. Kimura, F. Sueeki, A. Saito, H. Marui and M. Shimoda, eds., *Sunyata and Reality: Volume in Memory of Professor Ejima Yasunori* (CD - Rom Book), Shunjusha Co., Tokyo, 2000.

'Notes on the Initiation Rites in the Grhyaparisistas,' unpublished manuscript.

Elmore, Theodore, *Dravidian Gods in Modern Hinduism,* University of Nebraska Press, Lincoln, 1915.

Epigraphia Indica, vols, IV, XXI, XXIV.

Erdosy, George, ed., *The Indo - Aryans of Ancient South Asia,* Munshiram Manoharlal, Delhi, 1997.

Eschman, A., Hermann Kulke and G.C. Tripathi, eds., *The Cult of Jagannatha and the Regional Tradition of Orissa,* Manohar, Delhi, 1978.

Falk, Harry, 'Soma I and II', BSOAS, 52, pt. 1 (1989), pp. 77 - 90.

Falk, Harry, 'Zur Tierzucht im Alten Indien,' *Indo - Iranian Journal,* 24 (1982), pp. 169 - 80.

Freitag, Sandria, 'Sacred Symbol as Mobilizing Ideology: The North Indian Search for a "Hindu" Community,' *Comparative Studies in Society and History,* vol. 22 (1980), pp. 597 - 625.

Collective Action and Community: Public Arena and the Emergence of Communalism in North India, Oxford University Press, Delhi, 1990.

'Contesting in Public : Colonial Legacies and Contemporary Communalism,'in David Ludden, ed., *Making India Hindu,* Oxford University Press, Delhi,1996.

Frontline, 13 April 2001.

Furer - Haimendorf, Christoph von, *The Aboriginal Tribes of Hyderabad*, 2 vols., Macmillan, London, 1943.

Gandhi, M.K., *How to Serve the Cow,* Navjivan, Ahmedabad, 1954.

-----, *An Autobiography or The Story of My Experiments with Truth,* Navjivan Trust, Ahmedabad, 1927, rtp. October 2000.

Ganguli, R., 'Cattle and Cattle - Rearing in Ancient India,' *Annals of the Bhandarkar Oriental Research Institute,* vol. XII (1931), pp.216 - 30.

Garudapurana, Nag Publishers, Delhi, 1984.

Gaur, R.C., *Excavations at Atranjikhera,* Motilal Banarsidass, Delhi, 1983.

Gautama Dharmasutra, ed. Adolf Friedrich Stenzler, Sanskrit Text Society,London, 1876; Eng. tr. G. Buhler, SBE II, Oxford, 1879.

Gobhila Grhyasutra, ed. Chintamani Bhattacharya, Calcutta Sanskrit Series no. 17, Calcutta, 1936, Eng. tr. H. Oldenberg, SBE XXIX, Oxford, 1886; text with Hindi translation, Thakur Udaya Narain Singh, Chowkhamba Sanskrit Pratisthan, Delhi, 1992.

Gode, P.K., *Studies in Indian Cultural History,* vol. III, Bhandarkar Oriental Institute, Poona, 1969.

Gombrich, Richard, *Theravada Buddhism: A Social History from Ancient Benares to Modern Colombo,* Routledge & Kegan Paul Ltd., London - New York, 1988.

Gonda, J., *The Savayajnas,* Amsterdam, 1965.

-----, *Vedic Literature,* Otto Harrassowitz, Wiesbaden, 1975.

-----, *Change and Continuity in Indian Religion,* Munshiram Manoharla, Delhi, 1997.

------, *Vedic Ritual: The Non - Solemn Rites,* E.J. Brill, Leiden, 1980.

Gopal, Ram, *India of Vedic Kalpasutras,* National Publishin House, Delhi,1959.

Gopatha Brahmana, ed. Rajendra Lal Mitra, rpt., Indological Book House, Delhi, 1972; ed. Dieuke Gaastra, *Das Gopatha Brahmana,* Leiden, 1919.

Teun Goudriaan and Sanjukta Gupta, *Hindu Tantric and Sakta Literature,* Ottom, Harrassowitz, Wiesbaden, 1981.

Gunasekara, V.A., 'Buddhism and Vegetarianism, The Rationale for the Buddha's Views on the Consumption of Meat', *Buddhasasana Home Page* (English Section). http: /www.up.net.au / slsoc / budsoc. html.

Grhastharatnakara of Candesvara, Bibliotheca Indica, Calcutta, 1928.

Halayudhakosah (Abhidhanaratnamala), ed. Jaishankar Joshi, Uttar Pradesh Hindi Sansthan, 3rd edn., Lucknow, 1993.

Halbfass, Wilhelm, *Tradition and Reflection: Explorations In Indian Though,* Sri Satguru Publications, Delhi, 1992.

Handiqui, K.K., *Yasastilaka and Indian Culture,* Jaina Samskriti Samrakshaka Mandala, Sholapur, 1949.

Harcourt, A.F.P., *The Himalyan Districts of Kooloo, Lahoul and Spiti* (Selections from the Records of the Government of the Punjab, New Series no. X), rpt., Vivek Publishing Company, Kamla Nagar, Delhi, 1982.

Harijan, 15 September 1940.

Haritasmrti, in Astadasasmrtyah (Hindi tr. Sundarlal Tripathi, Khemraj Shrikrishnadas) Venkateshwar Steam Press, Bombay, Saka 1846.

Harris, Marvin, 'The Cultural Ecology of India's Sacred Cattle,' Current Anthropology, 7, 1966, pp. 51 - 66.

-----,Cows, Pigs, Wars and Witches, Random House, New York, 1974.

Harsacarita (with the commentary of Sankara), ed. K.P. Parab, 5th edn., Nirnaya Sagar Press, Bombay, 1925; tr. E.B. Cowell and F.W. Thomas, London, 1929.

Hazra, R.C., Studies in the Puranic Records on Hindu Rites and Customs, 2nd edn., Motilal Banarsidass, Delhi, 1975.

Heston, Alan, 'An Approach to the Sacred Cow of India,' Current Anthropol ogy, 12 (1971), pp. 191 - 209.

Heesterman, J.C., The Ancient Indian Royal Consecration, Mouton & Co., The Hague, 1957.

-----, 'Vratya and Sacrifice,' Indo-Iranian Journal, VI (1962), pp. 1 - 37.

-----, Review of Alsdof, Beitrage zur Geschichte von Vegetarismus in Indo - Inranian Journal, IX (1966), pp. 147 - 9.

-----, 'Non - Violence and Sacrifice,' Indologica Taurinensia, XII (1984), pp.119-27.

-----, The Broken World of Sacrifice: An Eassay in Ancient Indian˙ Ritual, The University of Chicago Press, Chicago, 1993.

Hiltebeitel, Alf, 'On the Handling of the Meat, and Related matters, in Two South Indian Buffalo sacrifices, L'Uomo, 9, pp. 171 - 99.

-----, 'Sexuality and Sacrifice: Convergent Subcurrents in the Firewalking Cult of Draupadi', in Fred W. Clothey, ed., Images of Man : Religion and Historical Process in South Asia, New Era, Madras, 1982, pp. 72 - 111.

-----, ed., Criminal Gods and Demon Devotees: Essays on the Gods of Popular Hinduism, Manohar, Delhi, 1990.

Hiranyakesi Grhyasutra, Anandasrama samskrtagranthavalih 53, pt. 8, 1929; Eng.tr. H. Oldenberg, SBE XXIX, Oxford, 1886. ·

Hiranyakesi Srautasutra, Anandasrama samskrtagranthavalih 53, 10 vols., 1907-32.

Hopkins, E. Washburn, 'The Buddhist Rule Against Eating Meat,' Journal of American Oriental Society, XXVII (1907), pp. 455 - 64.

Hutton, J.H., Caste in India, 4th edn., Oxford University Press, London, 1963.

Imperial Gazetteer of India, Provincial Series, Kashmir and Jammu, Calcutta, 1909.

India Today,15 April 1993.

Jaiminiya - Brahmana of the Sama Veda, ed. Raghu Vira and Lokesh Chandra, Sarasvati - Vihara Series 31, Nagpur, 1954.

Jaiminiya Grhyasutra, ed. W. Caland, *De literatuur van den Samaveda en het Jaiminiyagrhyasutra,* Amsterdam, 1906; Eng. tr. W. Caland, Punjab San skrit Series 2, Lahore, 1922.

Jaiminiya Upanisad Brahmana, ed. Hanns Oertel, *Journal of American Oriental Society,* 16 (1893 - 6), pp. 72-260.

Jain, D.C. *Economic Life As Depicted in Jaina Canonical Literature,* Research Institute of Prakrit, Jainology and Ahimsa, Vaishali, 1980.

Jain, Jagdish Chandra, *Prakrit Sahitya Ka Itihas,* Chowkhamba Vidya Bhavan, Varanasi, 1961.

-----, *Jaina Agama Sahitya men Bharatiya Samaja,* Chowkhamba Vidya Bhavan, Varanasi, 1965.

-----, *Prakrit Narrative Literature: Origin and Growth,* Munshiram Manoharlal, Delhi, 1981.

-----, *Life in Ancient India as Depicited in the Jain Canom and Commentaries,* 2nd edn. Munshiram Manoharlal, Delhi, 1984.

Jain, Jyoti Prasad, *The Jaina Sources of the History of Ancient India,* Munshiram Manoharlal, Delhi, 1964.

Jain, Prem Suman, *Kuvalayamalakaha Ka Samskritik Adhyayana,* Institute of Prakrit, Jainology and Ahimsa, Vaishali, 1975.

Jaini, P.S., *Collected Papers on Jaina Studies,* Motilal Banarsidass, Delhi,2000.

Jamison, Stephanie W., *The Ravenous Hyenas and the Wounded Sun: Myth and Ritual in Ancient India,* Cornell University Press, Ithaca and London, 1991.

Jataka with commentary ed. V. Fausbill, 7 vols., London, 1877 - 97; Hindi tr., Bhadanta Ananda Kausalyayana, Hindi Sahitya Sammelan, Prayag,Samvat 2008 - 14.

Jha, D.N., *Ancient India in Historical Outline,* Manohar, Delhi, 1998, rpt. March 2001.

Jha, Vivekanand, 'Stages in the History of Untouchables,' *Indian Historical Review,* II, 1 (July 1975), pp. 14 - 31.

Joshi, Laxmansastri, 'Was the Cow Killed in Ancient India?', *Quest,* 75 (March - April 1972), pp. 83 - 7.

Jolly, Julius, *Hindu Law and Custom,* First published in German, 1896 ; Eng. tr. Batakrishna Ghosh, Bhartiya Publishing Housem Delhi, 1975.

Joshi, J.P. 'A Note on the Excavation at Bhagwanpura,' *Puratattva,* no. 8 (1975-6).

-----, *Excavation at Bhagwanpura 1975 - 76,* Archacological Survey of India, Delhi, 1993.

Kalikapurana, pts. 1 - 2, ed. B.N. Shastri, Nag Publishers, Delhi, 1991.
Kalpa Sutra, Eng. tr., H. Jacobi, SBE XXII, Oxford, 1884.
Kane, P.V., *History of Dharmasastra,* 5 vols., 2nd edn., Bhandarkar Oriental Research Institute, Poona, 1968 - 77.
Kapadia, H.R., 'Prohibition of Flesh Eating in Jainism,' *Review of Philosophy and Religion,* IV (1933), pp. 232 - 9.
-----, *A History of the Canonical Literature of the Jainas,* Surat, 1941.
Kapisthala - Katha - Samhita, ed. Raghu Vira, 2nd edn., Delhi, 1968.
Kasyapiyakrsisukti, ed. G. Wojtilla, *Acta Orientalia Academial Saentianum Hung,* XXXIII, no. 2 (1979).
Kathaka Grhyasutra, ed. W. Caland, Research Department, D.A.V. College, Lahore, 1925; *Das Kathaka - Grhya - Sutra,* ed. Caren Dreyer, Stuttgart,1986.
Kathaka Samhita, ed. Leopold von Schroeder, *Kathakam, Die Samhita der Katha Sakha,* 3 Bde, Leipzig, 1900 - 10.
Kathasaritasagara of Somadeva, de. with Hindi tr. Pandit Kedarnath Sharma, Bihar Rashtrabhasha Parisad, Patna, 1960.
Kathopanisad in S. Rashtrabhashnan, *The Principal Upanisads,* Contebart Edn., Oxford University Press, Delhi, 1989, 4th Impression, 1991.
Katyayana Srautasutra, ed. Albercht Weber, Berlin - London, 1859, rpt., Chowkhamba Sanskrit Series, Varanasi, 1972; ed. W. Caland, Bibliotheca Indica, Calcutta, 1941; Eng. tr., H.G. Ranade, Deccan College, Poona, 1978.
Kausika - sutra of the Atharvaveda with extracts from the commentaries of Darila and Kesava, ed. M. Bloomfield, *Journal of American Oriental Society,* 14 (1890).
Kausitaki Brahmana, ed. B. Lindner, Jena, 1887; Eng. tr., A.B. Keith, Rigveda Brahmanas: *The Aitareya and Kausitaki Brahmanas of the Rigveda,* Harvard University Press; 1st Indian rpt, edn., Motilal Banarsidass, Delhi, 1971.
Keith, A.B., *The Religion and Philosophy of the Veda and Upanishads,* Harvard Oriental Series 31, Cambridge, Massachusetts, 1925; Indian rpt., Motilal Banarsidass, Delhi, 1970.
Khadira Grhyasutra (with the commentary of Rudraskanda) ed. tr. and published by Thakur Udaya Narayana Singh, Muzaffarupur, 1934: Eng. tr. H. Oldenberg, SBE XXIX, Oxford, 1886.
Kochhar, Rajesh, *The Vedic People: Their History and Geography,* Orient Longman, Delhi, 1999.
Kosambi, D.D., *Introduction to the Study of Indian History,* Popular Prakashan, Bombay, 1956.
Krtyakalpataru of Laksmidhara, ed. K.V. Rangaswami Aiyangar, Gaekwad Oriental Series, Baroda, 1950.
Krsiparasara, ed. and tr. G.P. Majumdar and S.C. Banerji, Bibliotheca Indica, Calcutta, 1960.

Kurmapurana, ed. Pancanana Tarkaratna, Vangavasi Press, Calcutta, 1332 BS.

Kuvalayamala of Uddyotanasuri, 2 pts., ed. A.N. Upadhye, Singhi Jain Series, Bombay, 1959, 1970.

Lal, B.B., 'Excavations at Hastinapur and other Explorations in the Upper Ganga and Satlej Basins 1950 - 52,' *Ancient India*, nos. 10 - 11 (1954 -5) pp. 5 - 151.

Lankavatarasutra, ed. Bunyiu Nanjio, Kyoto, 1923; tr. D.T. Suzuki, Routledge, 1932.

Latyayana Srautasutra, ed. Anandachandra Vedantavagisa, Bibliotheca Indica, Calcutta, 1870 - 2 ; new edn, with appendix containing corrections and emendations to the text, C.G. Kasikar, Delhi,. 1982.

Legge, James, *Fahien's Record of the Buddhistic Kingdoms*, Oxford, 1886.

Lincoln, Bruce, *Priests, Warriors and Cattle*, University of California Press, Berkeley and Los Angeles, 1982.

Lodrick, Deryck O., *Sacred Cows and Sacred Places: Origins and Survivals of Animal Homes in India*, University of California Press, Berkeley, 1981.

Ludden, David, *Making India Hindu*, Oxford University Press, Delhi, 1996.

Macdonell, A.A., *Vedic Mythology*, Strassburg, 1897; Indian rpt., Indological Book House, Varanasi,. 1963.

Macdonell, A.A. and A.B. Keith, *Vedic Index of Names and Subjects*, 2 vols., Indian rpt., Motilal Banarsidass, Delhi - Varanasi - Patna, 1958 [Unless otherwise specified this edn. has been used], Macdonell and Keith, *Vidic Index*, I, pp. 580 - 2 (Hindi translation by Ramkumar Raj, Chowkhamba Vidyabhavan, Varanasi, 1962).

Maitrayani Samhita, ed. Leopold von Schroeder, 4 Bde, Leipzig, 1881 - 6.

Maitrayaniya Upanisad, in S. Radhakrishnan, *Th Principal Upanisads*, Centenary Edn., Oxford University Press, Delhi,. 1989.

Majjhima Nikaya, ed. P.V. Bapat (vol.I); Rahul Sanskrityayana (vols. 2 -3). Nalanda Devanagari Pali Series, Bihar Government, 1958. Hindi tr. Rahul Sanskrityayana, Mahabodhi Sabha, Varanasi, 2nd edn., 1964.

Mahabharata, 19 vols., Critical edn., Bhandarkar Oriental Research Institute, Poona, 1933 - 59.

Mahaviracarita, ed. with Hindi tr. Rampratap Tripathi Shastri, Lok Bharati Prakashan, Allahabad, 1973.

Malalasekera, G.P., *Dictionary of Pali Proper Names*, 2 vols., 1st edn., Pali Text Series, 1937, 1st Indian edn., Munshiram Manoharlal, Delhi, 1983.

Malamoud, Charles, *Cooking the World: Ritual and Though in Ancient India*, Oxford University Press, Delhi, 1996.

Mallory, J.P., *In Search of the Indo - European Language, Archaeology and Myth*, London, 1991.

Malvaniya, Dalsukh, *Nisitha: Ek Adhyayana*, Sanmati Jnana Pith, Agra, n.d.

Mamsatattvaviveka of Visvanatha Nyaya Pancanana, Sarasvatibhavan Sereis, Benaras, 1927.

Manasollasa of Somesvara, 2 vols., Gaekwad Oriental Series, Baroda, 1925, 1939.

Manavagrhyasutra of the Maitrayaniya Sakha (with the commentary of Astavakra), ed. Ramakrishna Harshaji, Delhi, 1982.

Manavasrautasutra belonging to the Maitrayani Sakha, ed. J.M. van Geldner, Satapitaka Series 17, Delhi, 1961.

Vettam Mani, *Puranic Encyclopedia*, rpt., Motilal Banarsidass, Delhi, 1984.

Manusmrti or Manava Dhamasastra (with the commentaries of Medhatithi, Sarvajnanarayana, Kulluka, Raghavananda, Nandana, and Ramacandra) ed. V.N. Mandalika, Ganpat Krishnaji's Press, Bombay, 1886; Eng. tr., G. Buhler, SBE XXV, Oxford, 1921.

Markandeya Purana, ed. K.M. Banerjee, Bibliotheca Indica, Calcutta, 1862; Eng.tr. F.E. Pargiter, Bibliotheca Indica, Calcutta, 1904.

Daigan and Alicia Matsunaga, *The Buddhist Concept of Hell*, Philosophical Library, New York, 1972.

Matsyapurana (= SrimaddvaipayanamunipranitamMatsyapuranam),Anandashrama Sanskrit Series, Poona, 1981.

Mayrhofer, Manfred, *A Concies Etymologival Dictionary*, 4 vols., Carl Winter, Universitatsverlag, Hiedelberg, 1956 - 80. Revised edition as *Etymologisches Worterbuch des Altindoarischen*, 3 Baender, Carl Winter, Universitaetsverlag, Heidelberg, 1986 - 98.

McDermott, James P., 'Animals and Humans in Early Buddhism,' *Indo- Inranian Journal.* 32 (1989), pp. 269 - 80.

Meghaduta (with the commentary of Mallinatha), ed. And tr. M.R. Kale, 8th edn., Motilal Banarsidass, Delhi, rpt., 1979.

Meulenbeld, G. Jan, *A History of Indian Medical Literature*, vols. IA and IB, Egbety Forsten, Groningen, 1999.

Milindapanho, ed. V. Trenckner, London, 1928; Eng. tr. T.W. Rhys Davids, *The Questions of King Milinda*, SBE XXXV - XXXVI, Oxford, 1890 - 4.

Mishra, Shivashekhar, *Manasollasa: Ek Sanskritik, Adhyayana*, Chowkhamba Vidyabhavan, Varanasi, 1966.

Mitra, R.L., *Indo - Aryans: Contributions to the Elucidation of Ancient and Medieval History*, 2 vols., rpt., Indological Book House, Varanasi, 1969.

Rajendralal Mitra: 150th Anniversary Lectures, The Asiatic Society, Calcutta, 1978.

Modak, B.R., *The Ancillary Literature of the Atharvaveda: A Study with special reference to the Parisistas*, Rashtriya Veda Vidya Pratishthan New Delhi, 1993.

Moharajaprajaya of Yasahpala, Gaekwad Oriental Series, 9, Baroda, 1918.

Monier - Williams, M., *Sanskrit - English Dictionary*, new edn., Motilal Banarsidass, Delhi, 1963.

Mylius, Klaus, *Worterbuch des Altindischen Rituals*, Institute fur Indologie, Wichtrach, 1995.

Naisadhamahakavyam (with the commentary of Mallinatha), ed. Haragovind Shastri, Chowkhamba, Varanasi, 1981; Eng. tr. *Naisadhacarita of Sriharsa* (with commentarids), K.K. Handiqui, Deccan College, Poona, 1965.

Nalacampu of Trivikrama, eds., Durgaprasad and Sivadatta, Nirnaya Sagara Press, Bombay, 1885, 3rd edn., Bombay, 1921; also ed. Chowkhamba San skrit Series, Benaras, 1932.

Naradasmrti, ed. Julius Jolly, Calcutta, 1885; Eng. tr., Julius Jolly, *The Minor Law - Books*, SBE XXXIII, Oxford, 1889.

Naradiyamahapurana, Nag Publishers, Delhi, 1984.

Nariman, J.K. *Literary History of Sanskrit Buddhism*, 2nd edn., rpt., Pilgrims Book, Pvt. Ltd., Delhi, 1972.

Nath, B., 'Animal Remains From Hastinapur,' *Ancient India*, nos. 10 - 11 (1954-5), pp. 107 - 20.

Nath, B., 'Animal' Remains from Rupar and Bara Sites, Ambala district, E. India,' *Indian Museum Bulletin, 3*, nos. 1 - 2, pp. 69 - 116.

Vijay, Nath, *'Mahadana:* The Dynamics of Gift - economy and the Feudal Milieu,' in D.N. Jha, ed., *The Feudal Order: State, Society and Idcology in Early Medieval India*, Manohar, Delhi, 2000, pp. 411 - 40.

Nisitha Curni (Nisitha Visesa Curni) of Jinadasagani (with commentary0, ed. Kavi Amar Muni Upadhyaya and Muni Kanhaiyalal, Agra, 1957 / 60.

Nyberg, Harri, 'The Problem of the Aryans and the Soma: The Botanical Evidence,' in George Erdosy, ed., *The Indo - Aryans of Ancient South Asia*, Munshiram Manoharlal, New Delhi, 1997.

O'Flaherty, W.D., *Asceticism and Eroticism in the Mythology of Siva*, Oxford University Press, London. 1973.

Oldenberg, Herman, *The Grhyasutras*, SBE XXIX, Oxford, 1886.

-----, *Rgveda: Textkritische und exegetische Noten*, Weidmannsche Buchhandung, Berlin, 1912.

O' Malley, L.S.S., *Indian Caste Customs*, Cambridge University Press, 1932.

Palapiyusalata of Madana Upadhyaya, Gourisayantralaya, Darbhanga, Samvat 1951.

Pancavimsa Brahmana, ed. A Chinnaswami Sastri, *Tandyamahabrahmana belonging to the Sama Veda with the commentary of Sayanacarya*, 2 vols., Kashi Sanskrit Series, Haridas Sanskrit Granthamala 105, Benaras, 1935-6; Eng. tr. Caland, Asiatic Society, Calcutta, 1931.

Pandey, Gyan, 'Rallying round the Cow,' in Ranajit Guha, ed., *Subaltern*

Studies, II, Oxford University Press, Delhi, 1983.

Paramatthajotika, Colombo, 1920.

Parasarasmrti, ed. Daivajnavacaspati Srivasudeva, Chowkhamba Sanskrit Series, Varanasi, 1968; ed. with Hindi tr. Shriguruprasad Sharma, Chowkhamba Vidya Bhavan, Varanasi, 1998; *Astadasasmrtyah* (with Hindi tr. by Sundarlal Tripathi, Khemraj Shrikrishnadas, Venkateshwar Steam Press, Bombay, Saka 1846.

Paraskara Grhyasutra, ed. Mahadeva Gangadhar Bakre, Bombay, 1917. Ed. Jagdish Chandra Mishra, Chowkhamba, Varanasi, 1991; Eng. tr. H. Problem of the Aryans and the Soma: Textuallinguistic and Archaeological Evidence,' George Erdosy, ed., The Indo - Aryans of *Ancient South Asia,* Munshiram Manoharlal, Delhi, 1997.

Pillay, K. K., *A Social History of Tamils,* I, University of Madras, 1975.

Prabandhacintamani of Merutungasuri, ed. Muni Jinavijaya, Singhi Jain Series, I, Santiniketan, 1933; Eng. tr. C.H. Tawney, rpt., Indian Book Gallery, Delhi, 1982.

Prabha, Chandra, *Historical Mahakavyas in Sanskrit (Eleventh to Fifteenth Century),* Delhi, 1976.

Prabhavakacarita of Prabhacandra, ed. H.M. Sharma, Nirnaya Sagar Press, Bombay, 1909; ed. Jinavijaya, Singhi Jain Series, Ahmedabad, 1940.

Prachin Bharat men Gomamsa: Ek Samiksha (author not mentioned), published by Motilal Jalan, Gita Press, Gorakhpur, n.d.

Prakash, Om, *Food and Drinks in Ancient India,* Munshiram Manoharlal, Delhi, 1961.

Prasad, Chandra Shekhar, 'Meat - Eating and the Rule of Tikoti -parisuddha,' in A.K. Narain, ed., *Studies in Pali and Buddhism,* B.R. Publishing Corporation, Delhi, 1979.

Prayogaparijata of Nrsimha, Nirnaya Sagar Press, Bombay, 1916.

Proudfoot, I., *Ahimsa and A Mahabharata Story,* Australian National University, Canberra, 1987.

Radhakrishnan, S., *The Principal Upanisads,* Centenary Edn., Oxford University Press, Delhi, 1989.

Rahula, Walpola, *History of Buddhism in Ceylon,* M.D. Gunasena, 2nd edn., Colombo, 1966.

Rahula, Walpola, 'Memorandum by Walpola Rahula of the Early Sources For the Meaning of *Sukaramaddava,' Journal of American Oriental Society,* 102.4 (1982), pp. 602 - 3.

Raj, K.N., 'India's Sacred Cattle: Theories and Empirical Findings,' *Economic and Political Weekly,* 6 (1971), pp. 717 - 22.

Sundara Ram, L.L., *Cow Protection in India,* The South Indian Humanitarian League, Madras, 1927.

Ramachandran, Rajesh, 'A Crisis of Identity,' *The Hindustan Times*, 7 May 2000.

Ramayana, c ritical edn., 7 vols., Oriental Institute, Baroda, 1960 - 75; *The Valmiki Ramayana according to southern recension*, 2 vols. ed. T. R. Krishnacharya, 1st edn., Kumbakonam, 1905, rpt., Sri Satguru Publications, Delhi,1982.

Rasavahim, ed. Saranatissa Thera, Colombo, 1920.

Renfrew, Colin, *Archaeology and Language: The Puzzle of Indo - European Origins*, Penguin, Harmondsworth, 1989.

Renou, Louis, *Bibliographie Vedique*, Librairie D'ameriqueet D'Orient, Paris, 1931.

Renou, Louis, *Etudes Vediques et Panineennes*, Editions E. de Boccard, Paris, 1966.

Renou, Louis, *Vedic India*, Indological Book House, Varanasi, 1971.

Rgveda, ed. Theodor Aufrecht, *Die Hymnen des Rigveda*, 2 Bde. 2. Auflge Bonn, 1877; German tr. K. Fiedrich Geldner, *Der Rigveda*, Harvard Oriental Series XXXIII - XXXVI, Cambridge, Massachusetts, 1951 - 7.

Rhys Davids, T.W., *Buddhist India*, 1st edn., T. Fisher Unwin, London, 1911; Indian rpt., Motilal Banarsidass, Delhi, 1971.

Rolland, Romain, *The Life of Vivekananda and the Universal Gospel*, Advaita Ashrama, Calcutta, Eleventh Impression, August 1988.

Ronnow, K., 'Zur Erklarung des Pravargya, des Agnicayana und Sautramani,' *Le Monde Oriental*, 23 (1929), pp. 113 - 73.

Roy, Pradipto, 'The Sacred Cow in India,' *Rural Sociology*, 20 (1955), pp. 8-15.

-----, 'Social Background,' *Seminar No. 93: The Cow* (May 1967), pp. 17 - 23.

Sabdakalpadruma by Raja Radhakant Deva, vols, 1-5, rpt., Nag Publishers, Delhi, 1987.

Sachau, Edward C., *Alberuni's India*, 1st published 1910, rpt., Nag Publications, Delhi, 1996.

Sadvimsabrahmana, ed. Herman Frederick Eelsingh, Leiden, 1908.

Sahu, B.P., *From Hunters to Breeders*, Anamika Prakashan, Delhi, 1988.

-----, 'Patterns of Animal Use in Ancient India,' *Proceedings*, Indian History Congress, 48th Session, Goa, 1987.

Samaraiccakaha of Haribhadrasuri, ed. H. Jacobi, Calcutta, 1926.

Samvarttasmrti, Astadasasmrtyah (Hindi tr. Sundarlal Tripathi, Khemraj Shrikrishnadas), Venkateshwar Steam Press, Bombay, Saka 1846.

Samyutta Nikaya, ed. Bhikkhu J. Kashyap, Nalanda Devanagari Pali Series, Pali Publication Board, Bihar Government, 1959, 4 vols. Hindi tr. Bhikkhu Jagdish Kashyap, 2 pts., Mahabodhi Sabha, Varanasi, 1954.

H.D. Sankalia, '(The Cow) In History,' *Seminar* no. 93, May 1967.

-----, *Prehistory and Protohistory of India and Pakistan*, 2nd edn., Deccan College, Poona, 1974.

Sankhasmrti in Astadasasmrtyah (Hindi tr. Sundarlal Tripathi, Khemraj Shrikrishnadas), Venkateshwar Steam Press, Bombay, Saka 1846.

Sankhyayana Grhyasutra, ed. S.R. Sehgal, Delhi, 1960; Eng. tr., H. Oldenberg, SBE XXIX. Oxford, 1886.

Sankhyayana Srautasutra, ed. Albercht Weber, Berlin - London, 1855; Eng. tr., Julius Eggeling, 5 vols, SBE XII, XXVI, XLI, XLIII, XLIV, Oxford, 1882, 1885, 1894, 1885, 1900.

Satatapasmrti in Astadasasmrtyah (Hindi tr. Sundarlal Tripathi, Khemraj Shrikrishnadas), Venkateshwar Steam Press, Bombay, Saka 1846.

Saurapurana by Srimat Vyas, ed. Pandit Kashinath Sastri, Anandasrama Sanskrit Series no. 18, Poona, 1889.

Schmidt, Hanns - Peter 'The Origin of Ahimsa,' in *Melanges d'Indianisme a la memoire de Louis Renou,* Editions E. de Boccard, Paris, 1968.

-----, 'Ahimsa and Rebirth,' in Michael Witzel, ed., *Inside the Texts Beyond the Texts: New Approaches to the Study of the Vedas,* Harvard Oriental Series, Opera Minora 2, Cambridge, 1997.

-----, *The Cow in the Pasture,* Leiden, 1976.

Schmithausen, Lambert, *Buddhism and Nature,* Lecture delivered on the Occasion of the Expo 1990, The International Institute for Buddhist Studies, Tokyo, 1991.

-----, 'The Early Buddhist Tradition and Ecological Ethics,' *Journal of Buddhist Ethics,* 4 (1997), http: /jbe. la.psu. edu / 4 / 4cont. html. Seminar, no. 93 (May 1967).

Sen, Madhu, *A Cultural Study of the Nisitha Curni,* Sohanlal Jaindharma Pracharak Samiti (Amritsar) available at P.V. Research Institute, Varanasi, 1975.

Seneviratne, H.L., 'Food Essence and the Essence of Experience,' in R.S. Khare, ed., *The Eternal Food: Gastronomic Ideas and Experiences of Hindus and Buddhists,* State University of New York Press, Albany, 1992, pp. 179 - 200.

Sharma, A.K.'Faunal Remains from Mathura,' in J.P. Joshi et al., eds., *Facets of Indian Civilization - Recent Perspectives: Essays in Honour of Prof. B.B. Lal,* Aryan Books International, Delhi, 1997.

Sharma, R.S., *Material Culture and Social Formations in Ancient India,* Macmillan, Delhi, 1983.

-----, *Looking for the Aryans,* Orient Longman, Chennai, 1994.

-----, *Advent of the Aryans in India,* Manohar, Delhi, 1999.

Sharma, Shanta Rani, *Society and Culture in Rajasthan c.* AD 700 - 900, Pragati Prakashan, Delhi, 1996.

Shastri, A.M., *India As Seen in the Brhatsamhita,* Motilal Banarsidass, Delhi, 1969.

Shastri, Nemichandra, *Prakrit Bhasha aur Sahitya ka Alōchanatmak Itihas,*

Tara Publications, Varanasi, 1966.
Shastri, Rajnikant, *Hindu Jati Ka Utthan aur Patan,* Kitab Mahal, Allahabad, 1988.
Shende, N.J., *The Religion and Philosophy of the Atharvaveda,* rpt., Bhandarkar Oriental Research Institute, Poona, 1985.
Shrivastava, Kumud Bala, *'Prabandhacintamani Ka Samskritik Adhyayana,'* Ph. D. thesis, Banaras Hindu University, 1985.
Simoons, Frederick J., 'Contemporary Research Themes in Cultural Geography of Domesticated Animals,' *Geographical Review,* 64 (1974), pp. 557 - 76.
-----, 'The Purificatory Role of the Five Products of the Cow in Hinduis,' *Ecology of Food and Nutrition,* 3 (1974), pp. 21 - 34.
-----, 'Questions in the sacred - cow controversy,' *Current Anthropolgy,* 20. 3 (1979), pp. 467 - 76.
-----, *Eat Not This Flesh,* The University of Wisconsin Press, Madison, 2nd edn., 1994.
-----, and Elizabeth S. Simoons, *A Ceremonial ox of India: The Mithan in Nature, Culture and History,* University of Wisconsin Press, Madison,1968.
Singh, S.D., *Ancient Indian Warfare with special reference to the Vedic Period,* E.J. Brill, Leiden, 1965.
Sircar, D.C., *Select Inscriptions Bearing on Indian History and Civilization,* I, 2nd edn., University of Calcutta, 1965.
Sircar, D.C., *The Sakta Pithas,* 2nd rev. edn., Motilal Banarsidass, Delhi, 1973.
Skandapurana, 7 vols., Nag Publishers, Delhi, 1986 - 7.
Slokavarttika of Sri Kumarila Bhatta. ed. and rev. Svami Dvarikadasa Sastri, Tara Publications, Varanasi, 1978; Eng. tr. Ganga Nath Jha, Sri Satgur Publications, Delhi, 1983.
Slater, Gilbert, *The Dravidian Element in Indian Culture,* London, 1924.
Smith, Brian K., *Reflections on Resemblance, Ritual, and Religion,* Oxford University Press, New York, 1989.
-----, 'Eaters, Food, and Social Hierarchy in Ancient India,' *Journal of the Academy of Religion,* LVIII, no. 2 (1990), pp. 177 - 202.
-----, and Wendy Doniger, 'Sacrifice and Substitution: Ritual Mystification and Mythical Demystification,' *Numen,* XXXVI (1989), pp. 189 - 223.
Smrticandrika of Devannabhatta, Ahnikakanda, ed, L. Srinivasacharya, Government Oriental Library Series, Mysore, 1914; *Smrticandrika* of Devannabhatta, Sraddhakanda, Government Oriental Library Series, Mysore, 1918.
Sorensen, S., *An Index to the Names in the Mahabharata,* Motilal Banarsidass, Delhi, 1963.
South Indian Inscriptions, VIII.
Spera, Guiseppe, *Notes on Ahimsa,* Torino, 1982.
Srautakosa, vols. I and II (English Section), Vaidik Samsodhna Mandala, Poona,

1962.

Srinivasan, Doris, *Concept of Cow in the Rgveda*, Motilal Banarsidass, Delhi, 1979.

Stall, Fritz, *Agni: The Vedic Ritual of the Fire Altar*, 2 vols., Asian Humanities Press, Berkeley, 1983.

Stevenson, Sinclair, *The Rites of the Twice - Born*, Oxford University Press, London, 1920.

-----, *The Heart of Jainism* 1st edn., Oxford University Press, 1915; 1st Indian edn., Munshiram Manoharlal, Delhi, 1970.

Stietencron Heinrich von, et al., eds., *Epic and Puranic Bibliography*, part I, Otto Harrassowitz, Wiesbaden, 1992.

Subhasitasandoha of Amitagati, Bombay, 1932.

Sumangalavilasini of Buddhaghosa, II, Pali Text Society, London, 1971.

Suryaprajnapti with the commentary of Malayagiri, Agamodaya Samiti, Nirnaya Sagar Press, Bombay, 1919.

Susruta Samhita, ed. Nripendranath Sengupta and Balai Chandra Sengupta, 2 pts., Calcutta, 1938; Eng. tr. Kunjalal Bhisagratna, 3 vols., Calcutta, 1907 - 15; *Susruta Samhita* (Scientific Synopsis), p. Ray, H.N. Gupta and M. Roy, Indian National Science Academy, New Delhi, 1980.

Sutta Nipata, text and Hindi tr. Bhikkhu Dharmaratna, Mahabodhi Sabha, Varanasi, 1960.

Sutrakrtanga Sutra, Eng. tr., H. Jocobi, SBE XLV, Oxford, 1895.

Svetasvara Upanisad, in S. Radhakrishnan, *The Principal Upanisads*, Centenary Edn., Oxford University Press, Delhi. 1989.

Syamarahasya of Purnananda Giri, ed. R.M. Chattopadhyaya in *Vividhatantrasamgraha*, Calcutta, 1877 - 80; ed. with Bengali tr., Prasanna Kumara Sastri, BS 1317.

Tandyabrahmana belonging to the Sama Veda with the commentary of Sayanacarya, 2 vols., Kashi Sanskrit Series, Haridas Sanskrit Granthmala, Benaras, 1935 - 6.

Tachikawa, Musashi, 'Homa in the Vedic Ritual: The Structure of the Darsa-purnamasa,' in Yasuhiko Nagano and Yasuke Ikari, ed., *From Vedic Altar to Village Shrine*, National Museum of Ethnology, Osaka, 1993.

Taittiriya Aranyaka of the Black Yajur Veda with the commentary of Sayanacarya, ed. R.L. Mitra, Bibliotheca Indica, Calcutta, 1872.

Taittriya Brahmana with the commentary of Sayanacarya, Anandasramagranthavali 37, 3 vols., 3rd edn., Poona, 1979.

Taittiriya Samhita, ed. Albrecht Weber, *Die Taittiriya - Samhita*, 2 Bde, Leipzig, 1871 - 2; Eng. tr., A.B. Keith, *The Veda of the Black Yajus School entitled Taittiriya Sanhita*, Harvard Oriental Series, XVIII and XIX, rpt., Motilal Banarsidass, Delhi, 1967.

Tahtinen, Unto, *Ahimsa: Non - Violence in Indian Tradition,* Rider and Company, Condon, 1976.

Tantrasara of Abhinavagupta, ed. M.K. Shastri, Bombay, 1918.

Thapar, Romila, 'The Theory of Aryan Race and Politics,' *Transaction of the International Conference of Eastern Studies,* no. XL, pp. 41 - 66.

Thieme, Paul, *Der Fremdling im Rgveda,* Deutsche Morgenlandische Gesellschaft, Leipzing, 1938, Kraus Reprint Ltd., Nendeln, Liechtenstein, 1966.

Thite, G.U., *Sacrifice in the Brahmana Texts,* University of Poona, 1975.

Times of India, 28 May 1999.

Tod, James, *Annals and Antiquities of Rajasthan,* 2 vols., rpt., Oriental Books Reprint Corporation, New Delhi, 1983.

Touche, J. Digges La, *The Rajputana Gazetteer,* vol.II.

Trautmann, Thomas R., *Aryans and the British India,* Vistaar Publications, Delhi, 1997.

Tripathi, Vibha, *Painted Grey Ware: An Iron Age Culture of Northern India,* Concept Publishing Company, Delhi, 1976.

Tsuji, Naoshiro (alias Fukushima), *On the Relation of Brahmanas and Srautasutras,* The Toyo Bunko Ronso, Series, A, XXXIII, (English Summary), The Toyo Bunko, Tokyo, 1952.

Tull, Herman W., 'The Killing That is not Killing: Men, Cattle and the Origins of Non-violence *(Ahimsa)* in the Vedic Sacrifice,' *Indo - Iranian Journal,* 39 (1996), pp. 223 - 44.

Upavanavinod of Sarngadhara, ed. G.P. Majumdar, Calcutta, 1935.

Uttaradhyayana Sutra, Eng. tr. H. Jacobi, SBE XLV, Oxford, 1895.

Uttararamacarita (with notes and the commentary of Ghanasyama), ed. and tr. P.V. Kane and C.N. Joshi, Motilal Banarsidass, Delhi, 1962.

Uvasagadasao, Eng. tr. A. F. Rudolph Hoernle, Asiatic Society, Calcutta, 1989.

Vadhulasutra, ed. and German tr. W. Caland, *Acta Orientalia,* vol. 1 (1923), 2 (1924), 4 (1926), 6 (1928); M. Sparreboom and J.C. Heesterman, *The Ritual of Setting up the Sacrificial Fires According to the Vadhula School, Vadhulasrautasutra,* Verlag der Osterreichischen Akademie der Wissenschaften, Wien, 1989.

Vaikhanasa Grhyasutra, ed. W. Caland, Bibliotheca Indica, Calcutta, 1927; text and tr. Asiatic Society, Calcutta, 1927 - 9.

Vaikhanasa Srautasutra, ed. W. Caland, Bibliotheca Indica, Calcutta, 1941.

Vaitana Srautasutra, ed. Vishwa Bandhu, Woolner Sanskrit Series 13, Hoshiarpur, 1967.

Vasistha Dhamasutra (Srivasisthadharmasastram), ed. Alois Anton Fuhrer, Bombay Sanskrit and Prakrit Series 23, Bombay, 1883: Eng. tr. G. Buhler, SBE XIV, Oxford, 1882.

Vasudevahindi of Sanghadasagani, ed. with introduction and Hindi tr. Dr. Shreeranjan Surideva, Pandit Rampratap Charitable Trust, Beawar, Rajasthan, 1989.

Vibhangatthakatha, Simon Hewavitarne Bequest Series, Colombo. *Vinaya Pitaka,* Eng tr. T.W. Rhys Davids and H. Oldenberg, *Vinaya Texts,* SBE XIII, XVII, XX, Oxford, 1882 - 5; Hindi tr., Rahul Sankrityayana, Mahabodhi Sabha, Sarnath, Sarnath, Benaras, 1935.

Vipakasutra, ed. P.L. Vaidya, Poona, 1933.

Visnudharmottarapurana, Nag Publishers, Delhi, 1985.

Visnusmrti, ed. Julius Jolly, Bibliotheca Indica, Calcutta, 1881; Eng. tr. as *The Institutes of Visnu,* SBE VII, Oxford, 1880.

Vyasasmrti in Astadasasmrtyah (Hindi tr. Sundarlal Tripathi, Khemraj Shrikrishnadas, Venkateshwar Steam Press, Bombay, Saka 1846.

Vyavaharabhasya, ed. W. Schubring, Leipzing, 1918.

Wackernagel, Jacob, *Altindische Grammatik,* vol. II, pt. 2, Vandenhoeck & Ruprecht, Gottingen, 1954.

Waddell, L.A., *The Buddhism of Tibet or Lamaism,* 2nd edn., Cambridge, 1939.

Waley, Arthur, 'Did Buddha die of eating pork?: With a note on Buddha's image,' *Melanges Chinois et bouddhiques,* vol. 1931 - 2, Juliet, 1932, pp. 343 - 53.

Warder, A.K., *Indian Buddhism,* Motilal Banarsidass, Delhi, 1970.

Wasson, R. Gordon, 'The Last Meal of the Buddha with Memorandum by Walpola Rahula of the Early Sources for the Meaning of *Sukaramaddava, Journal of Americal Oriental Society,* 102.4 (1982), pp. 591 - 603.

Watters, Thomas, *On Yuan Chwang's Travels in India,* London, 1904 - 5, 2nd Indian edn., Munshiram Manoharlal, Delhi, 1973.

Welch, Holmes, *The Practice of Chinese Buddhism,* Harvard University Press, 1967.

Whitehead, Henry, *The Village Gods of South India,* Association Press, Calcutta, 1921.

Wijesekera, N.D., *The People of Ceylon,* 2nd edn., M.D. Gunasena, Colombo, 1965.

Winternitz, Maurice, *A History Of Indian Literature,* 2 vols., 2nd edn., rpt., Munshiram Manoharla, Delhi, 1977.

Witzel, Michael, 'On the Sacredness of the Cow,' unpublished manuscript, abbreviated version published as *Ushi. wo meguru Indojin no kagae* (in Japanese), The Association of Humanities and Sciences, Kobe Gakuin University, no. 1, 1991.

-----, ed., *Inside the Texys Beyond the Texts,* Harvard Oriental Series, Opera Minora, 2, Cambridge, 1997

Wood, Roy C., *The Sociology of the Meal,* Edinburgh University Press, 1995.

Wujastyk, Dominik, *The Roots of Ayurveda,* Penguin India, 1998.

Yadava, B.N.S., *Society and Culture in Northern India in the Twelfth Century,* Central Book Depot, Allahabad, 1973.

Yajnavalkyasmrti, ed. with the *Mitaksara* commentary of Vijnanesvara and Hindi tr. Ganga Sagar Rai, Chowkhamba Sanskrit Pratisthan, Delhi, 1998; ed. with the commentary *Balakrida* of Visvarupacarya, Mahamahopadhyaya T. Ganapati Sastri, 1st edn., Trivandrum 1921-2, 2nd edn., Munshiram Manoharlal, Delhi, 1982; ed. with commentaries of Vijnanesvara, Mitramisra, and Sulapani, ed. J.R. Gharpure, 2 vols., The Collection of Hindu Law Texts, Bomboy, 1936 - 43.

Yamasmrti in Astadasasmrtyah (Hindi tr. Sundarlal Tripathi, Khemraj Shrikrishnadas) Venkateshwar Steam Press, Bombay, Saka 1846.

Yasastilakacampu of Somadeva, ed. Sivadutt and Parab, Bombay, 1901 - 3.

Zend Avesta, Eng. tr. by James Darmesteter and L.H. Mills, 3 vols., SBE, Oxford, 1883 - 7.

Zimmermann, Francis, *The Jungle and the Aroma of Meats,* University of California Press, Berkeley, 1987.